గణపతి

(హాస్య నవల)

చిలకమర్తి లక్ష్మీ నరసింహం

 నవచేతన పబ్లిషింగ్ హౌస్

GANAPATHI *(Humorous Novel)*

- Chilakamarthi Lakshmi Narasimham

ప్రచురణ నెం.	:	555/54 R3
ప్రతులు	:	500
తృతీయ ముద్రణ	:	సెప్టెంబర్, 2023

© ప్రచురణకర్తలు

వెల: ₹ 180/-

ప్రతులకు:

నవచేతన పబ్లిషింగ్ హౌస్

12-1-493/VA,

గిరిప్రసాద్ భవన్, బండ్లగూడ(నాగోల్), జి.ఎస్.ఐ. పోస్ట్

హైదరాబాద్-500068. తెలంగాణ.

ఫోన్: 040-29884453/54.

E-mail: navachethanaph@gmail.com

Website: www.navachethanabooks.com

నవచేతన బుక్ హౌస్

బ్యాంక్ స్ట్రీట్ (ఆబిడ్స్), కొండాపూర్,

హిమాయత్‌నగర్, బండ్లగూడ(నాగోల్)-హైదరాబాద్.

హన్మకొండ.

- ప్రచురణకర్తలు.

ముద్రణ : నవచేతన ప్రింటింగ్ ప్రెస్, హైదరాబాద్.

గణపతి

(హాస్య నవల)

● ప్రథమ భాగము ●

మొదటి ప్రకరణము

"శుక్లాంబరధరం విష్ణుం శశివర్ణం చతుర్భుజం
ప్రసన్న వదనం ధ్యాయే త్సర్వ విఘ్నోప శాంతయే".

అని విఘ్నేశ్వర దేవతాపరమైన స్తుతిశ్లోక మొకటి కలదు. "తెల్లని వస్త్రములు ధరించువాడు, సర్వవ్యాపకుడు, చంద్రునివలె ధవళమైనవాడు, నాలుగు భుజములు గలవాఁడు, ప్రసన్నమైన మొగము గలవాడు నగు విఘ్నేశ్వరుని సర్వ విఘ్న శాంతి కొఱకు ధ్యానించుచున్నాడ"నని యాశ్లోకమున కర్థము. సర్వతోముఖ పాండిత్యము గల యొకానొక బుద్ధిమంతుడు చమత్కారముగ నీశ్లోకము గాడిద నుద్దేశించి చెప్పబడినదని విపరీతార్థము గల్పించి చెప్పెను. అది యెట్లనగా శుక్లాంబరధరమనఁగా ధవళ వస్త్రములు ధరించునది, చాకలివాఁడుదికిన తెల్ల వస్త్రములు మోయునది గావున నీ శబ్దము గాడిదకే యర్థమగుచున్నదని చెప్పెను. విష్ణు శబ్దమునకు సర్వ వ్యాపకత్వ మర్థమున్నది గదా! గాడిద యెక్కడ జూచిన నక్కడే కనబడుచుండును. కావున నిక్కడ విష్ణు శబ్దమునకు గాడిదయే యర్థమని వాక్రుచ్చెను. శశివర్ణ మనగా చంద్రునివలె ధవళమైనది. గాడిద తెల్లగా నుండును గావున నీ యర్థము నిర్వివాదమనియెను. చతుర్భుజ మనగా నాలుగు భుజములు గలది. గాడిదకు నాలుగు భుజములుండుట వలన చతుర్భుజ శబ్దము సార్థకమనియెను. అవి భుజములు కావు. పాదములని చదువరులెవ్వరైన సందియంపడుదురేమో. "నిరంకుశా; కవయః" యను నార్యోక్తి జ్ఞప్తికి దెచ్చుకొనుడు. కవులు నిరంకుశులు. వారు పాదములు భుజములు చేయగలరు; భుజములు పాదములు చేయగలరు. ప్రసన్నవదనమనగా ప్రసన్నమైన ముఖము గలది. ప్రసన్నమైన మనస్సుతో మనము చూచిన యెడ దాని మొగము ప్రసన్నమై యుండును. కావున నదియు నిర్వివాదమే. ఇటువంటి గాడిదను సర్వవిఘ్నోపశాంతి కొఱకు ధ్యానించుచున్నాడని యీ శ్లోకార్థమైనట్లు తన నిరుపమాన పాండిత్య ప్రకర్షణము చేత నా విద్వాంసుడు విపరీతార్థము జెప్పి సమర్థించెను. గణపతి యనగా విఘ్నేశ్వరుడు. మహేశ్వరుని యొద్ద పరమభక్తులగు ప్రమథులను దివ్యులు కొందఱుగలరు. ఆ ప్రమథులకే ప్రథమ గణమని పేరు. మహేశ్వరుడు నిర్హేతుకజాయమాన కటాక్షము చేతనో లేక నిరుద్యోగియైన తన కుమారుని నేదేని నొక యధికారమునం దుంచవలయునను నిచ్ఛచేతనో, నాయకుడు లేనియెడ బ్రమథులు కట్టు తప్పి చెడిపోవుదురని భయము చేతనో, యా ప్రథమ గణము నకు వినాయకుని నాయకుని జేసెను. ఆ గణమున కధిపతి యగుట చేత వినాయకు

నకు గణపతియను పేరు వచ్చెను. గణపతియనగాఁ విఘ్నేశ్వరుఁడగుటచేత విఘ్నేశ్వరునుద్దేశించి చెప్పఁబడిన పూర్వోదాహృత శ్లోకము యొక్క విపరీతార్థము నీ గ్రంథ కథానాయకుడైన మా గణపతి కన్వయింపచేయవలదని కోరుటకై యాశ్లోక ముదాహరించితిని. ఆ గణపతి ప్రమథగణపతి గదా. మా గణపతి యే గణమున కధిపతియని మీరడుగవచ్చును. అది నేను చెప్పుట కష్టము. మీరే యూహించు కొనవచ్చును. తల్లిదండ్రు లీతనికి గణపతి నామ మేల పెట్టిరో నాకు తెలియదు కాని గణపతియందుండు లక్షణము లనేకము లీతనియందుగలవు. ఉండ్రము ముక్కల మీఁద నతని కెంత యిష్టము గలదో వర్ణించుటకు సపాదలక్షగ్రంథమునగు మహాభారతము రచించిన వేదవ్యాసుఁడు దిగి రావలయును గాని సాధారణ కవులు సామాన్య వచన గ్రంథ ప్రణేతలు పనికిరారని కంఠోక్తిగా జెప్పఁగలను. అది మొదటి సామ్య లక్షణము. పానకము వడపప్పు గొబ్బరి కాయలు మా గణపతికిఁ గావలసినన్ని దొరకవు కాని దొరికిన పక్షమునఁ దక్కిన ప్రజ్ఞా విషయమున కాకపోయినను భోజన విషయమున మహాగణాధిపతిని మా గణపతి యవలీలగ జయింపగలడు. ఇది రెండవ లక్షణము. మహాగణాధిపతి గుజ్జు రూపమని గ్రంథములు చెప్పుచున్నవి. మా గణపతి గూడ గుజ్జురూపమే యని శపథముఁజేసి చెప్పగలను. అది మూడవ లక్షణము. ఆ విఘ్నేశ్వరుని దేనుఁగు మొగము. మా గణపతిది యేనుఁగు మొగము వంటి బుంగ మొగము. ఇది నాల్గవ లక్షణము. సామ్యములైన లక్షణములు గణపతుల కిద్దఱకు మూఁడు కలవు గాని మా గణపతి యా గణపతి కంటె నెన్నో విషయములయందు ఘనుఁడని చెప్పవచ్చును. బొజ్జ విషయములో మా గణపతి యగ్రతాంబూలమున కర్హుడనిఁ పండితులెందరో సెలవిచ్చియున్నారు. లంబోదర శబ్దము విఘ్నేశ్వరునకు నేతి బీరకాయవలె సార్థకముగా దనియు మా గణపతియందు లంబోదరత్వము సార్థకమైనదనియు నాదృఢ విశ్వాసము. విఘ్నేశ్వరుఁ డేకదంతుడు మా గణపతి ముప్పది రెండు దంతములు గలవాఁడు. స్థాలీపులాక న్యాయముగ బై నుదహరింపఁబడిన కొన్ని యతిశయ లక్షణములు జూపఁ బడియె, మహాగణపతికి సమానములైన లక్షణములు కొన్ని యతని కంటె నతిశయములైన లక్షణములు కొన్ని యుండుటచేత మొత్తము మీద గణపతి శబ్దము మా కథానాయకుని యందుఁ గొంతువఱకు సార్థకమైనదని మీకిప్పుడు నమ్మిక కలిగియుండవచ్చును. జగదారాధ్యుఁడైన వినాయకునియందుఁ గల లక్షణంబువలె తమ ప్రియపుత్రుని యందుఁ గలుగుననినమ్మి తల్లిదండ్రు లీనామ మతనికిచ్చి యుందురాయని మీరు మమ్మడుగ వచ్చును. దానికుత్తరముఁ జెప్పుట మిక్కిలి కష్టము. తల్లిదండ్రులు బిడ్డల కొకప్పుడు తమ యిష్టదైవముల పేర్లు పెట్టవచ్చును. ఆ దైవతముల యందున్న గుణములు బిడ్డయందు పొడగట్టవచ్చును. పొడకట్టకపోవచ్చును. రాముని నామము ధరించిన వారందఱుఁ బితృవాక్య పరిపాలకులై యేకపత్నీ వ్రతస్థులైరా? తల్లిదండ్రులను నిరంతరముగొట్టి తిట్టునట్టి కష్టచరిత్రుఁడు గూడ రాముఁడను పేరంబఱగుచుండును. అట్టి మూర్ఖుఁడు సాపాటి రాముడగును గాని గుణములలో దశరథరాముఁడగునా? నోరు విప్పునపుడెల్ల నబద్ధములే చెప్పువాఁడు హరిశ్చంద్రుఁడను పేరఁ బరగవచ్చును. లక్ష్మీ ప్రసాదుడను నామధేయము గలవాడు నిరుపేద గావచ్చును. తల్లిదండ్రులు వెఱ్ఱియ్యయని పేరు పెట్టుకొన్న బాలుడు

మేధావంతుడై తన ప్రతిభా ప్రభావము చేత జగంబును వెలయింపవచ్చును. తల్లిదండ్రులొక యుద్దేశముతో బేరు పెట్టవచ్చును. కుమారుని యుత్తర చరిత్ర మా యుద్దేశమునకు వైరుధ్యమును జూపవచ్చును. గణపతి తల్లిదండ్రులు తమ కుమారున కిష్టదేవత పేరే పెట్టియుండవచ్చును. లేక వినాయక చతుర్థినాఁడతడు జన్మించి యుండుటచే నా నామము గలిగి యుండవచ్చును. కాదేని వాని వృద్ధప్రపితామహుడో మాతామహుడో యా పేరువాడై యుండనోపు, అదియునుగాని పక్షమున బుట్టినప్పుడు బుల్లి బొజ్జ, బుంగమొగము, బుఱ్ఱ ముక్కు గుజ్జురూపము జూచి తమ భక్తికిఁ దమ తనః ప్రభావమునకు మెచ్చి యదితికశ్యపుల గర్భమున శ్రీమన్నారాయణుడు వామన రూపము ధరించి జన్మించునట్లు తమ్ముధన్యులఁ జేయుటకు దమ పేరు మహీతలమున వెలయించుటకుఁ దమ వంశము పావనముఁ జేయుటకు గణపతి తమ గర్భవాసమున జన్మించి యుండునని నమ్మి మాతా పిత లానామమిచ్చి యుండవచ్చు. ఒక్క విషయముఁదక్క నితఁడన్ని విషయముల గణపతికి దుల్యుఁడనవచ్చును. మహాగణపతి విద్యల కధిపతి. మనగణపతి కదొక్కటే కొఱఁత. ఇట్లనుటచేత నితడు చదువు రాని వాడని తలంపవద్దు. ఆ కొఱత దీర్చుకొనుటకై యతఁడుపాధ్యాయత్వము జేసి కొందరు బాలుర బాగుచేసెను. తాను గ్రంథములు చదువు కొనుటకు విద్యరాదు. కాని యొకరికిఁజెప్పుట కతని యొద్ద నెంత విద్యయైన గలదు. ఏవంగుణ విశిష్టుఁడైన గణపతి యొక్క చరిత్రము నందుపోద్ఘాతము వ్రాయఁబడినది. ఈ యుపోద్ఘాతము చదువఁగానే వాని చరిత్రము నా మూలాగ్రముగఁ జదువవలయునని మీ మనస్సులు, వినవలయునని మీ చెవులు నువ్విళ్ళూరుచుండవచ్చును. అందుచేత నామధేయ ప్రకరణమును విడిచి వంశరూపబాది ప్రకరణముల యందుఁ బ్రవేశింతును. గణపతి చరిత్రము మిక్కిలి గొప్పది. ఇది చదువరుల యదృష్టముచేత మాకు లభించినది. వాల్మీకి కిట్టి చరిత్ర దొరికిన పక్షమున రామాయణము మాని యతఁడాకథయే వ్రాసియుండును. వేదవ్యాసున కిట్టిది లభించిన పక్షమున కష్టసాధ్యములైన పదునెనిమిది పురాణములను, మహాభారతమును రచియించుట మాని తనయశస్సు కల్పాంతస్థాయి యగునట్టు లాచరిత్రమునే రచియించి కృతార్థుఁడై యుండును. ఇంకా గాళిదాస భవభూతి ప్రముఖుల మాట చెప్పనేల ఇటువంటి చిత్ర కథా శ్రవణగోచరము గాకపోవుటచేతనే బాణుండు కాదంబరీ హర్షచరిత్రల విధిలేక వ్రాసి యుండును. మన పూర్వజన్మ పుణ్యము చేత లభించిన యీ యద్భుత చరిత్రమును గణపతి ప్రతిష్ఠకుఁ దగినట్లు రచింప లేకపోయినను నేదో విధముగ యథాశక్తి రచియింపఁదలచుకొంటిని.

రెండవ ప్రకరణము

ఆహాహా! మన దేశమునందు జీవచరిత్రములు లేని లోపమిప్పుడు కనఁ బడుచున్నది. చరిత్ర రచనము నందు మన పూర్వులకు శ్రద్ధ యెంత మాత్రము లేకపోవుటచే నొక్క మహాపురుషుని చరిత్రమైన జదివెడు భాగ్యము మనకబ్బినది కాదు. రాజరాజనరేంద్ర ప్రముఖులగు మహారాజులయొక్కయు, నన్నయ భట్టారక తిక్కన సోమయాజి ప్రముఖ మహాకవుల యొక్క చరిత్రములు చేకూరనందున మనమంత విచారింపవలసిన పనిలేదు. కాని గణపతి యొక్క చరిత్రము సంపూర్ణముగ లభింపనందుకు మనము కడుంగడు

విచారింపవలయు. ఆ విచారణములోనే గ్రుడ్డిలో మెల్ల యనునట్టు కొంత చరిత్రము మన కసంపూర్తిగానైన లభించినందుకు సంతోషించవలయును. సంగ్రహముగనైన నీచరిత్రము నాకెట్లు లభించినదో చెప్పెద వినుండు. ఒకనాఁడు నేనొక మిత్రునింటికి విందారగింపఁబోతిని. ఆ మిత్రుని యింట వివాహము జరుగుచుండెను. ఆ విందు నిమిత్తము మిత్రులనేకులు వచ్చియుండిరి. ఇప్పటివలె చీట్లుపంపి భోజనమునకు పిలిచెడు నాచారమప్పుడు లేదు. పెందలకడ భోజనము పెట్టునాచారమంత కంటే లేదు. విస్తళ్ళువేయునప్పటికి రెండుఝాముల రాత్రయ్యెను. వడ్డించునప్పటికి మఱి నాలుగు గడియలు పొద్దుపోయెను. భోజనముచేసి లేచునప్పటికి కొక్కురోకోయని కోఁడికూసెను. విస్తళ్ళు వేయకమునుపు, విస్తళ్ళముందు గూర్చుండిన తరువాతను భోజనము వేయుచు నెడనెడ వంటకములు వచ్చులోపలను నేను నాలుగు కునుకులు కునికితిని. ఆ నిద్రలో నాకొక స్వప్నము వచ్చెను. ఆ స్వప్నములో విలక్షణమైన యొక విగ్రహము కనబడెను. కర్కోటకుఁడు కఱచిన తర్వాత మారు రూపము దాల్చిన నలుఁడా యితఁడని యా విగ్రహము జూచి నేను వితర్కించుకొంటిని. వామనరూపుఁడాయని మఱికొంతసేపను కొంటిని. అప్పటికి నాకుఁదోచిన కొన్ని కారణముల చేత నేననుకొన్న రెండు రూపములు కావని నిశ్చయించుకొని యది పిశాచమై యుండునని భావించి భయపడితిని. ఆ పురుషుఁడు నా భయము జూచి నవ్వి "భయపడకు భయపడకు నేను నీకు హాని సేయదలచి రాలే"దని మీఁద చేయివైచి తట్టి వెండియు నిట్లనియె "అయ్యా! నేను గణపతిని కాని పార్వతీ పరమేశ్వరుల కుమారుఁడైన వినాయకుండగాను. నా చరిత్ర మిక్కిలి రమణీయమైనది. ఇది మీ రాంధ్రభాషలో రచింపవలయునని నా కోరిక. నా చరిత్రము మిక్కిలి లోకోపకారము. ఇది మీరు తప్ప మఱియెవ్వరు వ్రాయజాలరు. సాహిత్య విద్యా చతుర్ముఖులైన విద్వాంసులు లోకమున బెక్కండ్రు కలరు. తర్కవ్యాకరణ శాస్త్ర పండితులగు పండితులు బెక్కండ్రు కలరు. కాని వారిచేత నా చరిత్రము వ్రాయించుకొనవలయునని నా కిష్టము లేదు. వారు నా చరిత్ర వ్రాయఁదగరు. వారెంతసేపు భావాతీతములైన యుత్ప్రేక్షలతో నతిశయోక్తులతోఁ గాలక్షేపము సేయుదురు. వారి దృష్టికి వెన్నెలలు, చందమామలు, తామరపువ్వులు, కలువపువ్వులు, హంసలు, చిలుకలు, తోటలు, కోటలు, మేడలు, మిద్దెలు, మలయమారుతములు, విరహతాపములు, మకరం, ప్రవాహములు మొదలయినవే వచ్చును. కాని నిగర్వమైన నా చరిత్రము వారికి నచ్చదు. అందుచేత గీర్వాణ విద్వాంసులు గీర్వాణముఁ జూచిన నాకు దలపోటు. ఇప్పుడు నా చరిత్రము మీఁకు జెప్పెదను. విని వ్రాయకపోయిన పక్షమున మీరు కాశీలో గోహత్య జేసినట్లే, ప్రయాగలో బ్రహ్మహత్య సల్పినట్లే, కురుక్షేత్రములోఁ గుక్కను తిన్నట్లే. ఇంకను మీరు వ్రాయని పక్షమున నేను దయ్యమునై మిమ్మును మీ వంశము వారిని బదునాలుగుతరముల వఱకు బట్టుకొని పీకికొని తినియెదను జాగ్రత్త. మీరు వ్రాసిన తరువాత నా చరిత్రము పఠియించిన వారికి పంచమహాపాతకము లడఁగును. పఠియింపనివారు చెదపురుగులై పుట్టి మఱియొక జన్మమునఁ బుస్తకముఁ దినివేయుదురు."

అని చెప్పి తన వృత్తాంతము సంగ్రహముగ నా కెఱింగించెను. నాలుగు కునిఁకి పాటులతో నాలుగు పావులు చెప్పి సంగ్రహమైన యీ కథ ముగించి నీకేమైన సందేహములున్న నడుగుమని మరి మరి యడిగెను. అడుగుటకు నేను ప్రయత్నముఁ జేసి నోరు తెరవఁబోవుచుండ వడ్డన బ్రాహ్మణుఁడు నా చేతిమీద వేఁడిచారు పోసెను. నేను విస్తరిముందురఁ గూర్చుండి చారెంతసేపటికీ రాకపోవుటచే గోడకు జేరఁబడి దొన్నెలోఁ సేయి పెట్టుకొని కునుకుచు స్వప్న సుఖమనుభవించుచుండగా మోట బ్రాహ్మణుఁడు నా చేయి గాల్చెను. అందుచేత నాకు మెలకువ వచ్చెను.

మరల మజ్జిగ వచ్చునప్పటికి గొంత యాలస్యమైనది. కాని చేతిమంటచే నిద్రపట్టినది కాదు. మరల నిద్రపట్టిన పక్షమున గణపతి నాకలలో మరలఁ గనఁబడి నాసందియములఁ దొలగించియుండును. మఱియొకసారి యడుగుదమని తలంచితిని గాని నాఁటికి నేఁటికి మరల నతఁడు స్వప్నమునఁ గనబడలేదు.

భోజనానంతరమున నేను నా గృహంబు కరిగి మంచముపై బండుకొంటిని కాని నిద్రపట్టినది కాదు. భుజించిన వంటకములు త్రేన్పు రాఁదొడఁగెను. గణపతి చరిత్రము స్మృతి పథమున నిలువఁజొచ్చెను. అతని మూర్తి నా కన్నుల యెదుట నిలిచినటులే యుండెను. ఇది నిజముగా స్వప్నమైయుండునా! నా మనోభ్రమయాయని నేను కొంతసేపు వితర్కించితిని. నిశ్చయముగ స్వప్నమేయని సిద్ధాంతము చేసితిని. కలలోని వృత్తాంతమును నమ్మి గణపతి చరిత్రమును నేను వ్రాయవలసి యుండునాయని నాలో నేనాలోచించు కొంటిని. వ్రాయుటయే సర్వోత్తమమని నిశ్చయించితి. వ్రాయకపోయిన పక్షమున నఁతడు పిశాచమై పీడించునను భయముచే నేనిది రచయించ సమకట్టలేదు సుమీ! ఎందుచేతనన నేను దయ్యములు లేవని వాదించువారలలో నొకఁడను.

అట్లయిన నేల వ్రాసితి నందురేమో? స్వప్నము నందొక పురుషుఁడు కనఁ బడుటయుఁ దనచరిత్రము సంక్షేపముగఁ జెప్పుటయు నది వ్రాయుమని కోరుటయు నది యెంతో చిత్రముగ నుండుటయు మొదటి కారణము. ఆంధ్ర భాషాభిమానము రెండవ కారణము. భారత భాగవత రామాయణాది పురాణములు విని విని చెవులు తడకలు కట్టినవారికి వినోదమేదైనఁ గల్పింపవలయు నను నది మూఁడవ కారణము. ఆంగ్లేయ భాషాభివృద్ధి యగుతున్న యీ దినములలో స్వప్నములలో మనుష్యు లగపడుట గ్రంథములు వ్రాయమనుట చదవరు లనేకులు నమ్మకపోవచ్చును. నమ్మకపోయిన నాకేమి భయము. ఇది యబద్ధము కాదు గదా! మహాకవియగు తిక్కన సోమయాజికి నతని జనకుడగుఁ కొమ్మన దండనాధుఁడును హరిహరనాధుఁడును స్వప్నమున సాక్షాత్కరించి మహాభారత రచనకుఁ బురికొల్పలేదా, కృష్ణదేవరాయలవారికి శ్రీకాకుళమున నాంధ్రనాయకస్వామి కలలో సాక్షాత్కరించి విష్ణుచిత్తీయమను నామాంతరముగల యాముక్త మాల్యదను రచియించి తనకంకిత మిమ్మని కోరలేదా? తెలుగు కవులు కావ్యరచనకు ముందు కలలు గనుట సాంప్రదాయ సిద్ధము కాఁబట్టి మా కలలోనంత వైపరీత్య మేమియు లేదు. కలమాటఁ గట్టిపెట్టి కథాకథనములోనికి దిగియెద.

ఆంధ్ర కవులు తమ కావ్యముఖములకు మనోహర తిలకంబులై యుుండునట్లు గృతిపతుల యొక్కయు గథానాయకుల యొక్కయు వంశముల వర్ణించుట సుప్రసిద్ధము. నేనును నాలుగు పద్యములల్ల నేర్చి కొందఱచేతఁ గాకపోయినఁ గొందఱ చేతనైనను కవిననిపించుకొనుటచేఁ గవుల సాంప్రదాయ మనుసరింప వలయునని దృఢ సంకల్పము నాకుఁ గల్గినది. అందుచేత నీ కథానాయకుని వంశము ముందభివర్ణించెద.

మా కథానాయకునిది లోకము తగులఁబెట్టు సూర్యవంశము గాదు. దొంగ పోటుగ రాత్రులు తిరుగు మచ్చగల చంద్రవంశము గాదు. ఈ వంశమునకు బ్రహ్మదేవుఁడే మూల పురుషుఁడగుటచేత ఇది పవిత్రమయిన బ్రహ్మవంశము. ఆ బ్రహ్మవంశములో నొక్క శాఖ పప్పుభొట్లవా రనుపేరఁ బరగఁ జొచ్చెను. అది కేవలము పౌరుషనామము కాని యూరకపెట్టుకొన్న పేరు కాదు. మా గణపతి పూర్వులలో నొకఁడు పందెము వేసి మూఁడు తవ్వల కందిపప్పు వండించుకొని తానొక్కఁడే భక్షించి మూఁడు వరహాలు బహుమానముగ గ్రహించుటంజేసి నాఁటనుండియు వాని యింటి పేరు పప్పుభొట్ల వారని ప్రసిద్ధికెక్కెను.

గోదావరీ తీరమున మందపల్లియను నొక గ్రామము కలదు. ఇక్కడ శనైశ్చరుఁడు శివప్రతిష్ఠం జేసెను. శనికి మందుఁడను నామాంతరము గలదు. కావున శని ప్రతిష్ఠితుడైన యీశ్వరుఁడచ్చోట మందేశ్వరుఁడని వ్యవహరింపఁబడుచుండును. ఈ మందేశ్వరస్వామి వలన నీ గ్రామము గోదావరీ మండలముననేగాక కృష్ణవిశాఖపుర మండలములయందు గూడ మిగులఁ బ్రసిద్ధికెక్కెను. శని పీడ గలవారీ గ్రామమునకుఁ బోయి బ్రాహ్మణులకు వలసిన తిలదానము లిచ్చి తైలాభిషేకము మందేశ్వరునకు జేసినపక్షమున శని దోషంబు శమియించునని స్థలపురాణజ్ఞులు చెప్పుదురు. ఆస్తిక బుద్ధిగల మనవాండ్రు శని గ్రహోవిష్టులైనప్పు డచ్చటకుఁబోయి కొంతధనము వ్యయముఁ జేసి శని విముక్తులగు చుందురు. అనేక మహర్షులు దేవతలు బ్రహ్మ స్థలములయందు మహేశ్వర ప్రతిష్ఠలు చేసిరి. కాని శనైశ్చరుఁడు ప్రతిష్ఠచేయుట తరచుగ వినము. సేతువు దగ్గర రఘు రామునిచేతఁ బ్రతిష్ఠింపఁబడిన మహేశ్వరుడు, రాజమహేంద్రవరమున మార్కండేయుని చేతఁ బ్రతిష్ఠింపబడిన మహేశ్వరుడు, నగస్త్యాది మహర్షుల చేత బ్రతిష్ఠింపబడిన మహేశ్వరుడు, శనైశ్చరుని చేత నేల ప్రతిష్ఠింపఁబడె నని నాకువలెనె మీకును సంశయము నోఁపక పోదు.

మృత్యుంజయుఁడైన స●ాశివునకుఁగూడ శనిగానివలన భయము జనించి యుండుననియు నతఁడు తన్ను బ్రతిష్ఠింపం గోరినపుడు భయపడి వలదనఁజాలక యియ్యకొనియెననియు నాకుఁ దోచుచున్నది. అంతకన్న శంకరుఁడు శనైశ్చర ప్రతిష్ఠ నంగీకరించుటకు మఱియొక కారణమగపడదు. ఆ మందపల్లియె మన కథానాయకుని పూర్వుల నివాసస్థానము

ఆ గ్రామమునకు మన గణపతి యిల్లిది యని యుద్దేశించి చెప్పుటకు వీలులేదు. అతని సంతతివారుండిన పక్షమున మా పెద్దల స్థల మిదియని యిల్లిదియని చెప్పుకొందురు. పప్పుభొట్లవారి వంశము బ్రహ్మచర్య దీక్షితుఁడై జీవనము వెళ్లబుచ్చిన మన గణపతితో

సమాప్తమైనందున గణపతి కక్కసెల్లెండ్రైనను లేమి దౌహిత్రుడు గూడ లేకపోవట చేతను పప్పుభొట్ల వంశస్థులకు పరంపరగా నివాసమైన నివేశస్థలము నిర్దేశించుట కవకాశము లేకపోయినది. అట్లు నిర్దేశింపఁగలిగిన పక్షమున మందపల్లి వెళ్ళిన తీర్థవాసులందరు మందేశ్వర స్వామి వారి యాలయము జొచ్చి తరించినట్లె గణపతిగారి గృహముకూడ ప్రవేశించి చూచి తరించుచుందురుగదా! ఆ యదృష్ట మాంధ్రదేశమునకు లేదు. గతించిన దానికి విచారించిన ఫలమేమి! ఆ గ్రామమందున్న పాడుదిబ్బలో నేదో యొక దిబ్బ పూర్వము గణపతి యిల్లైయుండవచ్చును. కాదేని నేఁడు సకల సంపదలు కలిగి కళకళలాడుచున్న యిండ్లలో నొకటి మన కథానాయకునిదై యుండవచ్చును.

గణపతికి బూర్వుఁ లేడు పురుషాంతరములవారు మందపల్లిలో నివసించిరి. అంతకుముందు వారి పూర్వుల నివాస స్థానము నక్కపల్లి. ఈ గ్రామము తూర్పునాడున నున్నది. నక్కపల్లినుండి గణపతి పూర్వులు మందపల్లికి వచ్చుటకు గొప్ప కారణము గలదు. గణపతి కెనిమిదవ పూర్వ పురుషుఁడు నక్కపల్లిలోఁ గాపురము సేయుచుండి యొకానొక దినమున భార్యమీఁద మిక్కిలి కోపగించిన వాడై కోప మాపుకొన లేక జందెములు తెంపివేసి చెరువుగట్టున నున్న రావిచెట్టు కడకుఁబోయి ముండనము జేయించుకొని సన్యసించెను. సన్యాస మిప్పించుట కెవరైన గురువు కావలయునని శాస్త్రములో నున్నది కదా! కోపమే పరమ గురువై యాతనికి సన్యాసమిప్పించుట చేత నీతని సన్యాస మశాస్త్రీయమని వైరాగ్యభావము చేత సంప్రాప్తమైనది కాదని గ్రామమందలి బ్రాహ్మణులా పూర్వస్వాముల వారిని వెలివేసి భిక్షలు చేయుట మానిరి. ఒకరు భిక్షలు చేసెడిదేమి; నాయిల్లే మఠము, నా భార్యయే నాకు శిష్యురాలు, నా బిడ్డలే ముఖ్య శిష్యులని యాథార్థస్వామి కడుపుమంట కాగలేక మూఁడవ నాడు స్వగృహంబున కరిగి భార్యను బ్రతిమాలి యొడంబఱచి సన్యాసమునకే సన్యాస మిప్పించి కోమటి పేరిశెట్టి దగ్గఱ జందెములు వెలకుఁగొని మెడలోవేసికొని రెండు మాసములలోఁ బిల్లజుట్టుఁ బెంచుకొని మరల గృహస్థుఁడయ్యెను. ఊరివారందఱు గట్టుగట్టి కుటుంబమున కంతకు నాంక్షజేసి బాధించుటచే నక్కడ బాధపడలేక కుటుంబ సహితముగ బహుగ్రామములు తిరిగి తిరిగి యెట్టకేలకు మందపల్లి జేరెను.

మూడవ ప్రకరణము

గణపతి పూర్వులకు స్థిరాస్తి కొంత కలదు, కాని యది లోకులందరకు గల స్థిరాస్తి వంటిది కాదు. లోకములో స్థిరాస్తి యనఁగా భూములు మాన్యములు మొదలగునవి. పప్పుభొట్ల వారికిఁగల భూములు రుద్రభూములు. మాన్యములు సామాన్యములు. ఇక గృహ విషయము విచారించితిమా యెప్పుడెక్కడ నివాసముగనున్న నదియె వారి గృహము. అది మొదట వారి గృహము కాకపోయినను గ్రమక్రమముగఁ జిరకాల నివాసముచేత నది వారిదె యగుచు వచ్చెను. గృహ యజమానులు వచ్చి వీరిని లేచి పొమ్మన్న పక్షమున వీరెప్పుడు లేచువారు కారు. బలవంతముగ వారిని పంపివేయుట మనుష్యమాత్రునకు సాధ్యం కాదు. అందుచేత మందపల్లిలో వారున్న యిల్లు భుజబలముచేత సంపాదింప

బంcడినదని చెప్పవచ్చును. గణపతి పూర్వులు లోకకుటుంబులు. వారి గ్రామమంతయు వారి స్వగృహముగానే వారిచేత భావింపcబడుచుండును.

ఎవరి పొలము గట్టుమీcద మామిడిచెట్టున్నను కొబ్బరిచెట్టున్నను దాని కాయలు పప్పుభొట్ల వారివె. ఎవరిదొడ్లలో మంచిపాదులు పెట్టుకొన్నను దాని కాయలు పప్పుభొట్ల వారివె. వారు చండశాసనులగుటచేత నిది యేమనుటకు వీలులేదు. ఇన్నిమాటలెందుకు? గణపతి పూర్వుల పురుష వృషభులు అచ్చుంcబోసి విడచిన యాబోcతులు సకల క్షేత్రములలో నెట్లు స్వేచ్ఛా విహారము సలుపవచ్చునో, పప్పుభొట్ల వారుగూడ నిట్లే సకల గృహారామ క్షేత్రములలో విహారము సేయవచ్చును. కాని ప్రజల కాంcబోతుల మీcద మిక్కిలి భక్తి యుండుటచే నవి తమ చేలు మేయుట యిష్టము, పప్పుభొట్ల వారి యెడ భయము గల్గుటచే వారు తమ సొత్తు హరించుట మనసులో నిష్టము లేకపోయినను భుజబలమున, వాగ్బలమున వారిని గెలువలేక మందపల్లి నివాసు లూరకుండవలసిన వారైరి.

మొత్తము మీcద మందపల్లి గ్రామవాసులు భయ భక్తులు గలవారను ప్రతిష్ఠ సంపాదించిరి. వారికి స్థిరాస్తి కొంత కలదని, యీ ప్రకరణారంభమున సంపాదింపc బడినది, అది పితృ పితామహార్జితమైన యాస్తి, అది దొంగ లపహరించుటకు వీలులేనిది. కావలసినంత శరీరపుష్టి చేయునట్టిది. ఎన్ని తరములనుండి యనుభవించినను విఱుగు తఱుగులేని దగుటచే నక్షయము. అక్షయ మనుటచేతను ముచ్చు లపహరించుటకు వీలులేని దనుటచేతను శరీర పుష్టిచేయ దనుటచేతను భర్తృహరియొక్క వెఱ్ఱి మాటలు చదువుకొన్నవారు కొందఱు "హర్తకుcగాదు గోచర" మను పద్యము జ్ఞప్తికిc దెచ్చుకొని యాస్థిరాస్తివిద్యయేమో యనుకొని భ్రమపడుదురు కాబోలు! అట్టి భ్రమలోc బడవద్దు.

పప్పుభొట్లవారి పితృపితామహులు సంపాదించినది విద్యాధనము కాదు. అది వేదోక్తమైనది అందుచేత శ్లాఘాపాత్రమైనది "బ్రాహ్మణస్యధనం బిక్ష" మ్మని మీరెప్పుడు వినలేదా? శాస్త్రమును శిష్టాచారమును ననుసరించి వీలగునంతవఱకు నడుచుటయే వారికిc బరమధర్మ మగుటచే నితర బ్రాహ్మణుల వలె మ్లేచ్ఛభాషలు నేర్చికొని యుద్యోగములు సేయుట, కాcపు వృత్తియగు వ్యవసాయముcజేయుట మొదలగు నశాస్త్రీయ వ్యాపారముల యందు వారు దిగక యక్షయ పాత్రమునే వారు నమ్ముకొనిరి.

భూములు సంపాదించిన పక్షమున నవి కొడుకులో మనుమలో యన్యాక్రాంతము జేయవచ్చును. ధన మార్జించిన పక్షమున నదియు బుత్రపౌత్రులు పాడుచేయవచ్చును లేదా చోరగ్రస్తము కావచ్చును. అక్షయపాత్ర పై విధముగా నన్యాక్రాంతములు చేయుటకు వీలులేనిదని చిరకాలము దీర్ఘాలోచనముc జేసి మూలపురుషుcడెవ్వడో తన వంశము వారికి స్థిరమై యుండునట్టి వృత్తి నేర్పఱచవలయునని యా వృత్తి స్వీకరించెను.

నాగలి పెట్టి నేల దున్నకుండ విత్తములు చల్లకుండ వానకురిసినది లేదన్న బెంగ లేకుండ మిడతలదండు మొదలగునవి వచ్చి పడుతున్న విషాదము లేకుండ నిద్రలేనట్లు రాత్రులు కాపు గాయకుండ బెట్టుబడి యక్కఱలేకుండ దంపుకొనవలసిన యవసరము లేకుండుట గాదులలో బోసి కష్టపడి నిలువcజేసి కొనవలసిన యగత్యము లేకుండ వారి కుటుంబమున కే దినమునకుc గావలసిన బియ్యమా దినమున నక్షయ పాత్ర

ప్రసాదించుచుండెను. వేదశాస్త్రసమ్మతమైన యట్టి వృత్తి నవలంబించి వారెన్నో తరములు సుఖజీవనము చేసిరి.

గణపతి బూర్వులలో నతని పితామహుల చరిత్రము దక్క దక్కిన వారి చరిత్రములు లభించినవి కావు. అతని పితామహుని పేరు పాపయ్య. పప్పుభొట్ల వారు వైదికులగుటచేత సాంగవేదాధ్యయనము వారి కవశ్య కర్తవ్యమయినను వారు యజుస్సామాథర్వణ వేదములను విడిచి ఋగ్వేదమునం దెనమిదవ యట్టమును విడిచి తొమ్మిదవ యట్టమును మాత్రము విడువక ప్రాణపదముగనెంచుకొని పారాయణము జేయుచు వచ్చిరి. ఆ యట్టములో మన పాపయ్యకుఁగల ప్రజ్ఞ యసాధారణము. బదము క్రమము జట చెప్పఁ గలఁడని చెప్పనేయక్కఱలేదు. ఆ యట్టములో నతఁడు ఘనాపాఠీయని బిరుదు పొందెను. ఆరంభించినాఁడంటే గుక్క తిరుగకుండ నోరు తడబడకుండ గొంతెండిపోకుండ గంటలకొలది కాలము పారాయణముఁ జేయఁగలడు. అందఱుఁ జదివిన వేదమే పాడినదే పాడరా యన్నట్లు తానును చదివిన పక్షమునందు గౌరవము లేదని పప్పుభొట్ల వారి యట్టమును బ్రత్యేకముగ వల్లించిరి.

వంశక్రమానుగతమైన విద్య యగుటచేతను విశేషించి బుద్ధిజాతి మిక్కిలి గొప్పదగుట చేతను పాపయ్య కొన్ని కొన్ని క్రొత్త పనులు కనిపెట్టి పూర్వులందఱికంటె గొప్పవాఁడనిపించుకొనెను. పాపయ్యకుఁ దక్కిన వేదాధ్యయనమన్నఁ దలనొప్పి, స్వాధ్యాయమతని చెవిని బడినప్పుడు "ఈ బ్రాహ్మణులు చెవిని గోసిన మేఁకలవలె యఱచుచున్నారు. వీళ్ళ గొంతులు కోయ" యని విసుగుకొనుచుండును. సామగాన మతని చెవిని బడినప్పుడు "వీళ్ళ పాట తగులఁబెట్ట ఏడిచినట్లె యున్నదిరా" యని తిట్టుచుండును. అతని వేదమున కొక్కటే స్వరము, కాని యిన్ని స్వరములు లేవు. అందుచేత నతనికిఁ దక్కిన స్వరములు సామము నసహ్యములు.

బ్రాహ్మణులందఱు యాజన యజనాధ్యయనాధ్యాపక దానప్రతిగ్రహషట్కర్మ నిరతులైనను నియోగులు మొదలగువారు యజ్ఞము చేయుటయే గాని చేయించుట మానిరి. వేదాధ్యయన మాచరించుటయేగాని యధ్యాపకత్వము మానిరి. దానమిచ్చుటయే కాని పుచ్చుకొనుట మానుకొనిరి. వైదికులీ షట్కర్మలుగూడ తమయందు నిలిపికొనిరి. నియోగులకున్న యధికారము తమ కెందుకుండఁ గూడదని శంకఁ దెచ్చుకొని షట్కర్మలలోఁ గొన్ని కర్మలు తానుగూడ విడిచి కొన్నిఁటిని మాత్రమే గ్రహించెను. ఎన్ని విడిచి యెన్ని గ్రహించెనని మీరడుగవచ్చును. అయిదింటిని విడిచి యాఱవదియగు దాన ప్రతిగ్రహము మాత్రము గ్రహించెను. ఆఱింటిలో మూఁడు కర్మలను విడిచి మూడింటిని స్వీకరించుటకు నియోగుల కెంత యధికారము కలదో, ఐదింటిని విడిచి యొక్కటి స్వీకరించుటకు మా పాపయ్యకు నంత యధికారమె కలదు. ఇట్లనుటచేతఁ దక్కిన పంచకర్మల నతఁడెన్నఁ డాచరించలేదని మీ రనఁగూడదు. అతఁడు కొన్ని దానములప్పుడప్పుడు చేయుచు వచ్చెను. అందు ముఖ్యమైనవి రెండు కలవు. పితృదేవతలకు పిండప్రదానమొకటి, తన మిత్రుల కప్పుడప్పుడిచ్చు పొగచుట్టల దానము రెండవది.

యజ్ఞముల చేయలేదని లోకమున నతనికి నిష్కారణముగ నప్రతిష్ఠ సంభవించినది. కాని నిష్పక్షపాతముగ నతని చరిత్ర వ్రాయుదు మేని నతఁడొక యజ్ఞముఁ జేసినాఁడని

వ్రాయక తప్పదు. ఆ యజ్ఞము నిమిత్త మతఁ డెవ్వరిని ారాధింపలేదు. పందిళ్ళు పాకలు వేయలేదు. విశ్వప్రయత్నములు చేయలేదు. యథావిధిగ నతఁడె రెండవకంటి వాఁరెఱుంగకుండ జేసెను. అది యెట్లు చేసెనందురో వినుఁడు.

అతఁడిరువది యేండ్ల వయసుగల వాఁడైనప్పుడు తల్లి రాత్రి రొట్టె కాల్చుకొన వలయునని మినుపపప్పు చేటలోఁ బోసి వాకిటలో నెండఁబెట్టుకొనెను. ఒక మేఁక యెక్కడినుండియో వచ్చి యా పప్పుదినుచుండెను. చత్వారముచేతఁ దల్లి కది కనఁ బడలేదు. పాపయ్య వీధిలో నుండి వచ్చి యదిచూచి మేఁకను గొట్టుటకు మంచికఱ్ఱ దొరకపోవుటచేఁ గాలు సాచి సత్తువకొలది నొక తన్ను తన్నెను. ఆ మేఁక పదిగజముల దూరమునఁబడి యొక్క యఱుపఱచి వెంటనే చచ్చెను. ఆ వార్తవిని మేఁక యజమానుఁ డను గొల్లఁవాడు తన చుట్టముల గుంపుతో వచ్చి యింటిమీదఁ బడి మేకఁకు జరిగినంత పని పాపయ్యకుఁ జేయవలయునని సంకల్పించెను. కాని పలువురు చేరి మేఁకకు నాలుగు రూపాయలు వెలగట్టి చెరిసగము చెడుదుమని తునితగవు జేసి పాపయ్య చేత రెండు రూపాయలు వానికిప్పించి పంపిరి. యజ్ఞములో గూడ మేఁకలను జంపుటయే ప్రధానము గనుక పాపయ్యకు యజ్ఞ ఫలితము చేకూరినదని చెప్పవచ్చును.

లోకుల నందఱను బీడించి ధనము సంపాదించి పందిళ్లు పాకలు వేయించి యన్నము దినకుండ మలమలమాడి కుమ్మరులచేత మేఁకలను జంపించి కుండలములు వేసికొన్న వానికి యజ్ఞఫలము దక్కి పాపయ్యకు దక్కకపోవునా? బ్రహ్మయు ఋత్విక్కులు సుద్గాతయు హోతయు సధ్వర్యుఁడు మొదలగు వారక్కఱ లేకుండ మంత్రములతోఁ బని లేకుండ నతఁడు గాంధర్వ వివాహమువలె నట్టహాసము చేయక రహస్యముగ యజ్ఞము చేయుటచే లోకులతని హీనునిగా జూచుచున్నారు. తక్కువ వర్ణము వారైన కుమ్మరుల చేత ముక్కుచెవులు మూసి బాధపెట్టి చంపించుట కంటె స్వచ్ఛమయిన బ్రాహ్మణుఁడు స్వయముగ జంపుట వలన మేఁకకు సద్యోమోక్షము సంప్రాప్తమై యుండునని యొక్కఁ డైన నాలోచింపఁడుగదా! లోకములో న్యాయము లేదు.

ప్రస్తుతము లోకులేమన్నను పాపయ్యకు భవిష్యత్కాలముననైన రావలసిన రీతిని రాకపోదు. “విద్యావిత్తకరీ” యని యొక లోకోక్తి కలదు. పాపయ్య నేర్చికొన్న తొమ్మిదవయత్నము గూడ నొకానొక విద్యతోఁజేరినదే కావున దానివలన నతఁడు ధన సంపాదన మప్పుడప్పుడు చేయుచుండెను. పచ్చనితోరణము గట్టుకొని యెవరు వివాహము చేసుకొన్నను బాపయ్య నాఁడొక యవధానిబిరుదమో దీక్షిత బిరుదమో సోమయాజి బిరుదమో వహించి యచ్చోటికిఁబోయి సంస్కారులతోబాటు తన్నుఁగూడ సత్కరింప వలసినదని కోరుచుండును. అట్లువారు సత్కరింపనిచోఁ జిన్ననాట నుండియు ముష్టి జీవనమున కలవడి యుండుటచేత ముష్టి యుద్ధము ప్రారంభించి పురోహితులను గన్యా ప్రదాతను వధూవరులను తద్బంధుగణమును దననవమాత్థముతోఁ గొంతవఱకు దీవించి తోరణములు తెంపి పెండ్లి పందిరి యుద్ధభూమిగ మార్చి తన పంతము నెగ్గించుకొని సంభావన దండిగ లంకించుకొనివచ్చును. అందుచేత నతనికి బండబూతుల పాపయ్య యనియు, పిడిగుద్దుల పాపయ్యయనియు రెండు పౌరుషనామములు కలిగినవి.

అధికారుల యిండ్ల చుట్టుఁదిరిగి వారి సేవకుల నాశ్రయించి చుట్టముల నాశ్రయించి పండ్లు పంచదార చిలుకలు మొదలగు నూడిదలంపి, యధికారుల యనుగ్రహమునకుఁ బాత్రులై కొంద రీకలి యుగమున బిరుదుల కనర్హులయ్యు సంపాదించుచుందురు. పాపయ్య సంపాదించిన బిరుదము లట్టివి కావు. బిరుదుల నిమిత్తమతఁడొకరి నెన్నడాశ్రయింపలేదు. అతని కంఠశక్తియు భుజశక్తియు నతనికి బిరుదులు సంపాదించి పెట్టినవి. కాని యధికారుల కటాక్షవీక్షణముల చేతఁ బ్రసాదింపఁ బడినవి కావు.

పాపయ్యకు దొమ్మిదవ యట్టము నేర్పిన గురువెవ్వరై యుందురని మీకు సందియము తోఁచవచ్చును. అతనికి గురువేలేఁడు. గురుకుల వాసము లేకయె శుశ్రూషాపీడ లేకయె యెందఱు బహువిద్యలలో నధిక ప్రౌఢులైరని మనము వినుచుండుట లేదు; తన విద్యా విషయమున మన పాపయ్యయు నట్టి పట్టికలో జేరఁదగినవాడెసుఁడీ. ఇట్లనిన మీరు నమ్మక నవ్వ మొదలుపెట్టెదరు. వాల్మీకి ఛందో వ్యాకరణాది లక్షణజ్ఞానము గురుబోధ లేకయే సముపార్జించెనన్న మీరహాహా యని నవ్వి యానందింతురు. భాగవత ప్రణేతయగు పోతరాజు సహజ పాండిత్యము గలవాఁడని చెప్పినంత మాత్రముననె విశ్వసింతురు. సహజ పాండిత్య మొకరి సొమ్మా? ఈ విద్య యా విద్య యనకుండ సకల విద్యలలో వారి వారి పూర్వజన్మ వశముననో యదృష్ట వశముననో సహజ పాండిత్యముదయించు చుండును. కాఁబట్టి పక్షపాతము మాని పాపయ్యకుఁగూడ విద్యలో నట్టి ప్రతిభా విశేషము గలదని నమ్ముఁడు.

అతని పుణ్యమేమో కాని పాపయ్యకు బాల్యము నుండియు నద్వైత సిద్ధి సహజముగానె గలిగినది. ఎంతెంత శ్రమపడి యెందరెందరో గురువులకు శుశ్రూష జేసి శంకర భాష్యసమేతముగ దశోపనిషత్తులు భగవద్గీతయు బ్రహ్మ సూత్రములు వల్లించిన మహానుభావులకే స్థిరమైన యద్వైత భావము వార్ధక్యమందైనఁ గలుగుట మిక్కిలి కష్టము. అట్టి యెడ నూనూగుమీసాలు మొలక లెత్తకమునుపు నుపనయనమైనఁ గాకమునుపె గోణమును విడిచి యంగవస్త్రమును గట్టకమునుపె మాటలైనను సరిగ రాకమునుపు స్వవస్తు పరవస్తు భేద జ్ఞానము నశియించి పరవస్తువులన్నియుఁ దన వస్తువులే యను నద్వైత భావము గలుగుట యెంత గొప్పమాట. అది యెంతటి వానికి లభియించును! పూర్వ యుగములలో నట్టి బుద్ధి యనేకులకుదయించి యుండవచ్చును. కాని కలియుగములో నది మందపల్లి నివాసుఁడగు పప్పుభొట్ల పాపయ్యకే సిద్ధించినది.

నాణెములు కాని చెంబులు కాని వెండి గిన్నెలు కాని వస్త్రములు కాని తినియెడు పదార్థములు కానీ యతని కంటఁబడెనా యెప్పుడో యవి యతని చేతఁబడినవే. ఈ వస్తువుఁ దీసితివాయని యెవరైన నడిగిన పక్షమున నతఁడు స్పష్టముగ లేదని చెప్పుఁ చుండును. లేదనుటలో నతఁ డబద్ధమాడెనని యెవ్వరు దలంపఁగూడదు. "గజం మిథ్య పలాయనం మిథ్య" యన్నట్లు వస్తువు లేదు దొంగతనము లేదని యతని యభిప్రాయమై యుండవచ్చును. లోకులు కాకులవంటివారు కదా! పాపము పాపయ్య లేమిచేతనో యద్వైతభావము చేతనో హస్త చాపల్యము చేతనో చిరతరాభ్యాసము చేతనో

హస్తలాఘవముఁజూపు నభిలాషచేతనో గ్రామములో నున్న కొన్ని యిండ్లలోఁ జొరబడి కొన్ని వస్తువులను గ్రహించినాడనుకొనుడు. గ్రామవాసులు తమ పుట్టియంతయు మునిఁగిపోయినట్లు పెద్ద గోలచేసి యితని నల్లరి పెట్టఁదొడగిరి. పరుల వస్తువేమిటి మన వస్తువేమిటను నద్వైత భావము పాపయ్యకున్నట్లు వస్తువులు మన యింట నుండిననేమి, పాపయ్య యింట నుండిన నేమియను నద్వైత భావము గ్రామవాసులలో నొక్కరికైన లేకపోయినది. అందుచేతనే వీరు పాపయ్యతోఁ బోల్చఁదగరు. అట్టి యద్వితీయ భావమతని కుండుటచేతనే పాపయ్య చరిత్ర మక్షర రూపముగ నాంధ్రదేశమునఁ బ్రచారమగుచున్నది. అట్టి భావము శూన్యమగుటచేతనే మందపల్లి గ్రామవాసులలో ఘనులగు తర్కవ్యాకరణ జ్యోతిషశాస్త్ర పండితులున్నను వారి చరిత్రములు లిఖింపఁ బడుచున్నవా? గ్రామస్తులు చేసిన యల్లరి వలన వివాహయోగ్య వయస్కుఁడైన పాపయ్యకుఁ బిల్ల నిచ్చుట కెవ్వరు రారైరి.

తన కుమారునకు వివాహము కాలేదని విచారించి తల్లి కాలధర్మము నొందెను. ఆధీనము తప్పిన యాడుపడుచులుగాని మఱి యేయాఁడుదిక్కుగాని లేకపోవుటచే నతఁ డప్పుడప్పుడు వంటఁజేసికొనవలసి వచ్చెను. బ్రాహ్మణార్థముల వలన నతడు పొట్ట బోసికొనఁగలడు. కాని యందు మూఁడు నాలుగు చిక్కులు సంభవించినవి. మున్నూట యఱువది దినములు భోక్తయై యుండుటకు గ్రామమున మూడు వందల యఱువది గృహములు లేవు. ఆ కాలమున మందపల్లిలో నున్న బ్రాహ్మణ గృహములే నలువది యేఁబది. ఇంటికి రెండాబ్దికములకన్నా నెక్కువగా నుండవు. అదియుఁగాక ప్రతివారు పాపయ్యనే పిలువరు కదా! పిలువఁదలచుకొన్న వారు గూడా నతఁడు కలహప్రియుఁ డని యెంచి పిలుచుట మానిరి. వస్త్ర మీయలేదనియు దక్షిణ స్వల్పముగా నిచ్చినారనియు నితఁడు గృహయజమానితో దరుచుగాఁ దగవులాడుచుండును. ఇతడు కంఠమెత్తి కేక లారంభించెనా భూదేవతలేఁగాక శ్రాద్ధమునకు వచ్చిన విశ్వేదేవతలు పితృదేవతలు గూడ గడ గడ వణికి పాఱిపోవుదురని గ్రామస్థుల యభిప్రాయము. అది యట్లుండ నియంత్రితుఁడై పాపయ్య శ్రాద్ధభోజనముఁ జేసి వెళ్ళునపుడు గృహయజమానుల కన్ను బ్రామి యేదో వీలు చూచుకొని గిన్నెయొ పంచపాత్రయొ పట్టుకొని పోవును. శ్రాద్ధభోక్తల కుదక కుంభదానముఁ జేయవలయునని శాస్త్రమందుండినను సాధారణముగ నట్లెవ్వరుఁ జేయక పోవుటచే పితృకర్మలు చేయువారి కుదకకుంభ దానఫలముఁ గల్పింప వలయునని పాపయ్య యేవో పాత్రలు పట్టుకొని పోవుచుండునని పౌరబ్రాహ్మణులు తెలిసికొనలేక యతనిని భోక్తగఁ బిలుచుట మానుకొనిరి.

పిలువకపోవుట కిదియె ప్రధాన కారణమని చెప్పవచ్చును. ఉపకారణము గూడ మఱియొకటున్నది. అది చెప్పకపోవుట దోషము కావునఁ జెప్పబడుచున్నది. పాపయ్య గంభీరకాయుఁడు. ఆకారమునకుఁ దగిన యాకలి యాకలికి దగిన భోజన సౌష్ఠవము నతనియందు గలవు. అగ్నిహోత్రమునందు సర్వము హుతమైనట్లె యతని జఠరాగ్నియం దేది వేసినను వెంటనే హుతమై పోవును. అదృష్టవశమున నట్టి గాఢ జీర్ణశక్తి యతనికిఁ గలిగినందుకు సంతసింపక గ్రామవాసులలోఁ గొందఱు విరోధముచేతను గొంద ఱసూయ

చేతను "ప్రతి మనుష్యునకు గర్భమందే జీర్ణకోశముండును, గాని పాపయ్యకు జీర్ణకోశము శరీరము మంతటగల"దని పరిహాసాస్పదముగఁ బలుకఁజొచ్చిరి. కొందఱు దయ్యపు తిండియని అభాగ్యుల కాఁకలి ఎక్కువయని మతికొందఱాడిరి. చాటుననె గాని యతని యెదుటఁబడి యెవ్వరెట్టి మాటలననలేదుసుమఁడి.

అతఁడు భోక్తగా వెళ్ళిన గృహమున శ్రాద్ధమునకు ముఖ్యమని పనసకాయకూర వండిన పక్షమున వండిన కూరంతయుఁ బాపయ్యయె భక్షించును. అతనిని బిలిచినప్పుడు గృహయజమానులు గారెలు నరిసెలు సంతర్పణమునకు వండుకొన్నట్లు వండుకొనవలయును గాని సూక్ష్మముగ జేసికొనుటకు వీలులేదు. పైతృకములయందు సుష్టుగా భోజనము చేయువారిని బిలిచి పెట్టుట యెవరో కొందరికి సంతోషమైనను జనసామాన్యమున కట్లుండదుగదా! పాపయ్యకు శ్రాద్ధభోజన మరుదగుట కిదియొక హేతువయ్యెను. పాపయ్య యొక్క జీర్ణశక్తి విస్పష్టముగఁ దెలియజేయుట కతని బాల్యమున దండ్రి జీవించి యున్నప్పుడు జరిగిన యొక వృత్తాంతమిందు దెలుపుట సముచితము.

భావికాలమున నేదోవిషయమున మహాప్రజ్ఞావంతులగు వారి యందాలక్షణాంకు రములు బాల్యమునందె పొడసూపు చుండును. పాండవ సింహమని చెప్పఁదగిన భీమసేనుఁడు దుర్వారభుజబల శోభితుఁడని యెల్లవా రెఱుఁగుదురు కదా! ఆ మహాబలసంపత్తి యతని బాల్యము నందే గోచరమయ్యెను. కుంతీదేవి భీమసేనుఁడు పుట్టిన పదియవనాఁడు శుద్ధిస్నానముఁజేసి కొడుకు నొడిలో వైచికొని దేవతా దర్శనమునకుఁ బోవుచుండెను. అప్పుడొక బెబ్బులి యామెందటిమెను. పాండురాజు పులినొక యమ్మునం గూలనేసెను. కాని యాతోపున నామె భయపడి విసవిస పరుగిడ నారంభించెను. ఒడిలో నున్న భీమసేనుఁడు నేల బడియెను, నెత్తురు గుడ్డగుటచే బిడ్డాదెబ్బకు మృతినొందెనేమోయని కుంతీదేవి తత్తరపడియెను! కాని బాలుని దేహము కందలేదు, నలుగలేదు. అతని శరీర సంపర్కము గలిగినంతమేర యాఱాతినేల పిండిపిండియయ్యెను.

అతని యందువలెనే పాపయ్య యందుగూడ బాల్యమున నతని జఠరాగ్ని శక్తిద్యోతక మయ్యెను. దృష్టిదోషము తగులునని తండ్రి యితరుల కది వెల్లడింపలేదు. పాపయ్య పదియాఱేండ్ల ప్రాయమువాడైనపుడు తండ్రి కుమారుని వెంటఁబెట్టుకొని కోనసీమలోఁ ప్రయాణము సేయుచుండెను. చలిదికూడు లేక పాపయ్య యొక్క యదుగైన నడువఁ జాలఁడు, అందుచేఁ దండ్రి యొకనాఁ డొకయూర నొకయింటి కరిగి "అమ్మా! మా కుఱ్ఱవానికి రవ్వంత చలిది యన్నము దొరుకునా" అని యడిగెను.

కుఱ్ఱవాఁడు చలిదియన్నము గోరుచున్నాఁడనఁగానే సాధారణముగ లేదను వారుండరు. పాపయ్య పదియాఱేండ్ల వయసు వాఁడైనను నప్పటికే తండ్రివలె చెయ్యెత్తు మనుష్యుఁడయ్యెను. అయినను జనకుని దృష్టి కతఁడు కుఱ్ఱవాఁడెగదా. కుఱ్ఱవాఁడనుటచేత గృహయజమానులు వచ్చిన వాఁడు ఏ పదియేండ్ల వాఁడో యనుకొని "యయ్యో! నాయనా పిల్లవానికి పట్టెడు చలిదియన్నము బెట్టమా! అదిగో చల్ది వణ్ణాలగది పెట్టికొని తిను మనుఁడు లేదా మీరు పెట్టవచ్చు"నని యాగదిఁజూపిరి. ఆజానుబాహుడైన తన

కుమారునిఁ జూచిన పక్షమున వారు చలిదియన్నము బెట్టరేమోయను భయమున నతఁడు మొదట వానిని వీధిలోనేయుంచి వెళ్ళి గది చూచి వచ్చిన తరువాత నింటిలోని యాడువాండ్రు పనులసందడి నున్నపుడు దొడ్డిదారిన తన బిడ్డనిఁ దీసికొనిపోయి యా గదిలోఁ బ్రవేశపెట్టి యన్నము బెట్టికొని తినమని చెప్పెను.

ఆ గదిలో మానెడు బియ్యపన్నముండెను. దానికి సరిపడిన యూరుఁగాయలు పచ్చళ్ళు నుండెను. తవ్వెడు గేదె పెరుగుండెను. రమారమి గిద్దెడు పేరిన నేయి యుండెను. పాపయ్య యాయన్నమంతయు వడ్డించుకొని యూరుఁగాయలు పచ్చళ్ళు నేయి పెరుగు మిగులకుండ సుష్టుగాఁ దిని యెప్పటియట్ల దొడ్డిదారిని వెలుపలకు వచ్చెను. భోజన సమాప్తమైన తరువాతఁ దండ్రి యా యింటి యాఁడువాండ్రకడకుఁ బోయి "అమ్మా! మీ దయవలన మా వాడు చలిది యన్నము దిన్నాడు. నేను సెలవుపుచ్చుకొని వెళ్ళుచున్నా"నని చెప్పి వెళ్ళిపోయెను. ఆ యింట నైదాఱుగురు చిన్నబిడ్డలుండిరి. ఆ బిడ్డలందఱుకు సరిపోవునని వారాయన్న మక్కడ దాఁచిరి. పాపయ్య తిని వెళ్ళిన గడియసేపటి కాయిల్లాలు చలిదియన్నముఁ బిల్లలకు పెట్టనెంచి యాటలు మానిపించి వాళ్ళ నందఱ నక్కడకుఁ బిలిచి కంచము పెట్టి యన్న పాత్రఁ జూచునప్పటి కందులో నొకమెతుకైన లేదు. ఆ యిల్లాలు తెల్లబోయెను. కుక్కతిని పోయెనేమోయని మొదట ననుకొనెను. కాని యూరుఁ గాయలు పచ్చళ్లు గూడ లేకపోవుటచే నట్లనుగొనుటకు వీలు లేకపోయెను. ఇంటిలో నున్న యాఁడువాండ్రంద రక్కడఁజేరి కొంతసేపు మీమాంసం చేసి తుదకు బ్రాహ్మణ కుమారుఁడే తిని యుండునని నిశ్చయించి కుఱ్ఱవాఁడు మానెడు బియ్యపన్నముఁ దిన్నందుకు మనసులో మిక్కిలి యాశ్చర్యము నొందియు బ్రాహ్మణునకుఁబెట్టిన తిండికి కంటగించుకొనుట దోషమని నోరుమూసికొని యూరకుండిరి.

పాపయ్య చరిత్రముఁగూడ భీమసేనుని చరిత్రము వంటిదే. ఆకఁలిలో నిద్దఱు వృకోదరులే. ఇద్దఱు మహాకోపనులే అయినను వేదవ్యాసుని వంటి మహాత్ముఁడు తన రచనా చమత్కృతి నంతయుఁ జూపి వర్ణించుటచే భీమసేనుఁడు వంద్యుఁడయ్యెను. అట్టి మహాకవి యాదుకొనకపోబట్టి పాపయ్య నింద్యుఁడయ్యెను. ఇట్టి యితిహాసము లనేకములు కలవు. కాని గ్రంథ విస్తరణ భీతిచే నవి స్పృశియింపక కథలోని ముఖ్యాంశమే వర్ణింపఁబడును.

"తల్లి చచ్చిన జిహ్వచచ్చు" ననునార్యోక్తి పాపయ్య కడ నిశ్చయమైనది. సరిగా నతని కన్న మమరలేదు. వండుకొను కష్టమటుండఁగా ముమ్మారు మూఁడు మానికెల బియ్యమతనికి గావలెను. ఆ తండులములు, వానికిఁ గావలసి రసవర్గములు సంపాదించుట స్వగ్రామమున దుస్సాధ్యమయ్యెను.

అదియునుం గాక వివాహముఁజేసికొని వంశము నిలుపుకొన వలయునని గట్టి సంకల్ప మతనికిఁ గలిగెను. అతనికి విద్యఁజూచి పిల్లనిత్తురా? ధనము జూచి యిత్తురా? మళ్లు మాన్యములు జూచి యిత్తురా? వరదిట్టము కావలసినంత యున్నది. కలియుగములో వరుని దార్ఢ్యము సాంప్రదాయముఁ జూచువారెవ్వరు? ఎల్ల పేదవాండ్ర విషయములో నయినట్లె పాపయ్య విషయమున వివాహము ద్రవ్యైక సాధ్యమయినది. ద్రవ్యము

స్వగ్రామమున సంపాదించుటకుఁ దగిన యనువులు లేవు కాఁబట్టి దేశాంతరములకుఁ బోవలయునని పాపయ్యకు దృఢసంకల్పము గలిగెను.

ఏ దేశమునకుఁ బోవలయునని యతడు మనసులో మీమాంస జేసెను. కాశికిఁ బోవలయునని కొంతకాల మతఁడు తలంచెను. కాశీలోని సత్రములలో యథేచ్ఛముగ భోజనము జరుగును కాని వివాహము నిమిత్తము కావలసిన కన్య దొరకదని యతని కెవ్వరో చెప్పి పునహ పట్టణమందు, తెనుఁగు బ్రాహ్మణుల మీఁద నాదర మెక్కువ గల దక్కడికిఁ బొమ్మని హితోపదేశము జేసిరి. ఆ మాట యతనికి నచ్చెను. తోడనె పునహాకుఁ బ్రయాణమయ్యెను.

అతని యింట లోకమంతట పంచ భూతములేగాని యితరమైన యాస్తియేమియు లేదు. పాత్రలు మృణ్మయ పాత్రలు. త్రాగుటకొక యిత్తడి చెంబు మాత్రమున్నది. కట్టుకొనుటకు మూడుఁ నాలు గంగవస్త్రములు కలవు. ఎన్నో తరముల నుండి వంశపారంపర్యముగ వచ్చుచున్న యక్షయపాత్ర యుండవలయును గదా! అది యేమైనదని మీకు సందియము దోఁచవచ్చును. పాపయ్య బద్ధకము చేత నక్షయ పాత్ర వ్యాపారము మానుకొనెను. వ్యాపారము మానుకొన్నను జాలాకాలము నాఁటనుండి యచ్చివచ్చిన పాత్ర దాచకూడదాయని మీకు సందేహము దోఁచవచ్చునేమో? అది తనువు నుత్తరించుకొని పోవు సమయమున కుపయోగింపఁబడెను. చీట్లపేకలో వచ్చిన దండుగ నిచ్చుకొనుట కాపాత్ర యుపయోగింపబడెను. ఇది యొక్కటియెగాదు. అప్పుడప్పుడు హస్త లాఘవముచే నతని వశమగుచుఁడిన రాగి కంచు చెంబులు పంచపాత్రలు మొదలగునవి గూడ తన్ని మిత్తమె వినియోగింపఁబడెను. పెట్టెలు లేవాయని మీరడుగ వచ్చును. పెట్టెలలో దాచఁ వలసిన వస్తువులు లేనప్పుడు పెట్టెలెందుకు? అందుచేత నతనికి సర్దుకోవలసిన సామగ్రులు లేకపోయెను. చిఱకాలమునుండి బూజు పట్టుచున్న కృష్ణాజినమును దర్భాసనమును దీసి పాపయ్య బూజు దులిపి ఎండలో వేసి దర్భాసనమును కృష్ణాజినములో వేసి కట్టి యొకనాఁడు తెల్లవారుజామున నా కృష్ణాజినమును భుజము మీఁద వేసికొని యిత్తడి చెంబు మూతికి గట్టిన యంగవస్త్రమును నడుమునకు గట్టుకొని ప్రాతధోవతి గట్టుకొని తలకొక ప్రాత యుత్తరీయమును జుట్టుకొని పునహాకుఁ బయనమయ్యెను.

మార్గమధ్యమున నతఁడు గావించిన విచిత్ర వివాదములు, హస్తలాఘవములు, లీలలు వర్ణింపదొడఁగిన పక్షమునఁ బాఠకులకు విసుఁగుపుట్టునను భయమున నవి యెల్ల మానవలసి వచ్చెను. బ్రాహ్మణుఁడెంత పేదవాడైనను జేత నొక నేబుసయితము లేకుండ సేతుహిమాచల పర్యంతమగు దేశమంతయుఁ తిరిగి రావచ్చును. ప్రతిపట్టణమున సత్రములున్నవి గాని కొన్ని సత్రములలో నొకపూట మాత్రమే భోజనము పెట్టుదురు. కొన్ని సత్రములలో రెండు పూటలు నిరుప్రొద్దు భోజనము పెట్టుదురు. కొన్ని చోట్ల భోజనము కాక కానియొ రెండు కానులో దక్షిణ గూడ నిచ్చెదరు. దక్షిణ దేశమున కొన్ని సత్రములలో బాటసారులగు వితంతువులు రాత్రి రొట్టె కాల్చుకొనుటకు పిండిగూడ నొసంగుదురు. సత్రముల మాట యటుండఁగా బ్రాహ్మణుల కన్నము లేదను బ్రాహ్మణ గృహస్థులు సాధారణముగ నుండరు. కాబట్టి పాపయ్య చిల్లిగవ్వ చేత లేకుండ సుఖముగ వెళ్ళఁగలిగెను.

ప్రాతఃకాలమునందు లేచి జాము ప్రొద్దెక్కువఱ కితఁడు నడచి యొక గ్రామముఁ చేరి యచ్చట సత్రమున్న సత్రమును, లేనిచో సామాన్య గృహస్థుల యిండ్ల భుజించి సుఖముగ నిద్రించి మరల జాము ప్రొద్దువేళ బయలుదేరి నడచి యేయూరికడ సాయంకాలమగునో యచ్చట బసచేసి యెవరి యింటనో భుజించి మరల వేకువన లేచి పయనము సేయుచుండును. ఈ విధముగ నతఁడు నాలుగు మాసములగునప్పటికి సుఖముగ శ్రీమంతులగు పీష్వాలకు మున్ను రాజధానియైన పునహాకు జేరెను.

పునహాలో బూర్వకాలమున బాజీరాయఁడు మొదలగు పీష్వాలు రాజదురంధరులై యున్న కాలమున బ్రాహ్మణపూజ విశేషముగ జరుగుచుండెను. అందు వేదాధ్యయన సంపన్నులకు జరిగెడుపూజ మిక్కిలిమెండు. భరతఖండ మంతటిలోను కృష్ణా గోదావరీ తీరవాసులగు బ్రాహ్మణులు మిక్కిలి గంభీరముగ నుదాత్తానుదాత్త స్వరితస్వరములు తప్పకుండ నపశబ్దము రాకుండ స్వచ్ఛముగ మనోహరముగ వేదము చదువఁగలరని మహారాష్ట్ర దేశమున గొప్ప వాడుక గలదు. ఆ ప్రఖ్యాతి కాంధ్ర బ్రాహ్మణు లర్హులనుటకు సందియములేదు.

హిందూ దేశమున ననేక భాషలున్నను నందులో ననేకములు సంస్కృతములే మాతృకత గ్రహియించినను నాంధ్ర భాషవలె నవి సర్వవిషయముల సంస్కృతము ననుకరింపలేకపోయినవి. అక్షరముల దగ్గఱ నుండి తెలుగుభాష సంస్కృతము ననుసరించిన కారణమున నాంధ్రులు సంస్కృత శబ్దములను స్వచ్ఛముగ నిర్దుష్టముగ నుచ్చరింపఁగలరు. తక్కినవా రట్లుచ్చరింపలేరు. వంగదేశీయుఁడు వేద మనఁబోయి బేదమనును. సద్గుణ మనఁబోయి షద్గుణమనును. ఓఢ్రదేశీయుఁడు జనకుఁడనుటకు జొనొకొయనును. ఇట్లు ఘూర్జర మహారాష్ట్ర ద్రావిడ కర్ణాటాది భాషలు సంపూర్ణ భాషలుగామి నాయా దేశస్థుల నాలుకలు సంస్కృతోచ్చారణమునకు సరిగా నలవడి యుండలేదు. సంస్కృతోచ్చారణమున కాంధ్రులే దక్షులు. ఆ కారణంబున శ్రీమంతులగు పీష్వాలుఁ వారిని బట్టి మహారాష్ట్రులందరు ద్రిలింగదేశ బ్రాహ్మణుల నోటనుండి వేదమును వినవలయుననియు శ్రౌతస్మార్తాది కర్మలను జరిపించుకొనవలయుననియుఁ గుతూహలము గలిగియుండి యట్టివారు లభించినప్పుడు వారిని రావించి సకల విధముల సమ్మానించి సకల పూజల సత్కరించి పంపుచుందురు.

అందుచేత నాంధ్రబ్రాహ్మణులలో స్వాధ్యాయవేత్తలు శ్రౌత స్మార్త ప్రయోగదక్షులు శ్రీమంతుల కాలమునను శ్రీమంతుల రాజ్య మస్తమించిన వెనుకకు గూడ పునహా సతారాలకుఁ బోవుచుందురు. అట్టి వేదవేత్తలుఁ గర్మిష్ఠులుఁబోవుచోటికి పొట్టకోసి కంచుకాగడాల వెదకినను నొక్క యక్షరము ముక్కయైనఁ గనఁబడని పాపయ్య యేమి చేయవలయునని వెళ్ళి యుండునో గదా యని యెల్లవారికి సందియము దోఁచక మానదు. ఘూర్జరులు మహారాష్ట్రులు మిక్కిలి దాతలనియు, గోదావరీ తీరబ్రాహ్మణుఁడు వివాహార్థము యాచించినతోడనే రూకల వర్షము గురియుననియు నందువలన సులభముగ వివాహము జేసికొనవచ్చుననియు నితరులవలన విని యతఁడు నమ్మెను. అదియునుగాక యా దేశమున శ్రాద్ధభోక్తకు సయితము రూపాయకు తక్కువ దక్షిణ నియ్యరనియు నందుచేత

బ్రాహ్మణార్థములు చేసియె గోనెసంచెడు రూపాయలు సంపాదించవచ్చునని నతని కాశపుట్టి వెళ్ళెను. ఎట్టెటో యతఁడు పునహా జేరెను. చేరి సత్రములలో భోజనమారంభించెను. ఆవకాయ మాగాయ మొదలగు నూరఁగాయలను గోంగూర పచ్చడి తోటకూర బచ్చలకూర మొదలగు పులుసులు, బెల్లపు టరిసెలు, మినపగారెలు, వీశెబూరెలు, గుమ్మడికాయ దప్పళము మొదలగు తెనుఁగు వంటకములకు రుచిపడిన, పాపయ్య నాలుకకు మహారాష్ట్ర దేశపు రొట్టెలు పలుచని పప్పులు కారములేని పచ్చళ్ళు మొదట నచ్చినవి కావు. పచ్చిమిరపకాయ కారమున కతఁడు మొగము వాచి స్వయముగఁ జేసికొని మహాపదార్థముగ దాచుకొని భోజనమునకు వెళ్ళునప్పుడు పొట్లముగట్టి తీసికొనిపోయి పంక్తిలో నున్న మహారాష్ట్రులు నివ్వెరపడి చూచి యితఁడు బ్రహ్మరాక్షసుఁడని తలంచునట్లది కలుపుకొని తినుచుండును. కొన్ని నెలలగునప్పటి కతఁడు మహారాష్ట్ర భోజనమున కలవడెను. అలవాటు పడిన తరువాత మహారాష్ట్రులెవ్వరతని కందలేదు. పునహా వెళ్ళిన తరువాత రెండు మూఁడు మాసముల కతఁడు వివాహము నిమిత్తము యాచన నారంభించెను. చదువు సంధ్యలు రాని శుంఠ యగుటచే రెండణాలు, నాలుగు డబ్బులు, రెండు డబ్బులు చేతిలో బెట్టిన వారేకాని రూపాయలిచ్చిన వారెవ్వరూ లేరు. దమ్మిడీ కాసులేకాని పెద్దకాసులతనిచేత పడలేదు. ఆ కారణమున తాను విన్నట్లు మహారాష్ట్రులు గొప్పదాతలు కారని నమ్మిక తోఁచెను. అందుచేతనో మఱి యెందుచేతనో మహారాష్ట్రుల మీఁద నతనికిఁ గొంత యనిష్టము కలిగెను.

"మహారాష్ట్రులు మగవాండ్రు నాడువాండ్రు ననుభేదము లేకుండ నందఱు వితంతువులె. మహారాష్ట్రుల కాచార వ్యవహారములు లేవు. వీళ్ళు వట్టి శూద్రులు. పంక్తి బాహ్యు"లని చాటునఁ దన మిత్రులతోఁ జెప్పుచుండును. ఏల యని వారడిగిన నతఁ డిట్లు ప్రత్యుత్తరమిచ్చును. "వితంతువులెగాని మనదేశములో రొట్టెలు తినరు. ఈ దేశములో మగవాండ్రుగూడ రొట్టెలు తిందురు. కాన వారుగూడ వితంతువులే. భోజన కాలమందు మహారాష్ట్రులలో దృష్టి దోషము లేదు. మనదేశములో వేద పండితుఁడన్న మాట యక్కఱలేదు. ఎటువంటి బ్రాహ్మణుఁడైనను శూద్రుడు రవంత తొంగిజూచినప్పటికి బ్రాహ్మణుఁ డన్నము వదిలిపెట్టి లేచి వెళ్లును. ఈ పాపిష్టి దేశములో బ్రాహ్మణుడు భోజనము చేయుచుండఁగా శూద్రుడు చూచుటయెగాక, ఆ గదిలోనే తానొక విస్తరి వేసికొని వేరుపంక్తిలో బ్రాహ్మణుని కెదురుగఁగూరుచుండి శూద్రుఁడు భోజనము చేయును. ఈ దేశములో వట్టి మాలకూడు. అటువంటి పాడుదేశములో నీ వెందుకున్నా వందురేమో? కాలము తప్పి వచ్చినపుడు వసుదేవుఁడు గాడిదకాళ్ళు పట్టుకొన్నాడు. పొట్టగడువక వీళ్ళ నాశ్రయింపవలసి వచ్చినది. అదిగాక మరాటివాండ్రు పుల్లాకులలోఁ దినునట్టివాండ్రు. ఎట్లందురా? మనవలె వారాకులలో భోజనము సేయరు. పళ్ళెములలోను గిన్నెలలోను తిందురు. తిని అవి కడిగి దాఁచికొందురు. కాని పాఱవేయరు. తిని పాఱవేయనివి పుల్లాకులు కావా?" రహస్యముగా నిటువంటి సంభాషణలు సేయుచున్నను బహిరంగముగఁ బాపయ్య వారిని వేవిధములుగ ధనము నిమిత్తము స్తోత్రములు చేసినను మనోరథము సిద్ధించలేదు. వివాహమునకు సొమ్ము ప్రోగుపడునట్టు కనఁబడలేదు.

యాచనవల్ల దొరికినది, సంభావన వల్ల నార్జించినది, బ్రాహ్మణార్థమువల్ల చేఁజిక్కినది పాపయ్య పొగచుట్టలకుఁ దమలపాకులకు వక్కలకు నడుమ నడుమ నంగళ్ళకుఁబోయి కొనితిను లడ్డు బందరు ఫేణి మొదలగు మధురాహారములకు సరిపోయెను కాని మిగులుటలేదు. ఇంతదూరము వచ్చి వివాహము జేసికొనకుండ మరల స్వదేశమునకుఁ బోవుట యప్రతిష్ఠయని యతఁడు భావించి తనవంటి వానికి సొమ్ము చేతినిండ సమకూర్చునట్టి వృత్తినేదేని నవలంబింపవలయునని సంకల్పించుకొనెను. అట్లు చేయుటలో నతఁడొక క్రొత్త వృత్తి నారంభింపఁదలచెను.

ఒక నెల దినములు విచారించి విచారించి యతఁడొక నిశ్చయమునకు వచ్చెను. ఆవృత్తి యాంధ్రుల కాశ్చర్యము గలిగినట్టిది. మహారాష్ట్రులు మెచ్చునట్టిది. ఆపత్సమయమున నక్కఱకు వచ్చునట్టిది. ఎప్పటికప్పుడు చేతిలో రొక్కము పడునట్టిది. అందఱకుఁ దనతోఁ బని గలిగించునది. ఏనుఁగుపాడి వలె తరుగనిది విరుగనిది. అట్టి యపూర్వమైన వృత్తి యేదందురా వినుఁడు. ఆంధ్రబ్రాహ్మణులు ముఖ్యముగ గౌతమీ కృష్ణవేణీ తీరవాసులు, నందు ముఖ్యముగ వైదికులు రామచిలుకలవలె గోఱువంకల వలె నర్థము దెలియకుండ నొకరు చెప్పినదాని బండవల్లె వేసి స్వాధ్యాయము చెప్పుటకును శ్రౌత స్మార్తకర్మలు నిరాఘాటముగఁ చేయించుటకును కావ్య నాటకాలంకార గ్రంథములు తర్కవ్యాకరణ జ్యోతిష వేదాంతాది శాస్త్రములు నేర్చి పాఠము చెప్పుటకు గొన్ని క్రతువులు చేయుటకును మాత్రమే బహుసమర్థులనియుఁ దదితర వ్యాపారములకు వారనర్హులనియు దేశమున నొకగొప్ప యప్రతిష్ఠ కలదు. పాపయ్య యవలంబించిన వృత్తి యాంధ్రులకు సంభవించిన యా గొప్ప యప్రతిష్ఠను దొలఁగించునది కూడనయ్యెను.

ఆ వృత్తి కథమ పక్షము నలుగురైన నుండవలయును. గాఁబట్టి పాపయ్య తాను వెళ్ళిన కొలఁది దినములకె తన వలెనే గంపంత యాశపెట్టుకొని తనవలెనే భగ్నమనోరథులై యిందందుఁ దిరుగులాడుచున్న మఱిముప్వురను శిష్యులుగ స్వీకరించెను. ఆ నలుగురుఁ గలిసి తాము ప్రత్యేకముగ యజ్ఞములు చేయలేక పోయినను కోటి యజ్ఞ ఫలప్రదమైన వ్యాపారమారంభించిరి.

'అనాథప్రేత సంస్కారేణ కోటి యజ్ఞ ఫలం లభేత్" అని యార్యోక్తి కలదు. దిక్కులేని శవములను గాల్చుటచేత కోటి యజ్ఞ ఫలము లభించునని యా వాక్యమున కర్థము. అది పుణ్యజనోచితమైన వృత్తియని పాపయ్య దాని కుపక్రమించెను. మొట్టమొదట నతఁడు ధరలు చవుకగానే యుంచెను. కాని పని తగిలిన కొలఁది ధరలు హెచ్చింపవలసి వచ్చెను. అటువంటి వృత్తి నవలంబించుటకు బురికొల్పిన యతని నిపుణత బుద్ధిఁ జూచి యోర్వలేకను నాంధ్రబ్రాహ్మణులు తక్కిన వ్యాపారములకు సమర్థులు కారని లోకమున నున్న యప్రతిష్ఠను దొలగించుటకుఁ దగినట్టు కృతజ్ఞులు కాకను దెలివిమాలిన వాంద్రు కొందఱు పాపయ్య పరోక్షమునను నెట్టయెదుటను నిందించి కొన్ని ప్రశ్నలడుగుచు వచ్చిరి.

అందుఁగొన్ని ప్రశ్నలివి "నీ వీ వృత్తినేల యవలంబించితివి? పుణ్యమందువా, సొమ్ము దీసి కొనకుండ శవదహనము జేసిన పక్షమున నది పుణ్యము. దిక్కులేని శవములఁ

గాల్చుట పుణ్యము. నీవు మోయుశవములు వెనకదిక్కుగలవె అవి యనాధప్రేతలు గావు, ఆంధ్రులకు నీ మూలమునఁ దలవంపులు వచ్చుట లేదా" ఇటువంటి వెఱ్ఱి వెఱ్ఱి ప్రశ్నలకుఁ దగినట్లుగ నతఁడీక్రింది విధమున సమాధానమిచ్చెను. "బ్రతికియున్న వారికి దిక్కుండును, కాని పీనుఁగులకు దిక్కెక్కడుండును. కాఁబట్టి శవములన్నియు ననాధప్రేతలే. వారికి మోసెడి వారే దిక్కు. మేమే వారికి గతి. ఇది గౌరవమైన వృత్తి. నీళ్లుమోసి వంటలు చేసి గోడలు పెట్టి యిండ్లు వేసి మనుష్యులెట్లు సంపాదించుచున్నారో నేను గూడ భుజములు కాయలు కాయునట్లు శవములను మోసి, మోసి కష్టపడి చమటయోడ్చి సంపాదించుచున్నాను. నా సొమ్ములో గ్రుడ్డిగవ్వయైన నన్యాయార్జితము లేదు. అంతయు న్యాయార్జితమే. నాలుగు మాటలు చెప్పి నాలుగుగడియలలో నాలుగువందలో నాలుగువేలో గడించు ప్లీడరు డబ్బుకంటె నానాకల్మశ వస్తువులనమ్మి సొమ్మార్జించు వర్తకుని డబ్బుకంటె పండినను మండినను దప్పక సొమ్ము పుచ్చుకొను సర్కారు సొమ్ముకంటె వడ్డీ వ్యాపారముజేసి మళ్లు మాన్యములు కొంపలు గొడ్లు దయలేక యమ్మించి లక్షాధికారులగువారి సొమ్ము కంటె నా సొమ్ము న్యాయమైనది.

నాకొక్క గవ్వ నెవ్వరు నుచితముగ నీయనక్కఱలేదు. నేనొకరి దగ్గఱకు వెళ్ళి చేయిజూచి యాచింపను. ఒకని యింటికి వెళ్ళి నింద్రుడుఁవని వారిని భూషించి వాని సమయ మగుదాక కనిపెట్టుకొని యుండి పీకి పీడపెట్టి విసిగించి తిట్లు తిని నాలుగు డబ్బులు సంపాదించి సంతోషించు యాచకుని వృత్తికంటె నా వృత్తి ఘనమైనది. వేదముఁ శాస్త్రముఁ జదువుకొనలేదని నన్ను మీరు నిందించుచున్నారు. వేదము చదువుకొన్న వారి వృత్తి యేమిటి? ముష్టి శాస్త్రము నేర్చుకొన్న వారి వృత్తి యేమిటి? ముష్టి చదువుకొని ముష్టి యెత్తుటకంటె చదువు కొనక పీనుఁగుల మోయుట మంచిది. ఆ ముష్టి విద్యలు నాకక్కఱలేదు. ఒకరింటికి వెళ్ళనక్కఱలేదు. నాయింటి కందఱు వత్తురు. అందరకు నాతో పనిగలదు. నేను కాలుమీఁద కాలువేసుకొని యింట్లో కూర్చుండినప్పటికిని నాయింటికడ కొందఱు వత్తురు. నా వృత్తి వరహాల చెట్టు. ఎప్పటికప్పుడె పంట, ఇది నెల జీతముల వృత్తి కాదు. అది వట్టి పాడు వృత్తి. ముప్పది దినములు రాత్రియుఁ బవలు పనిజేసి పదో యిరువది రూపాయలను సంపాదించుట యేమి ప్రయోజకత్వకము: నన్నాపేక్షించు వారిలోఁ గొందఱు యాచకులే. కొందఱు పెద్దలు సంపాదించి పెట్టిన భూముల మీఁద జీవించు వారు. అటువంటి వారందఱు మనోవృత్తి విధవలు. తన భుజశక్తి మీఁద సంపాదించలేనివాడు పిత్రార్జితము నమ్ముకొని కాలక్షేపము సేయువాఁడు వట్టి యప్రయోజకుడు. నేను గట్టి ప్రయోజకుఁడను. నా భుజశక్తివల్ల జీవము సేయుచున్నాడఁను. పల్లకి మోయుట యెటువంటిదో కటుకుమోయుటటువంటిదే. పెండ్లి పల్లకి మోతకు డబ్బు పుచ్చుకొనుట న్యాయమై దీని మోతకు డబ్బు పుచ్చుకొనుట నన్యాయమగునా? నా వలన మీకు తలవంపులు వచ్చుచున్నవా? తెనుగుఁవాళ్ళు మరెందుకుఁ బనికిరారన్న యపకీర్తిఁ దొలఁగించి యేపనిలో బెట్టినను సరె తెనుఁగువారు సమర్థులె యని లోకములో వెల్లడిఁజేసినాను, అందుకైన నా మీఁద మీకు విశ్వాసములేదే. ఛీ మీతో మాట్లాడఁగూడదు పొండి" అని యెదుటివాఁడు మరల నోరెత్త లేనట్లు యుక్తులు

చెప్పి తన యుక్తులు చాలనప్పుడు తన తొమ్మిదవ యట్టము పారాయణముఁజేసి "శేషం కోపేన పూరయేత్" అనుమాట సార్థకముఁ జేయుచుండెను.

పాపయ్య యే సుదినమున నేమంచి ముహూర్తమునఁ దనవృత్తి నారంభించెనో కాని యది దిన దిన ప్రవర్ధమానమయ్యెను. పునహో పెద్ద పట్టణమగుటచేఁ బ్రతిదినమతడు రెండు మూడు పర్యాయములు రుద్రభూమికిఁ బోవలసిన పని గలుగుచుండెను. మశూచి, విశూచి వచ్చిన కాలములలో నతడు భూతగణపరివృతుడైన, సాక్షాత్‌రుద్రుడు వలె శిష్య సమేతుఁడై తరచు శ్మశానములలోనే యుండుచువచ్చెను. పని తొందరచే నొకానొక దిన మతడు భోజనముఁ జేయకపోవుటయుఁ దనపొలములలోనికే యన్నము దెప్పించుకొని తిను పంటకాపువలె శ్మశానమునకే పది రొట్టెలు తెప్పించుకొని యెట్లో తీరికఁ జేసికొని యా రొట్టెలు నోటిలో వేసికొని మరలఁ బనిజేయ తటస్థించుచుండును.

మూరెడేసి పొడుగు పొగచుట్టలు నోట వెలుగుచున్న సమయంలో బాపయ్యను శిష్యులను రాత్రులు దూరమునుండి చూచువారు కొఱివి దయ్యములు శ్మశానములో విహరించుచున్నవని పలుమాఱు భయపడి పరుగులెత్తుచు వచ్చిరి. అన్ని వృత్తులలో ధర్మమున్నట్లె పాపయ్య వృత్తిలో గూడ కొంత ధర్మముండెను. పేద పీనుగుల నప్పుడప్పుడు మూల్యము గొనకుండ నతడు తీసికొని వెళ్ళుట కలదు. తన యనిష్టులకడను ధనవంతుల యొద్దను నెక్కువ ధనము గ్రహించుట కలదు. ఒకరికడ నెక్కువ యొకరికడ తక్కువ యేల తీసుకొందువని యెవరైన నడిగినప్పు "డిది వ్యాపారము. సమయము కొలది బేరము. ధాన్యాదులధర నేడు పుట్టి యిరువది. యెల్లుండి ముప్పది యుండగూడదా" అని వారివాదములు ఖండించుచుండును. శవమునకు నాల్గు వరహాలు, నెనిమిది వరహాలు, పదివరహాలు పుచ్చుకొనుటయేగాని తక్కువ లెక్కలేదు. మఱియు వరహాల లెక్కయె గాని చిల్లర లెక్కలేదు.

లోభత్వముచేతను ధనహీనతచేతను గొందరు ప్రేత బంధువులు సహాయము చేయమని వేడినప్పు "డీ సారి గాదు మరియొకసారి చూడవచ్చును లెండి" యని బదులు చెప్పుచుండును. అప్పుడు వారిది యమంగళముగ నెంచి "ఛీ యిది యేమయ్యా! ఈ సారికే మేమింత ఘోరదుఃఖ మనుభవించుచుండ మఱియొకసారి యిటువంటిది రావలయుననుచున్నావా" యని వారు దూషణపూర్వకముగ నడుగుటయు నతడిట్లు ప్రత్యుత్తరమిచ్చును. "ఏమంత ఓగాయిత్యము ఈ పోయిన వాడొక్కడు తప్ప మీ యింట మరియెవ్వరుఁ జావరా? ఉట్టి గట్టుకొని యూరేగుదురా? చిరకాల జీవులా యేమిటి? దేహములు కాని యివి లోహములు కావుగదా "జాతస్య మరణం ధృవం" అనుమాట వినలేదా? ఎప్పటికైనా మీరందఱు నా చేతిలోఁ బడువారె" అతనితో వాదముచేయుట కార్యభంగము జేసికొనుటయని యెవ్వరు మాటలాడువారుకారు.

ఈ శవదహనమునకుఁ దోడుగ నేకమహాపిండభక్షణ మతనికి విశేష ధనమును గూర్చెను. బ్రాహ్మణుడు మృతినొందినప్పుడు ముప్పది రెండు చిన్న చిన్న యన్న పిండములు నేతిలో ముంచి బ్రాహ్మణుని చేతఁ దినిపింపవలయునని ధర్మశాస్త్రమున గలదు. అదే యేకాహ మందురు.

అవి తినుట మిక్కిలి తప్పు. గొప్ప యమంగళము. అందుచేత నవి తినుట కొప్పుకొనరు. అందుచేత నెల్లవారునవి యగ్నిహోత్రమున హుతము సేయుదురు. ఎక్కడో దేశానకొక్కడు మహాశూరుడు బయలుదేఱి పిండమున కొక్కక్క వరహా పుచ్చుకొని యవితిని పదిమంది తిట్టికొట్టురను భయమున నెవరికిఁ గనఁబడకుండ రాత్రివఱ కేదోగదిలోఁ గూర్చుండి పాటిపోవుచుండును. ఆ పిండములు బ్రాహ్మణులు తిన్న పక్షమునఁ దమ పితృదేవతలు తప్పక మోక్షపదమును బ్రాపింతురని మహారాష్ట్ర బ్రాహ్మణులకు నమ్మిక గలదు. అందు గౌతమీ కృష్ణవేణీతీర బ్రాహ్మణులు తిన్నచో వేఱుకొఱతలేక తన పెద్దల నిమిత్తము వైకుంఠ ద్వారములు తెఱచియుండునని వారి దృఢవిశ్వాసము. అట్టి వారెవ్వరిది వఱకు వారికి దొరకకపోవుటచే నేకాహపిండములు అగ్నిహోత్రము పాలగుచుండెడివి.

పాపయ్య వెళ్ళిన తరువాత నట్టి కొరత తీరిపోయింది. వైకుంఠ కైలాస లోకముల ద్వారములు ముద్దలు మ్రింగుటకు తెరవఁబడిన పాపయ్య నోరువలెనే యెల్లప్పుడు తెరఁవబడి యుండును. అగ్నిహోత్రుని నోట కరక్కాయగొట్టి పాపయ్య ముప్పది రెండు ముద్దలు నేతిలో ముంచిన ముద్దకు వరహా రెండు వరహాలు మూడు వరహాలు సమయము కొలది లాగివేయుచుండును. సర్వభక్షకుఁడైన యగ్నిహోత్రునకైనను నెయ్యి సరిగా జీర్ణముగాక యజీర్ణము చేసి యుండును కాని పాపయ్య యెన్నడుఁ నజీర్ణమెరుగడు. పూర్వపువారు భయముచేత రహస్యముగఁదినుచు వచ్చిరి. పాపయ్య కట్టిభయము లేదు. కావున నతడు బహిరంగముగఁ దినుచు వచ్చెను. పాపయ్య నమ్మిన దానిని సరిగ నాచరించునట్టి మహాశూరుఁడని చెప్పుట కేమిసందియము కలదు?

ఈ విధముగ నిర్భయముగ రెండు పనులు నిటీవల ననేకులు చేసిరి. కాని వారందరు పాపయ్య శిష్యులె. అట్టి వారందరుఁ బాపయ్య పేరు చెప్పి దీపముఁబెట్టి మ్రొక్కుకొనవలెను. అది యతడు పెట్టిన భిక్షమె. పై రెండు వృత్తుల వల్ల పాపయ్య నెలకు వందలకొలది రూపాయలార్జించెను.

కాని యది యంతము నిలచినది కాదు. ఎంత చెట్టుకంత గాలి. అర్థప్రాణములు కవలపిల్లలు. అడుగడుగునఁ బ్రాణమున కెన్ని గండములున్నవో యర్థమున కన్ని గండములె యున్నవి. పాపయ్య గొప్పదాత. అదివఱకు బ్రాహ్మణులు బ్రాహ్మణులకేగాని దానమియ్యరని గొప్ప యప్రతిష్ఠ గలదు. ఆయప్రతిష్ఠ పాపయ్య తొలగించి శూద్రులకుఁ గూడ దానము లియ్యఁజొచ్చెను.

మగవారికే దానము లిచ్చుట మనలోఁ బూర్వాచారము. ఆ యాచారమును మార్పు చేయఁదలచి యతఁ డాఁడువాండ్రకె దానములీయ జొచ్చెను. కుంటివాండ్రకు గ్రుడ్డివాండ్రకు నేదేని విదుల్చుట యతనికిష్టము లేదు. వారేదో ఘోరపాపముఁ జేయఁ బట్టి భగవంతుడు వారిని దండించుటకై యంగవైకల్యము వారికి బ్రాప్తింపజేయుటచే నట్టి వారిని మనము డబ్బిచ్చి పోషించిన పక్షమున రాజద్రోహులను రక్షించిన వారిపై రాజునకుఁ గోపము వచ్చినట్టె యీశ్వర ద్రోహులను రక్షించిన పక్షమున నీశ్వరునకు మనపై గోపము వచ్చి మహానరకమునఁ ద్రోయునని యతఁడు నమ్మి యటువంటి వారి కేమియు సాయము చేయక రూపరేఖా విలాసములు కలిగి ప్రాయము గలిగి హోయలు గలవారికె నేదైన గుప్తదానములు చేయుచుండును.

పాత్రదాన ప్రవీణుఁడైన పాపయ్య కతమన నెందఱొ చాకలి సానులు మంగలి మగువలు గమిళ్ళ గరితలు నీడిగయెమ్మెకత్తెలు సాలి జవరాండ్రు గొల్ల గుబ్బెతలు బాగుపడిరి. ఈ దానములులేని పక్షమున బాపయ్య బంగారు గోడలు కట్టియుండును. కాని లక్ష్మి పక్షపాత మనస్కురాలు. అందుచేత మగవాని యందనుండక తనజాతి యాఁడువాండ్రకడకుఁ బోయెను. అదిగాక పాముకన్న గ్రుడ్లన్నియు బ్రతుకునా? పులికి బుట్టిన పిల్లలన్నియూ బ్రతుకునా? పల్లేరు చెట్లన్నియు నెదిగి వృక్షములగునా? అట్లయినచో జగము లాగునా? ప్రతివాఁడు సంపాదించినదంతయు నిలువచేసిన పక్షమున జ్యేష్ఠాదేవికి నిలువ నీడ యుండునా? పాపయ్య కిప్పటి కేబది సంవత్సరములు వచ్చినవి. పునహాకు వచ్చి యిరువది సంవత్సరములైనది. పోయినవి పోగా నతని యొద్ద మూఁడువేల రూపాయలు నిలిచినవి. అప్పుడప్పుడొకమారువాడీ యొద్ద కొంత సొమ్మతఁడు నిలువచేసి యుండుటచే నీ మాత్రమైనఁ గనఁబడినది. ఆ సొమ్ముగూడ నెన్నొ సారులు తీసికొనుట కితఁడు యత్నించి మారువాడిని గట్టిగా నడిగెను.

కాని "యీ బ్రాహ్మణుఁడు దిక్కులేని వాఁడు. ఏ పదుపుకత్తె యింటనో స్మశానములోనో యాకస్మికముగఁ జచ్చిపోఁగలఁడు. అప్పుడీ సొమ్మంతయు మనకె దక్కఁ గలదు. వీని కిప్పుడెందు కిచ్చి చేతఁజిక్కినది పోఁగొట్టు కొనవలయు" నని యామారువాడీ తలంచి పాపయ్య వచ్చినపుడెల్ల యేదో వంకఁజెప్పి పంపివేయుచుండెను. ఎట్లయిననేమి, మారువాడీ మనోరథము భగ్నమైనది, మారువాడీ మశూచికము వచ్చి మృతినొందెను. అతని కొడుకు పాపయ్య సొమ్మిచ్చివేయఁ దలఁచెను. పాపయ్య కప్పుడు పెండ్లి మాట జ్ఞప్తికి వచ్చెను. మూల స్థానములో నొకపిల్ల యున్నదని యతనికిఁ దెలిసి తనకిమ్మని యా పిల్ల తండ్రికి వర్తమానమంపెను. ఆ వర్తమానము తెలిసిన తరువాత బాలిక తండ్రియగు అన్నంభొట్ల అన్నప్పగారు పిల్లకు బండ్రెండు సంవత్సరములు వయస్సు. కావున పండ్రెండు వందల రూపాయలీయవలసిన దనియు మూడు వందల రూపాయలు నగలు పెట్టవలసిన దనియు నుభయ మంగళసూత్రములు బెండ్లికొడుకె చేయించుకొని యుభయుల ఖర్చులు బెండ్లికొడుకు పెట్టుకొని మందపల్లిలోగాని వేంకటేశ్వరుల వాడపల్లిలోగాని పెండ్లి చేసికొనవచ్చుననియు నతనికి వర్తమాన మంపెను.

అది విని కళ్యాణకాలము తనకు నేఁటి కాసన్నమైనదని పాపయ్య సంతసించి యా పద్ధతి కొడంబడి మారువాడీ యొద్దనుంచి రాజమహేంద్రవరములో నున్న నారాయణకర్నుగారి పేరుమీదికి మూఁడువేల రూపాయలకు దర్శన హుండి పుచ్చుకొని పునహానగరము విడిచి బయలుదేఱెను. అతఁడా నగరము విడిచినపుడెందరు స్త్రీలు కంట దడిపెట్టిరని చెప్పెను. చాపచుట్టలు గిరవాటు వేసినట్లు తమ యూరి శవములను మోయువారు లేరనియు ననర్గళముగ నేకాహపిండములు గుటుకు గుటుకున మ్రింగి తమ పెద్దలను వైకుంఠద్వారసోపానము లెక్కించువారు లేరనియు నగరవాసులెంతో విచారించిరి.

పాపయ్య పునహాను విడుచుచున్నాఁడు గావున నతని విషయమై యిక్కడనె యొకమాట చెప్పవలయును. అందరు తమ తమ వృత్తులలో నిగ్రహానుగ్రహ సమర్థులైనట్లె

పాపయ్యయుఁ దన వృత్తిలో నట్టివాఁడు. అనుగ్రహించెనా యథాశక్తిగా శవమూరక మోయును. కోపించెనా దండించును. ఇందుకొక తార్కాణము గలదు. ఒకనాఁ డొకా నొక యింట నైదేండ్ల పసిబిడ్డ మృతినొందెను. గృహ యజమానుని డ రెండు వరహాలు పుచ్చుకొని యా బిడ్డని మూటఁగట్టి రాత్రి యగుటచే నది తన విరోధియైన యొక మహారాష్ట్రుని వీధియరుగు మీదఁ బెట్టి పారిపోయెను. మరునాఁడా గృహస్థులు లేచి యది యేదో యనుకొని విప్పి చూచి భయపడి కళవరపడి యమంగళముగ భావించి పాపయ్యను బిలిపించి తీసివేయమని ప్రార్థించిరి. పాపయ్య తన పాతకసి తీరునట్లు పాతిక రూపాయలక్కడ పెట్టించి యా పీడ నివారణనుఁ జేసెను.

ఇంక ననేకోదాహరణములు గలవు. గ్రంథ విస్తరణభీతిచే మానవలసి వచ్చె. పాపయ్య రాజమహేంద్రవరములో హుండి మార్చుకొని మందపల్లి వెళ్ళి యిల్లు కట్టుకుని మూలస్థానమునుండి అన్నంభొట్ల అన్నప్పగారిని సకుటుంబముగ రావించి పండ్రెండు వందలు వారికిచ్చి మూడు వందలు నగలు పెట్టి సంబంధము గుదిర్చినవానికి నూరు రూపాయలు రుసుమిచ్చి యన్నప్ప గారి కుమార్తెయైన పిచ్చమ్మను వివాహమాడెను.

నాల్గవ ప్రకరణము

వివాహ సంబంధములైన వేడుకలు విశేషముగా వర్ణింపఁదలచుకొనలేదు. అయినను ముఖ్యమైన వొకటి రెండు కలవు. పప్పుభొట్ల వారితో నన్నంభొట్ల వారు వియ్యమందినప్పుడు వారి కుభయులకు ననాది బంధువులైన నేతివారు దయచేసి వారితోఁ గలసి మెలసి వివాహమునకెంతో శోభదెచ్చిరి. నేతివారుగాక ముఖ్యముగ నన్నంభొట్ల వారికి బంధువులైన కందావారు, చెమ్మకాయలవారు, బీరకాయలవారు, చేమకూరవారు, వంకాయలవారు, మిరియాలవారు, దోసకాయలవారు దయచేసి రేయింబవళ్ళు తిరిగి రెక్కలు ముక్కలగునట్లు పనిచేసి మెప్పు వడసిరి. ఉప్పువారు మొదటినుండియు నచ్చటనే యుండిరి. కాని వారి కన్నంభొట్లవారితో నంతయైకమత్యము లేదు. ఉప్పు వారికిని మన పప్పు వారికిని నతికిన ట్లన్నంభొట్లవారితో నతకదు. ఉప్పు వారికిని బంధుమిత్రులకుఁ గూడ నెక్కువ కలయిక యుండెను. గొల్లప్రోలు నుండి చల్లావారు మొదట నేకారణముచేతనో రాక కడపట విచ్చేసిరి. కడపట విచ్చేసినను మొదటి నుండియు నన్నంభొట్లవారి కాప్తులగుటచేత వారి సమాగమ మెంతో రసవంతముగ నుండెను.

ఉభయుల ఖర్చులు పాపయ్యయె వహించుటచేత నన్నప్పగారు పుచ్చుకొన్న పండ్రెండు వందల రూపాయలలోఁ జిల్లిగవ్వయైన వ్యయముకాలేదు. కాక కాక, యైన వివాహమగుటచేఁ బాపయ్య యధిక శోభస్కరముగ వివాహముఁ జేసికొనఁ దలచి యైదుదినంబులఁ బల్లకినెక్కి యూరేగెను. పాపయ్య దీర్ఘకాయుఁడగుటచేఁ బల్లకిలోఁ గూర్చుండినపుడు చిన్న చిక్కు సంభవించెను. అతని తలకు దండియు దండిపైఁ బఱచెడు పింజరియు దగులుచుండుటచే నతఁడే పెండ్లి కూఁతురుభావము వహించి తలవంచుకొనవలసిన వాఁడయ్యెను. అందుచేతఁ బల్లకిలో నున్న సమయములో నతనిని జూచినవారు మెడగుళ్ళ వంగినవని కొందఱు, గూను వచ్చినదని కొందరు, కాదుకా

దరువదియపడిలోఁ జిన్నపిల్లను వివాహమాడినందుకు సిగ్గుపడి తలవంచుకొన్నాడని కొందరుఁ దోచిన విధముగ ననిరి.

దీర్ఘకాయమునకుఁదోడుగ నతఁడు లావు గలవాఁడగుటచేతను గూసంత బొజ్జ గలవాఁడగుటచేతను, దండాడింపు సమయమునఁ బెద్ద చిక్కు సంభవించెను. వచ్చిన బంధువులలో మిత్రులలోఁ బరిచితులలో నతని నెత్తుకొని దండాడింపు చేయగలవారు లేకపోయిరి. పాపము నేఁటికాలమునకుఁ బాపయ్య యొుక యింటివాఁ డగుచున్నాఁడు గదా, యతని ముచ్చటమాత్రము తీరవలదాయని యొుక బంధువుఁడు సాహసించి పెండ్లి కూమారు నెత్తుకొని రెండు గంతులు వేయునప్పటికి నూనెసిద్ధివలె నున్న పాపయ్య బొజ్జ జాఱిపోవ లక్క గుమ్మడికాయవలె నతఁడు క్రింద గుభాలునఁ గూలెను, చట్ట నొప్పి పెట్టెను. పిమ్మట నతఁడొక యరుఁగుమీఁదఁ గూర్చుండి పెండ్లి కుమార్తెమీఁదఁ బుక్కా బగ్గుండ జల్లి యాయుత్సవ మైనదనిపించెను.

ఇంక భోగంమేళమును గురించి రెండుమూఁడు మాటలు చెప్పవలెను. పాపయ్య జన్మముచేత శుద్ధ వైదికుఁడైనను జాలకాలము పునహానగరములో నివసించిన నాగరికుఁ డగుటచే గొప్ప రసికులలో జేరినవాఁడు. కావున శృంగార దేవతలగు వేశ్యలు లేని పెండ్లి పెండ్లి కాదని యభిప్రాయపడి వెలయాంద్రకుఁ బ్రసిద్ధికెక్కిన పసలపూడి, మండపేట మొదలగు గ్రామములకు బ్రత్యేకముగ మనుష్యులనంపి మేళములకై ప్రయత్నించెను. అది వివాహకార్తె యగుటచే మేళములన్నియు నందందుఁ గుదిరి యుండుటచేఁ దగిన మేళము దొరకలేదు. మేళముండి తీరవలయునని పాపయ్య పట్టుపట్టెను. అందుచేత నతని మిత్రుఁడొకఁడు మేళము దీసికొనివచ్చెను. ఆ వేశ్యపేరు చంద్రవదన, చిన్నప్పుడది మిక్కిలి చక్కనిదె కాని మశూచికములో దానిచేతులు మోరులు దిగుటచేతను తిరుగలిం గట్లవలె మశూచికపు మచ్చలు మొగమున నుండుటచేతను కుడికాలు కొంచెము వంకరగా నుండుటచేతను దాని నెవ్వరు మేళమునకు బిలుచుటలేదు. దాని వెనక తాళపుహంగు చేయునది పాటకత్తెయే కాని కొంచెము నత్తిది యగుటచే దాని పాట శోభించుటకు

వీలులేకపోయెను. కుంటిదైనను సరే గ్రుడ్డిదైనను సరే నత్తిదైనను సరే నందిదైనను సరే వేశ్య వివాహకాలమునఁ బెండ్లిపందిరి నలంకరించవలయునని పాపయ్య దృఢసంకల్పముఁ జేసికొని యుండుటచే నమావాస్యనాఁటి చంద్రబింబము వంటి మొగములగల యా చంద్రవదనను బిలిపించి పాపయ్య మేజువాణి చేయించెను. వచ్చిన బంధువులు దోషైక దృక్కులుగాక గుణగ్రహణ పారీణులగుటచే మోరుచేతలదాని యభినయమునకును నత్తిదాని గాన వైఖరికిని మహానందాభిరతులై రాత్రి ప్రొద్దుపోవు వఱకు నుదయమున రెండు జాముల వఱకు మేజువాణి జేయించుచుండిరి.

శుద్ధవైదికులగుటచే రసికత నెఱుఁగక యిట్లు వారు సంతసించిరని కొందరు పడుచువాండ్రన సాహసించిరి. కాని యామాటలు మీరు నమ్మగూడదు. వారల్ప సంతోషులనియు గుణమెంత వఱకు నున్న నంతవఱకు గ్రహించి యానందించు వారనియుఁ దలంపవలయును. వివాహము ముగిసెను.

వివాహమైనందుకు మన పాపయ్య మిక్కిలి సంతసించెను. కాని యతని మనస్సులో నొక విచారముండెను. అత్తవారి యింటికి మనుగుడుపునకుఁ బోవుట మొదలగు ముచ్చటలు తీరుటకవకాశము లేకపోయినందున నది గొప్ప గొఱంతగా నతఁ డెన్నుకొనుచువచ్చెను. అత్తమామలు వివాహమైన తరువాతఁ గూడఁ గొంతకాలము మందపల్లిలోనే యుండి యల్లుఁడు తమయింటఁ జేయవలసిన మనుగుడుపు తామే యల్లుని యింటఁ జేయసాగిరి. చూచువారికిఁ బాపయ్య మామగారైనట్లు నన్నప్ప యల్లుడైనట్లుండెను. తనకు సరియైన గౌరవము జరుగలేదని యల్లుఁడు బెట్టుసరి జేయుట కవకాశము లేకపోయెను. కాని యన్నప్ప నడుమ నడమఁ గొంత బెట్టుసరి చేసి యన్నము మాని యింటికి రాక తగవులాడఁజొచ్చెను. పాపయ్య మామగారిని బతిమాలి యింటికి దీసికొని రావలసివచ్చెను.

అన్నప్ప వివాహమైన వెంటనే మూలస్థానము వెళ్ళఁదలఁచెను. కాని పదియారవదినమున పండుగైన తరువాత వెళ్ళుట మంచిదనియాగెను. ఆ పండుగ ముగిసిన తరువాత నన్నప్ప భార్యకుఁ బెండ్లిబడలిక వలనఁ గొంచెము జబ్బు చేసెను. అది నివారణ మగునప్పటి అన్నప్పకే కొంచెమనారోగ్యము కలిగెను. అన్నప్ప తనకు నెమ్మదిగా నున్న తరువాత బయలుదేఱి పోవలయునని పంచాంగము జూడఁగా నొకనాఁడు వారము మంచిది కాకపోయెను మఱియొక నాఁడు తిథి మంచిది కాకపోయెను. వేఱొకనాఁడు నక్షత్రము మంచిది కాకపోయెను. ఇవి యన్నియుం గుదిరి యొకనాఁడు బయలుదేరఁగా పిల్లి యెదురుగా వచ్చినందున నా దినమునకుఁ బ్రయాణమాగిపోవలసి వచ్చెను. తిథివార నక్షత్రములు మరల గుదురు నప్పటికి నొక్క మాసము దినములు పట్టెను. అప్పుడన్నప్ప బయలుదేఱి వీథిలోనికిరాఁగానే యతని నిమిత్తమే కనిపెట్టుకొని యున్నట్లు చేతన నొక పిడకయుఁ బిడకమీఁద నిప్పును బెట్టుకొని వితంతు వెదురుగా వచ్చెను. క్రొత్త పెండ్లి కూఁతురును దీసికొని యట్టి దుశ్శకున సమయమున బయలుదేరుట యెంత మాత్రము సముచితముకాదని యన్నప్ప గిరుక్కున వెనుకకు మరలి తరువాత రెండుమూఁడు ముహూర్తములు ప్రయాణము నిమిత్తము పెట్టించెను. ఒంటి బ్రాహ్మణుఁ

డొకసారి తెలికవాఁ డొకసారి యెదురుగా వచ్చి ప్రయాణము నిలిపిరి. వెయ్యేల! మందపల్లిలో నున్న వారంద ఱేదోవిధముగ నన్నప్ప ప్రయాణమున కాటంకమే గలిగించిరి. మూలస్థానమునకు వెళ్ళి స్వగృహమున గాపురము జేసినయెడలఁ దనసొమ్ము కర్చుపడు ననుభయమున నన్నప్ప యేదోవంక బెట్టి మందపల్లిని విడువక యల్లునియింటనే తిష్టవేసికొని దేరకూడు తినుచున్నాఁడని గ్రామస్థులందరు చాటు చాటు ననుకొనుచున్నట్లు వినియతఁడు తీవ్రకోపముదాల్చి మందపల్లి వాసులందరుఁ దుంటరులని నీచులని దిట్టి "ఛీ! యీ గ్రామమం దొక్క నిమిషమైన నుండఁగూడ"దని యల్లుని మీఁదఁగూడ గేకలువైచి కూఁతురును గొడుకును భార్యను దీసికొని బయలుదేరెను.

ఆ ముహూర్తబలము యెట్టిదియోకాని వారు పొలిమేర దాటియైన వెళ్ళకమునుపే గొప్ప మబ్బు వట్టి యురుములతో మెరుపులతో నేనుఁగు తొండము లావుధారతో గొప్ప వర్షము కురిసెను. అన్నప్ప సకుటుంబముగ నిలువున నీరై తడిసి మోపెడై దైవప్రాతి కూల్యమున కేమియుఁ జేయఁజాలక విధిలేక మరల జామాతగృహము జేరవలసినవాఁ డయ్యెను. అల్లుఁడు పదియవగ్రహమని లోకమున నున్న సామెత యీ విషయమునఁ దారుమారై మామగారే పదయవ గ్రహమైనట్లు లోకులకుఁ దోచెను. స్వగృహమున నున్నప్పు డన్నప్పకు ప్రాత యుసిరిక పచ్చడియొ కాల్చిన మిరపకాయ గంజియొ చింతపండు పచ్చడియొ నన్నమున కాధారముగ నుండినఁ జాలును. తత్త్వము మారిపోవుటచేతనో మరియే కారణము చేతనో యల్లుని యింట నున్నంత కాలమన్నప్పకుఁ బ్రాతబియ్యపన్నము పప్పు నథమపక్ష మొకకూర పచ్చడి పులుసు మొదలగునవి కావలసి వచ్చెను. నడుమ నడుమ మినుపసున్ని యరిసెలు వేపుడు బియ్యము నటుకులు మొదలగు ఉపాహారములు కావలసి వచ్చెను. గాదెక్రింది పందికొక్కువలె మామగారు తనయింటఁజేరి దోఁచుకుని తినుచున్నాఁడనియు బూర్వము పునహానగరములో సంపాదించిన ధనము పెండ్లి కుమార్తె నిమిత్తమైననేమి మొత్తముమీఁద నన్నప్పగారి నిమిత్తమే వ్యయమైనదని పాపయ్యకు విచారము పుట్టెను. చూచిచూచి మామగారిని వెళ్ళఁదొట్టలేఁడు. వివాహమైన తరువాత పాపయ్యను గలిసికొన్న వారందరూ మామగారి యద్భుత ప్రజ్ఞా విశేషంబుల నప్పుడప్పుడు కైవారములు చేయుచుండుట చేత నన్నప్ప కాగ్రహము దెప్పించుట కిష్టములేదు. అన్నప్ప తనంతట తాను వెళ్ళునట్లు కనఁబడలేదు. వివాహమై యప్పటి కారుమాసములయ్యెను. అత్తవారి కుటుంబభారమునకైన వ్యయమటుండగా మామగారప్పుడప్పుడు చేఁబదులు పుచ్చుకొన్న దేఁబది రూపాయలయ్యెను. మందపల్లి నీళ్లు తనకు వేఁడి చేసినదని యన్నప్ప వారమునకొకసారి యావునేతితో మంగలిచేతఁ దలయంటించుకొని తలయంటుకూలియు నేతివెలయు నల్లునికె గట్టుచుండెను.

భార్య వచ్చినదన్న సంతోషముపోయి పాపయ్యకు మామగారి రూపమున శని దాపుర మయ్యెనని విచారము పుట్టెను. శనిగ్రహపీడ వదలించుకొనుటకై దేశమందలి యెల్లవారు మందపల్లి బోవుచుండగ మందపల్లిలోనెయున్న పాపయ్యకు శనిగ్రహపీడ వదలకపోయెను. ఇది తిలదానముతో వదలెడి శనిగాదు; తైలాభిషేకముతో వదలెడి శనిగాదని పాపయ్య మునసబు కరణాలతోను గ్రామములలోని తక్కిన పెద్దమనుష్యుల తోడను నాలోచనలు చేయసాగెను. ఎవరికిఁ దోచిఁనట్లు వారు సలహా జెప్పిరి. నా

యింట నుండి మీరు లేచిపోవలసినదని స్పష్టముగఁ జెప్పుటయె మంచిదని మునసబు సలహా జెప్పెను. ఉప్పు పప్పు బియ్యము మొదలగు పదార్థము లింట లేకుండఁ జేసి నీవు పది దినములపా టేగ్రామమైన వెళ్ళవలసినదని కరణము హితోపదేశము చేసెను. ఆ రెండు పదేశములు పాపయ్య కంత రుచింపలేదు. ఇంకఁ గొంతకాల మోపిక పట్టవలయునని యతఁడు నిశ్చయించుకొని పిల్లిమీఁదఁ బెట్టి యెలుకమీఁదఁ బెట్టి సూటిపోటు మాటలు మామగారు కర్థమగునట్లనఁ జొచ్చెను. పచ్చికమీఁద బెట్టి పీటమీద పెట్టి యన్నప్ప యల్లుఁడన్న మాటలకుఁ దగినట్లు ప్రత్యుత్తరముఁ జెప్పసాగెను.

ఎట్టకేలకు పాపయ్య కోపిక క్షీణించెను. ఒకనాటి రాత్రి భోజనానంతరమున నూతి నరసింహ మనెడు మిత్రుని బిలిచిగొనివచ్చి మామగారిని వెళ్ళిపొమ్మని యతనిచేత వర్తమాన మంపెను. నరసింహమెంతో మృదువుగాను యుక్తియుక్తముగాను పాపయ్య యభిప్రాయ మన్నప్పగారితోఁ జెప్పెను.

కాని యా పలుకులు వినఁగానే యన్నప్పకు వచ్చిన కోప మింతింతని వర్ణింపనలవిగాదు. కూర్చుండినవాఁ డువ్వెతుగా లేచి యిల్లెగిరిపోవునట్లు బెద్దపెద్ద కేకలు వేయుచుఁ గొండముచ్చువలె గంతులు వేయుచుఁ జేతులు బారలు జాపుకొని యాడుచుఁ దనకోపములోఁ గొంతభాగము నీవిధముగ వాక్యరూపమున వెళ్ళఁబుచ్చెను. “పునహా, సతారాలలోఁజేరిఁ పీనుఁగులు మోసికొనునట్టివానికి మాణిక్యము వంటి పిల్లను దీసికొని వచ్చి కట్టబెట్టుట నాదే బుద్ధితక్కువ. తనవంశమెక్కడ నిలువకబోవునో యను భయముచేత నా పిల్లనిమ్మని యెందరిచేతనో నాకు వర్తమాన మంపి నాకాళ్ళు కడుపబట్టుకొని బతిమాలుటచే బ్రాహ్మణ వంశమొకటి నిలువఁ బెట్టిన పుణ్యము బ్రతిష్ఠయుఁగలగునని పిల్ల నిచ్చితిని. లేనియెడల నలువది యేండ్లవానికి నేను నా పిల్లనిత్తునా? పెద్దవాఁడైనప్పటికి సాంప్రదాయము కలవాఁడు పరువు కలవాఁడు గదా యనుకొంటినిగాని పరువు మర్యాదలు లేని వంటిపూట వెధవయనుకొనలేదు. ఇదియేమి పాడు గ్రామమోకాని యీ దరిద్రగొట్టు గ్రామమునుంచి యెన్నిసార్లు పయనమై పోవఁ దలఁచినను దుశ్శకునములే. ఊరునిండ మాయపిల్లులు, మాయ ముండలు. ఇంటిలోనుండి వీథిలోని కదుగుబెట్టితిమా యెదురుగానొక ముండ సిద్ధము. తొంగి చూచితిమా యొక పిల్లి సిద్ధము. శనిగాని ప్రతిష్ఠగల గ్రామములో నింతకంటె నెక్కువుండునా! ఛీ నా గౌరవము గంగపాలు చేసినావు. నా పరువు బండలు చేసినావు. నేనెంతో గౌరవముగఁ గాలక్షేపము చేయుచున్నాను. అత్తమామలకు నాలుగు దినములు పట్టెడన్నమైనను బెట్టలేక లేవఁగొట్టిన నీ పరువుమీఁద నిప్పులు పోయ. నీదికూడ నొక బ్రతుకట్రా, ఇరుపార్శ్వముల నన్నదమ్ములుగాని యక్క సెల్లెండ్రు కాని చుట్టములుఁ బక్కములుగాని లేని సన్యాసి ముండాకొడుకు వీఁడు. దిక్కుమాలిన పాడకట్ట. గంజికాఁచి పోసెడు దిక్కైనలేదు. పెండ్లియైన మరునాటినుండి సోలెడు బియ్యము తానే పొయ్యిమీఁద బెట్టుకొని చేతులు కాల్చుకొని నిత్యవిధిలాగున వండుకొని తినవలె పాపమని జాలిపడి ఉపకారబుద్ధిచేత నేను పది దినములు నా పనులు చెరుపుకొని గంపంత కమాటము వదలుకొని రెండుపూటలు నా భార్యచేతనే మడికట్టించి యీవల చెంబావలఁ

బెట్టి యెఱుఁగని నాకూఁతురుచేత పయిపని చేయించి వేఁడిచేసి నా కళ్ళు మసకలు గ్రమ్మినప్పటికి నాలో నేనే యోర్చుకొని నేను కూలివానివలె రాత్రింబగళ్ళు చాకిరీచేయఁగా నా చాకిరీ విషమైనది. ఛీ నీ కొంపలో నేనొక్క గడియ యుండను. ఓసీ! ప్రయాణమై మూఁటగట్టవే. పిల్లను పిల్లవానిని లేపవే. ఈ రాత్రి నీ కొంపలో నుంటినా చండాలిడిఁతో సరి."

అని లోనికి వెళ్ళి నిద్రపోవుచున్న పిల్లలను లేపి తన బట్టలు కొన్ని పాపయ్య బట్టలుకొన్ని తన చెంబులు కొన్ని పాపయ్య చెంబులు కొన్ని కలిపి మూటగట్టుకొని యామూట నెత్తినబెట్టుకొని యాలుబిడ్డలు వెంటఁబెట్టుకొని "నా కంఠములోఁ బ్రాణముండంగా నేనీ కొంపలోఁ దిరిగియడుగుపెట్టను. ఇంత యవమానముఁజేసిన తరువాత నేనీ గ్రామము మరల రాఁగలనా? నేను కూటికి మొగము వాచలేదు. గుడ్డకు మొగము వాచలేదు. అల్లుఁడు పదియవ గ్రహమన్న మాట నాకిప్పుడర్థమైనది. నేటితో నాకు నా పిల్లకు ఋణము దీరిన"దని గుమ్మము దిగెను. ఆ పలుకులకు మిక్కిలి కనలి పాపయ్య పునహా నుండి దెచ్చిన దుడ్డుకఱ్ఱతో రెండు దెబ్బలు దీయఁ దలఁచెను. కానీ నూతి నరసింహ మతనిని వారించి మెల్లఁగాఁ నన్నప్పతో నిట్లనియె.

"అన్నప్పగారూ! మీరు కొంచెము శాంతించవలెను. మీయల్లుఁడు విశేషముగ ధనమున్న సంసారికాఁడు గనుకను నతని క్షేమముగూడ మీరు చూడవలయును గనుకను రెండు సంసారముల నతఁడు భరింపలేఁడు గనుకను గష్టనిష్ఠురములు చెప్పుకొనుటకుఁ మీరు తప్ప యతనికి ఎవరున్నారు పాపయ్యకు చెప్పండి. మాటలేగాని యిఁక మాఱుమాట లక్కఱలేదు. మఱెవ్వరు లేరు గనుకను నేను మీ యుభయులకుఁ గావలసిన వాఁడను గనుకను నాచేత రహస్యముగఁ తన సాధక బాధకముల వర్తమాన మంపినాఁడు. దీనికి మీరింత కోపపడవలసిన పనిలేదు. ఈ రాత్రియె వెళ్ళవలసిన యవసరములేదు. స్థిమితముమీఁద వెళ్ళవచ్చును. అర్ధరాత్రము వేళఁ జిన్నపిల్లను దీసుకొని మీరెక్కడకు వెళ్ళగలరు. కాఁబట్టి యీ రాత్రి యిక్కడ పండుకొని రేపు భోజనముచేసి వెళ్ళవచ్చును నిలువుండి" అని వేఁడుకొనుటయు నన్నప్ప దెబ్బతిన్న త్రాఁచువలె నాగ్రహము రెట్టింప "ఈ రాత్రిగాదు కదా యొక్క గడియ యిక్కడుండను. అన్నంభొట్ల వారంటే యొక్క మాట మీఁదనే నిలఁబడఁగలవారు. ఇతని యింటిలో నిద్రపోవుటకంటె శ్మశానమున నిద్రపోవుట మంచిది. నన్ను పలుకరించవద్దు. నా నోరు మంచిది కాదు. మీ యిద్దరి పరువు సమానముగనుక మీకు కలిసినది. నాకు మీతోఁ గలియదు. ఈ యాఱు మాసములు విధిలేక ముండ్లమీఁదున్నట్లున్నాను. వెనుక దిక్కులేనివాని నొక్కనిని విడిచి వెళ్ళినానను నింద నా నెత్తిమీఁద లేకుండ మీ నోటితో మీరే వెళ్ళుమని చెప్పినారు. కావున నింద నా మీఁద లేకుండ సరిపోయినవి. నన్ను మీరాపవద్దు. ఇదిగో వెళ్ళుచున్నాను" అని విసవిస నడువసాగెను.

నిద్రామధ్యమున మేలుకొలపఁబడుటచేఁ గొడుకుఁ గూతురు గన్నులు నలుపుకొనుచు వెంటఁజనిరి. బిడ్డల వెనుక భార్య యరిగెను. అట్లు వారు పయనమై రెండవవీథి కరిగి యొక యరుఁగుమీఁదఁ బండుకొని తెల్లవారుజామున లేచి మరల

పయనమై రేవు దాటి స్వగ్రామముఁ జేరిరి. నాడు మొదలుకొని పాపయ్యకు మామగారికి నోటిమాటయుఁ గంటిచూపును లేవు. ఉత్తరప్రత్యుత్తరము లంతకుముందే లేవు. పాపయ్య మామగారిపోక శనిగ్రహ విమోచనమట్లు తలంచి తల తడివి చూచుకొనెను.

వివాహమైన రెండు సంవత్సరములకు భార్య యుక్త వయస్సురాలైనదని పాపయ్యకు వర్తమానము తెలిసెను. కాని మామగారు శుభలేఖ వ్రాయలేదు. పాపయ్య స్వయముగా వెళ్ళి నిజస్థితిఁ గనుగొని యా వార్త నిజమయ్యెనేని పునస్సంధానము చేయవలసినదని యడుగఁ దలఁచెను. కాని యల్లుఁ డిదివఱకు చేసిన మహాపరాధమును మరువఁదలచినను మామగారికి మరపు రాకుండటచేత నతఁడు తన్నింటికి రానిచ్చునా తనకు పట్టెడన్నము బెట్టునా? సొమ్ము ఖర్చుపెట్టి యతఁడు పునస్సంధానము జేయునా? యని సందేహము దోచెను. అందుచేత నతడు స్వయముగా వెళ్ళుట కంటే రాయబార మంపుట మంచిదని చెరువు సీతారామయ్యను బంధువును మామకడకంపెను. అతడు మూలస్థానము వెళ్ళి యన్నప్పగారిని గలిసికొని కూతురు రజస్వలయైనమాట సత్యమని యతనినోటనే విని పునస్సంధానము మాట తలపెట్టెను. అల్లునిమాటఁ దలపెట్టగానే యన్నప్ప నిప్పుతొక్కిన కోఁతివలె చిందులు త్రొక్కి బిగ్గఱగ నఱచుచు నిట్లనియె. "పాపయ్యకిప్పుడు నేను మామగారునైనాను గాబోలు. నాకిప్పుడాయన యల్లుఁడైనాడు గాబోలు! చీకటిలో జాముర్రాత్రి వేళ నన్ను దన యింటనుండి యాలుబిడ్డలతోఁగూడ లేవఁగొట్టినమాట తాను మరచినను నేను మరువలేదు. నా డొక్కలో శూలించుచున్నది. అది జన్మజన్మములకైనను నాకు మరుపురాదు. నేను మధ్యవాళ్ళమాట నమ్మి నిష్కారణముగ నాపిల్ల గొంతుక కోసినాను. అటువంటి మగనితో నా పిల్ల కాపురము చేయుటకంటె నాకు రెండవ మగపిల్లవాఁడులాగున నా బంతి నింతయన్నము దిని యిచ్చటనే యుండగలదు. అత్తలేదు, ఆడబిడ్డలేదు పెద్దదిక్కులేదు. ఏకాకిముండాకొడుకువాఁడు కాలు నొచ్చును. చేయి నొచ్చును. పిలిచినా పలుకువారు లేరు. పట్టెడన్నము కంచములో బెట్టువారు లేరు. నారాయణ నారాయణా యీ పిల్లమాట తలచుకొనే నేను బెంగపెట్టుకున్నాను. ఇన్నిమాటలెందుకు? నేను పునస్సంధానము జేయదలచుకొనలేదు" అన్నపుడు సీతారామయ్య శాంతవచనముల నతని బతిమాలి కట్టకడపట నిట్లనియెను.

"మహర్షులవంటి మహానుభావులు సయితము మనుష్యులు చేసిన పాపముల పరిహారము నిమిత్తము ప్రాయశ్చిత్తము విధించిరి. ప్రాయశ్చిత్తము లేని దోషములేదు. పొరబాటు లెవరివల్ల వచ్చినను వచ్చినవే. అందుచేత పాపయ్యకు గూడ నేదో ప్రాయశ్చిత్తము విధించండి. అనగా మీ కాళ్ళు పట్టుకుని మిమ్ములను బతిమాలుమని చెప్పండి. ఏదో విధముగ మనలో మనము సర్దుకుని పిల్లకాపురము పొత్తు చేయవలెను. కాని చెడగొట్టుట మంచిది కాదు" అని పలుక నన్నప్ప తల పైకెత్తి కొంచెమాలోచించి "సరే! పెద్దలు చెప్పినారు గనుక మీ మాట ప్రకారము నేను నడుచుకోదలచుకొన్నాను. ఏదో ప్రాయశ్చిత్తము విధించమన్నారు. గనుక మూడువందల రూపాయలు మూటగట్టి నా చేతికిచ్చిన పక్షమున మునుపైనదేమిటో యైనదని వెనుకటి దంతయు మరచి కార్యము చేసెదను. లేదా నా పిల్ల విధవాఁడపడుచువలె నా యింటనే యుండును. యీ మాటలె

పాపయ్యకు చెప్పండి మూటలెగాని యింక మాఱుమాట లక్కఱలేదు. ఇన్ని మాటలు లేదు నాతో" నని కంఠోక్తిగఁ బలికెను.

ఆ సందేశము సీతారామయ్య యథోక్తముగఁ బాపయ్య కెఱిగించెను. మూడువందల రూపాయలిచ్చుట యతని కిష్టము లేదు. చేతులార పిల్లను వదులుకొనుట కంతకన్న నిష్టము లేదు. కొన్ని దినములు వితర్కించి వితర్కించి యెట్టకేలకు మిత్రుల ప్రోత్సాహమున మూడువందల రూపాయలు మూటగట్టి సీతారామయ్య చేతనే పంపెను. వెండి బంగారములు బరిశుద్ధపదార్థములె కావున స్వీకరించిన వారి మనస్సులు గూడ పరిశుద్ధములు చేయును. రజతదర్శనము చేత నన్నప్ప కోపమంతయు నుపశమించెను.

వివాహము పెండ్లికొడుకువాని యింట జరిగినప్పుడు పునస్సంధానము గూడ నచ్చట జరుపవలెనని యన్నప్ప నియమముఁ జేసికొని సకుటుంబముగ మరల మందపల్లి వెళ్ళెను. బ్రహ్మచర్యము వదలి భార్యతో నేకమైనం జాలునని పాపయ్య వారిని సగౌరవముగ నెదుర్కొని తీసుకొని వచ్చెను. ముహూర్తమేర్పడెను. పునస్సంధానమయ్యెను. క్రొత్తపిల్ల యగుటచే సిగ్గుపడుననియు మగని దగ్గఱ బెదురు తీరలేదనియు వంట నేర్పవలసి యున్నదనియుఁ జెప్పి యన్నప్ప గర్భాదానమైన యారు మాసముల వరకు మందపల్లిలో నుండెను. మామగారి కోపపు వేడిమి మున్నూరు రూపాయలను గ్రక్కించినందున నీసారి పాపయ్య నోరెత్తి పలుకలేదు. అత్తగారి యిష్టప్రకారము మామగారి యిష్టప్రకారము నడుచుకొనెను. అంతలో నన్నప్పగారి పూర్వజన్మసుకృతము చేతనో యీ జన్మసుకృతము చేతనో పిచ్చెమ్మకు నెల తప్పెను. వేవిళ్లు ప్రారంభమయ్యెను. వేవిళ్ళ బాధపడుచు నిజముగ నొకపట్టెడన్నమైనను దినక మంచము మీద నుండి సరిగ లేవకయున్న కూఁతునొక్కరిత నత్తాడుబిడ్డలు లేని యత్తవారి యింట విడిచిపెట్టి యెంత నిర్దయులైన తల్లిదండ్రులైన వెళ్ళఁజాలనప్పుడు తన పుత్రికయె తనపాలిటి భాగ్యదేవత యని కల్పవృక్షమని భావించుకొనుచుఁ బ్రియపుత్రిక నెడబాసియుండుట కన్న లోకనిందకైన నోర్చి దాని దగ్గఱనె యుండుట మంచిదనుకొనుచున్న గారాల తల్లిదండ్రులు విడిచి రాగలరా? రమ్మని ఱాతి గుండెవాడైన ననగలడా? అక్కడ నుండబట్టి తనకెన్నో పనులు చెడిపోవుచున్న వనియుతండనకు వెళ్ళక తీరదనియుఁ చెప్పి యన్నప్ప రెండు మూడు సారులు పయనమయ్యెను. కాని యీ సారి యల్లుడే బతిమాలి యాయన నాపెను.

అల్లుని మాట నన్నప్ప తీసివేయలేక యాగెను. పిచ్చమ్మకుఁ దొమ్మిది నెలలు నిండెను. పదియవమాసమున మూడు దినములు కష్టపడి యామె సుఖముగఁ బ్రసవించెను. మగశిశువు గలిగెను. ఏడవనాడాశిశువు పోరు పెట్టెను. పిచ్చమ్మ తల్లి అన్నప్పగారి తండ్రి గంగయ్య కలలోఁగనపడి తన పేరు పెట్టుమని కోరెను. అట్లు చేయుదమని యింటిల్లి పాది మ్రొక్కుకొనినతోడనే శిశువు పోరుమానెను. పదనొకండవనాడు పురిటి శుద్ధికాగానె బారసాలయయ్యెను.

బాలునకు గంగాధరుడని పేరు బెట్టిరి. చంటిపిల్ల తల్లిని విడిచిపెట్టి పోవుటకు మనసొప్పక విధిలేక యన్నప్ప యల్లుండును మఱికొందరును బతిమాలిన పిదప మనుమనికి నాలుగు మాసములు వచ్చువఱకు నుండఁదలచెను. తరువాత నాఱవ మాసమున నన్నప్రాశనము కాగానె యాముచ్చట జూచి వెళ్ళదలచెను. అన్నప్రాశనమైన

తరువాత ప్రయాణమునకు మంచి ముహూర్తమన్నప్ప వెదకి పెట్టెను. ముహూర్త పటుత్వమెట్టిదో కాని యాసమయమున నన్నప్పగారి ప్రయాణమాగిపోయి పాపయ్య కూర్ధ్వలోక ప్రయాణము సంప్రాప్తమయ్యెను.

గొప్ప జ్యోతిష్కుడు పెట్టిన ముహూర్తమగుటచే నప్పుడెవరికో యొకరికి ప్రయాణము కాక తప్పినది కాదు. పాపయ్య యదివరకు మూడు నాలుగు దినముల నుండి వరుసగ శ్రాద్ధభోక్తయై పెసరపప్పు గారిలరిసెలు దినియెను. వార్ధక్యమగుటచే నమితభోజనము సరిపడకపోయెను. ఆ దినముఁలలో మందపల్లిలో మడిజాడ్యములు బయలుదేరెను. పాపయ్య దానివాతఁబడెను. లోకమునకు విశ్వాసములేదు. కోటి యనాథ ప్రేతలను గట్టి పుల్లలవలెఁ గాల్చిన పాపయ్యను మట్టి చేయుట కెవ్వరు రారైరి. ఎట్టకేలకు మామగారును మఱియొకడును సాయము పట్టి యెటేటో సంస్కారము జేసిరి. నన్నప్ప మందపల్లి విడిచిపెట్టి వెళ్ళుటకు శాశ్వతముగ వీలులేకపోయెను.

ఐదవ ప్రకరణము

మనష్యుల గతింపవచ్చును. కాని వారు సంపాదించిన యశస్సు వారి యనంతరమునఁ జాలకాలము నిలుచును. పాపయ్య కాలధర్మము నొందినాడు. కాని యతడార్జించిన ధనము చాలవఱకు వ్యయమైనను యశస్సు తరుగలేదు. వేద శాస్త్రంబులు చదువుకొనిన వారు చదువుట వ్రాయుట చేతగానివాడు హాయిగా శవములు మోసికొని బ్రతుకవచ్చుననియు ధనమార్జింపవచ్చుననియు నాంధ్రప్రపంచమునకు బోధించిన ప్రథమాచార్యుఁడతడే కదా! స్వదేశమున నన్న వస్త్రములు దొరకనప్పుడు విదేశములకు వెళ్ళి ప్రఖ్యాత పురుషులు కావచ్చునని తెనుఁగునాడు వారికి నేర్పిన పరమగురువతఁడే కదా! ఏబది సంవత్సరములవఱకు స్వకాయకష్టపడి ధనమార్జించి తాను సంపాదించిన విత్తము విదేశములలో వ్యయముఁజేయక స్వదేశాభిమానము గలిగి వార్ధక దశయందు స్వస్థలమునకు వచ్చి స్వగ్రామాభిమానముఁ బూని మందపల్లిలోనే వసియించి తాను జన్మించిన చోటనే మృతినొందిన దేశాభిమాని యితఁడే కదా! అందుచేత నతఁడాంధ్రుల కందఱకుఁగాకపోయినను నతనియభిప్రాయముతో నేకీభవించువారి కైనను మాననీయుడు.

ఈతని మార్గము ననుసరించి యీనాడు సయిత మాంధ్రులనేకులు విదేశములలోనె గాక స్వదేశములలోఁగూడ నౌకరి నాశ్రయించవలసిన పనిలేని యావృత్తి నవలంబించి జీవయాత్రను జరుపుకొనుచున్నారు. పాపయ్య యొక్క యుత్తర క్రియలు నెరవేర్చిన తరువాత నన్నప్ప కూఁతు దగ్గఱ జేఁటి యామెకు సంభవించిన దురవస్థకు మఱియొకసారి విలపించి యిట్లునియె. "అమ్మాయీ! నీ మగని యొద్ద గొప్పగానొ, కొంచెముగానొ ద్రవ్యమున్నట్లు విన్నాను. అతఁడిది యితరులకు బదులిచ్చి యున్నాడు. దస్తావేజులమీఁద నిచ్చినాఁడొ నోట్లమీఁద నిచ్చినాఁడొ తెలియదు. కాగితములు ముందుగఁజూడనీ, ఊరకుంటిమా కాలదోషము పట్టగలదు. అటు తరువాత మనము చేయవలసిన పనిలేదు. చీమ తలకాయంత సందు దొఱకెనా యప్పు పుచ్చుకొన్నవాండ్రెగబెట్టుటకే ప్రయత్నము సేయుదురు. లోకులు దుర్మార్గులు. అందులో నీ యూరివారు మఱియు దుర్మార్గులు.

అందుచేత సందువాపెట్టె తాళము చేయి నా చేతికిమ్ము. కాగితములు చూచి యవసరమైన పని చేసెదను" అని బుజ్జగించి పలుకుటయు దుస్సహమైన నవవైధవ్య దుఃఖమున మఱుగుచున్న పిచ్చమ్మ తన ప్రాణములు దాఁచి పెట్టె తాళమిచ్చినదో యన్నట్లు సందువాపెట్టె తాళముచేయి దండ్రి కిచ్చెను.

అతఁడు మెల్లగా నందులోనున్న నోటులన్నియుఁదీసి చూడగా మొత్తము పదిహేను వందల రూపాయలుండెను. ఆ కాగితములు తీసికొని వెఁటనే యతఁడు బాకీదార్ల వద్దకు వెళ్ళి యా నోట్లు తిరిగి తన పేర వ్రాయమని కోరెను. భార్య యుండగఁ గుమారుఁ డుఁడగ మీ పేర నేల వ్రాయవలయునని యందుఁ గొంద అడిగిరి. అట్టి యనవసర ప్రశ్నముల కన్నప్ప యిట్లుత్తరము చెప్పెను. "అయ్యా! మీరనుమానించవద్దు. నా బిడ్డ సొమ్ము నాకక్కఱలేదు. మగపిల్లలకంటె నా కాఁడు పిల్లలమీదనే ప్రేమయెక్కువ. నా సొమ్ము దానికి పెట్టదలచుకొన్నాను. కానియెడల నీ పదిహేను వందల రూపాయ లేమూలలకు సరిపోవును. పిల్లవానికి వడుగుగావలెను చదువు సంధ్యలు చెప్పించవలెను. బట్టలు పాచలు గావలెను. సంసార మనఁగా సముద్రము. మీకు తెలియని దేమున్నది. అదిగాక యీ వ్యవహారములో నేదైన నొకటి కోర్టుకెక్కె నా కూతురాఁడదికదా అది కోర్టుకు రాఁగూడదు కదా! పిల్లవాఁడు కోర్టుకు వెళ్లుటంతకంటె వీలు లేదు కదా. నేనే కోర్టుకు వెళ్ళి యావత్తు గ్రంథము జరిపించవలసిన వాఁడను. గనుక నా పేరనే కాగితములున్న పక్షమున నెంతో వీలుగ నుండును. నా మాట వింటిరా మీకేదో కొంత సదుపాయము జేసెదను."

ఆ మాట నోటరాగానే కొందరు బాకీదారులు వడ్డీ మానుమనిరి. కొందఱసలులోఁ గొంత తగ్గించమనిరి. కొందరు కొన్ని శంకలు బయలుదేఱఁదీసిరి. పిల్లవాఁడు చిన్నవాఁడుకదా! అతఁడు పెద్దవాఁడైన తరువాత వెనకటి కాగితములను బట్టి మా మీద వ్యాజ్యములు వేసి మా కొంపలమ్మించును. అప్పుడు మీరును మీ మనుమడును సుఖముగ నుందురు. నడుమ మేము చెడిపోవుదుము. దీని కేమి చెప్పుదురని వారు స్పష్టముగ నడిగిరి. సమయోచిత బుద్ధికి బృహస్పతియని చెప్పదగిన యన్నప్ప దానికిఁ దగిన యుత్తర మీయలేకపోవునా? పాపయ్య పేర నున్న నోట్లు మీ యెదుట జించివైచెదను. క్రొత్తగా మీరు నాయొద్ద బదులు పుచ్చుకొన్నట్లు నోట్లు వ్రాసి యియ్యవచ్చును. మీరు నాకు వడ్డీ యియ్యనక్కఱలే"దని పలికెను.

ఈ యేర్పాటు బాకీదార్లకు నచ్చెను. అందరు దిరిగి యన్నప్ప పేర నోట్లు వ్రాసి యిచ్చిరి. ఇటువంటి విషయములలో యన్నప్పమాట దప్పనివాఁడు! కావునఁ దన యల్లుని పేర నున్న వెనుకటి నోట్లు వారి యెదుటనే ముక్కముక్కలుగ జించి పాఱవైచెను. తాను వ్యవహారములో జేసిన మార్పు కూఁతున కెఱిఁగింపలేదు. ఎందున కెఱిఁగింప లేదని యడుగుదురేమో మగనిపేరు చెప్పిన మాత్రముననను వాని కాగితముల విషయమెత్తిన మాత్రముననను వాని సొమ్ము మాట సంస్మరించిన మాత్రముననను సముద్రమువలె దుఃఖము పొరలి పొరలి రాఁగా బిడ్డ బెంగఁబెట్టుకొనునని చెప్పక యుండవచ్చును. లోకులు కాకులన్నమాట నిజము. కూతురు మనుమఁడు కోర్టు లెక్క వలసినవసరము లేకుండ నొక్క బాకీదారుని యింటికి వెళ్ళి యడుగవలసిన యవసరము లేకుండఁ

గాలదోషమెప్పుడు పట్టునో యని కాగితములు చూచుకొనవలసిన యవసరము లేకుండ నన్నప్ప కూఁతురు సొమ్ము తన సొమ్ముగ మనుమని వ్యవహారము తన వ్యవహారముగఁ జూచుకొను చుండఁ గిట్టనివాండ్రు కొందరు లేనిపోని నిందలతనిపై వేచె. ఎవరేమనుకొన్న నతనికేమి? అతఁడు చేయఁదలచుకొన్న పని సూటిగ జేసెను. దూషణభూషణ తిరస్కారములు దేహంబునకుఁగాని పరఆత్మకు లేవన్నమాట యన్నప్పకు సార్థకముగఁ దెలియును.

బంధువులు గ్రామస్థులు బిల్లవానికేమైన గొంత యాస్తిగలదా యని యన్నప్ప నడిగినప్పుడతఁ డిట్లు చెప్పుచుండును. "పాపయ్య పునహా, సతారాలు వెళ్ళి యేదో మూట సంపాదించి తెచ్చినాఁడన్న పేరేగాని ప్రాణము పోవునప్పటికి పట్టుమని పదిరూపాయలు లేవు. దినవారముల ఖర్చు నేను పెట్టితిని. పిల్లవాఁడు మీ గ్రామస్థుఁ డగుటచేతను, పాపయ్య మిమ్మునే నమ్ముకొని యుండుటచేతను మీరే వీరిని గాపాడవలెను."

ఇట్లనుటలో యన్నప్ప యసత్యమాడెనని మనము తలంపఁగూడదు. పాపయ్య పోవునప్పటి కింటిలో రొక్కము పది రూపాయలైన లేనిమాట నిజమే. ఉన్న సొమ్ము బదులిచ్చి యుండుటచే నన్నప్ప దినవారముల ఖర్చు పెట్టిన మాట నిజమే. దినవారములు నలువది రూపాయలతో దేల్చెను. పాపయ్య కుటుంబమును గ్రామస్థులు పోషించవలసిన మాట నిజమే. ఏలయన మన పాపయ్య భార్యపేర గాని కుమారుని పేరఁగాని చిల్లి గవ్వలేదు.

అల్లుడు పోయిన తరువాత నన్నప్ప యాఱుమాసముల కాలము మందపల్లిలో నుండి పిమ్మట మూలస్థానము వెళ్ళవలసినపని యున్నదని ప్రయాణము లారంభించెను. అల్లుఁడున్నప్పుడతనికి మంచి తిథిగాని, ముహూర్తముగాని, శకునముగాని దొరుకుటయె దుర్లభమయ్యెను. ఈసారియో ప్రయాణ యోగ్యములైన మంచి తిథులనేకములు లభించెను. తన్ను విడిచి వెళ్ళవద్దని కూఁతురు బహువిధముల బతిమాలెను. పరమార్థముల నెఱిఁగి పని చేయువారి కడ స్త్రీల దీనాలాపములు పని చేయునా? దీనురాలైన బిడ్డను విడిచి వెళ్లుట న్యాయము కాదని గ్రామస్థులు మందలించునప్పు డన్నప్ప వారి కిట్లఁనియె.

"అయ్యా! నీకేమి? పై నుండి ఎన్ని మాటలైనఁ జెప్ప వచ్చును. మునుపు పాపయ్య సంపాదించి తెచ్చి పెట్టుచుండెడివాడు. గనుక నేనెన్ని దినములున్నప్పటికి విచారము లేకపోయెను. క్రొత్త డబ్బు వచ్చునట్టి విధములేదు, నా కుటుంబంతో నేనిక్కడఁ గూర్చుండి తిన మొదలుపెట్టితినా వాళ్ళ కొంపగూడ పోవును. నేను నా యింటికి వెళ్ళి నా పొట్ట నేను పోసికొంటినా నా బిడ్డకు భారముండదు. దాని గంజి యది త్రాగి దాని యిల్లది దిద్దుకొనుచుండెనా నేనప్పుడప్పుడు వచ్చి చూచిపోవుచుందును. ఇది నా బిడ్డ క్షేమము కొఱకు చేయుచున్న పని గాని మఱియొకటిగాదు." ఆ యుత్తరము విని నమ్మినవారు నమ్మిరి. నవ్వినవారు నవ్విరి. విచారించినవారు విచారించిరి. ఎన్ని విధములఁ దాను బతిమాలినను వినక తండ్రి వెళ్ళిపోవుటకె సంకల్పించుకొని యున్నాఁడని దృఢ విశ్వాసము దోఁచిన తరువాత నొకనాటి రాత్రి పిచ్చమ్మ తండ్రిని బిలిచి దగ్గిఱఁగూర్చుండి పిల్లవానిఁ

నతని యొడలోఁ బెట్టి పొరలిపొరలి వచ్చు దుఃఖ మాపుకొనలేక కొంతసేపేడ్చి గద్గదస్వరముతో నిట్లడిగెను. "నాన్నా! మీ యల్లుండు పోయి యిప్పటి కెనిమిది మాసములైనను నేనును నోరెత్తి మాట్లాడలేదు. ఏమున్నదో యేమి లేదో నేనెఱుఁగను. అర్థప్రాణములు నీ చేతనే బెట్టితిని. నిన్నే నమ్ముకొంటిని. లోకులు కొందరు మనకు సొమ్మియ్యవలెనని చెప్పితివి గదా. ఆ సొమ్మేమైనది? పుట్టెడు దుఃఖముతో నున్న దానను. నేనే మొగము పెట్టుకొని నిన్ను వ్యవహారము విషయమై యడుగనని నీవే నా కప్పగింతువని యింతకాలం యూరకుంటిని. నీ దారిని నీవు వెళ్లుచున్నావు. నా గతి యేమి?" అడుగుటయు నన్నప్ప హిమవత్పర్వతం వంటి ధైర్యశాలియగుటచే నాఁడుదానివలె ధైర్యహీనుఁడుగాక నిబ్బరమైన మనస్సుతో నిట్లనియెను.

"అమ్మాయి! నీ భర్త మృతినొందునప్పటికి నీకు నాలుగైదువందల రూపాయలు లోకులవల్ల రావలెను. ఎక్కువ వడ్డీకాసపడి పాపయ్య పైమీఁద బట్ట లేని పకీరుల కప్పిచ్చెను. ఆ సొమ్ము చెట్టెక్కెను. ఒక్కడైనను నియ్యలేదు. నేను నానాకష్టములు బడి రేయింబగళ్లు తడిమన్ను పొడిమన్నగునట్లు వాళ్ల యిండ్ల చుట్టుఁ దిరిగి రెండు వందల రూపాయలు వసూలు చేసినాను. ఆ సొమ్ము మన మీ యెనిమిది మాసముల నుండీ తిని వేసినాము. నీ గతి యేమందువా! యిల్లు తనఖా బెట్టి నూరు రూపాయలెవరి దగ్గఅనైనా బదులిప్పించెదను. ఆ సొమ్ముతో మీరిద్దఱే గనుక నొక సంవత్సరము కాపురము చేసితిరా తరువాత దేవుఁడున్నాడు. ఈ లోపుగ నేను కాలు చెయ్యి గూడతీసికొని నీ యప్పు నేనే

తీర్చి నీకేదో యుపాధి గల్పించెదను. నిన్ను నేను వదిలిపెట్టి యూరకుందునా? నాకవతల వ్యవహారమొకటి మించిపోవుచున్నది. గనుక వెళ్ళనీ. నీ భర్త పోవుచు నిన్ను నీ బిడ్డను నా మెడకు గుదెకఱ్ఱవలెఁ గట్టిపోయినాఁడు." అని పలుకఁ దన పని వట్టిదయ్యెనని తెలిసికొని పిచ్చమ్మ కొంతసేపు వలవల యేడ్చి కొంత దుఃఖోపశమనమైన తరువాత "సరే! యిల్లు తనఖా పెట్టి రూపాయలు తెచ్చి యిచ్చి వెళ్ళు. తరువాత దైవమే యున్నాఁ"డని తన బిడ్డను దీసికొని గదిలోకి వెళ్ళిపోయెను.

ఆ మరునాఁడన్నప్ప మనుమని పక్షమున గుమార్తె సంరక్షకురాలుగ నేర్పఱచి యామెచేతనే నిశాని పెట్టించి నూరు రూపాయలిప్పించి తన బత్తెంఖర్చుక్రింద రెండు రూపాయలు మాత్రమందులో నుంచి తీసికొని రెండు దినముల తరువాత మందపల్లి విడిచి మూలస్థానమునకు సకుటుంబముగఁ బోయెను. తరువాత మాసికములు పెట్టుటకుఁ గాని తదితర కార్యములకుఁగాని యన్నప్ప మందపల్లి వచ్చుట కెంతమాత్రము దీరికలేకపోయినది. పిల్లవానికి జబ్బు చేసినదని పిచ్చమ్మ వర్తమానము పంపినప్పుడైనను వచ్చి చూచిపోవుటకు సయితమన్నప్ప కవకాశము గలిగినదికాదు. బహు కార్య భారము పైన వేసికొన్న వారికి బంధు సమాగమమును దుర్లభము గదా! పాపయ్య యొక్క సాంవత్సరికమునకైనను మామగారు రాఁజాలకపోయెను. మందపల్లిలో నున్న కాలమున నల్లుని మాసికమునకు మిక్కిలి శ్రద్ధతో నన్నప్ప నేతిగారెలుఁ గారపుగారెలు కరకరలాడునట్లు మరియొక్క వేపు రానిచ్చి వండవలసినదని వంటకు వచ్చిన వారితోఁ జెప్పుచుండుటచే గారెల మీఁది ప్రేమచేతనైన సాంవత్సరికమునకుఁ దప్పక వచ్చునని యెఱిఁగిన వారనేకులనుకొనిరి. కాని కావలసినప్పుడెల్ల గారెలు వండుకొని తినుటకుఁ దగిన యేర్పాటు పాపయ్యవలన శాశ్వతముగ జరిగినందున నతఁడు రాలేదు. సంవత్సర మిట తిరిగి వచ్చెను. నూరు రూపాయలు గవ్వల వలె ఖర్చయ్యెను. అందుచేత మరల నూరు రూపాయలు పిచ్చమ్మ బదులు పుచ్చుకొనియెను. నాలుగు సంవత్సరములగునప్పటి కిల్లమ్మివేయవలసి వచ్చెను.

ఆరవ ప్రకరణము

కూఁతురు గృహ మమ్ముకొనవలసి వచ్చినపుడైన నామె నొకసారి చూచుటకన్నప్పకుఁ దీరిక లేకపోయెను. కాపుర ముండుటకు మందపల్లిలో వారికి మఱొక యిల్లు దొరకనందున గంగాధరుని దోడ్కొని పిచ్చమ్మ యేనుఁగుల మహలు గ్రామమునకుఁ బోయెను. మందపల్లి కేనుగుల మహలు మిక్కిలి సమీపముననున్నది. గోదావరీ సప్తశాఖలలోనొకటి యగు కౌశిక యను పాయ యేనుఁగుల మహలునకు మందపల్లికి నడుమ ప్రవహించుచుండెను. గోదావరి పాయ యను గొప్ప పేరేగాని యది యొక గొప్ప కాలువవలె నుండును. మహైశ్వర్య సమన్వితమగు నొక గొప్ప కుటుంబము వివాదములు పెరిగి యాఱేడు కుటుంబములుగ భిన్నమైన వెనక విభక్త కుటుంబములు తొల్లింటి సంపదను గౌరవమును గోల్పోయి లోకములోని సామాన్య సంసారములవలె నుండు పగిఁది రాజమహేంద్రము కడ విశాలమై యఖండ గౌతమి యను పేరు వడిసి

నేలపై బఱచిన గొప్ప నీటి రేకువలె నొప్పుచుండు గోదావరి ధవళేశ్వరము నొద్ద నేడు పాయలుఁ జీలిపోయినందున నా పాయలు వైశాల్యమునఁగాని జలసంపద యందుఁ గాని గాంభీర్యమునఁగాని యఖండ గౌతమిని బోలక సామాన్యనదు లట్లున్నవి. కొన్ని నామావశిష్టములైనవి. కొన్ని యంతర్వాహినులైనవని చెప్పుదురు. కొన్ని స్వల్పతములై గోస్తనీనది మొదలగు చిన్నయేళ్ళవలెఁ బాఱుచుండును. కౌశికీ ఇట్టివానిలోఁజేరి పంటదినములలోఁ బుష్కలముగ ధాన్యమున్న కతనఁ గడుపునిండ దిని దేహపుష్టి గలిగి ధాన్యమై పోయిన తరువాత పుష్టిలేక బడుగు వలెను పేదరయితు వలె వర్షాకాలమున వరద పొడిచినపుడు కొంచెము విజృంభించి గాంభీర్యము కలిగి దుస్తరమై యుండి శీతాకాలమందుఁ గాలినడకను దాటుట కనువై మయ్యడును వేసంగియందు నీరేలేక తిప్పలు బయల్పడి యుండును. వానకారున నేరు పొడిచినప్పుడు మందపల్లి యేనుఁగులమహాలు లన్నవి వేర్వేరు గ్రామములుగఁ దోఁచును. కాని వేసవి కాలమున నొక్కటే గ్రామమని భావించవలసియుండును. గంగాధరుఁడు స్థలభాండ విసర్జనము జేసి మందపల్లి విడిచి యేనుఁగులమహాలు చేరునప్పటికి రమారమి యేడు సంవత్సరముల యీడు గలవాఁడై యేనుఁగు గున్నవలె నుండెను. ఏనుఁగుల మహాలునకు రాకమునుపె గంగాధరుని కుపనయనముఁ జేయవలయునని పిచ్చమ్మకు సంకల్పము కలిగెను.

బ్రాహ్మణ కుమారునకు గర్భాష్టము నందుపనయనముజేయవలయునని ధర్మశాస్త్రమునం దుండుట చేత నామెకుమారున కేడవయేఁట నుపనయనముఁజేయఁ దలఁచెనని చదువరు లూహింపవచ్చును. ఆ యూహ సరికాదు. గర్భాష్ట మేమొ ధర్మశాస్త్రమేమో పిచ్చమ్మకుఁ దెలియదు. ఉపనయన సంకల్పము కొక్కటే కారణము గలదు. పేదతనమే ప్రధాన కారణము. అన్న వస్త్రములకు వారికి మిక్కుటమైన యిబ్బంది కలిగెను. గంగాధరుఁడు వయసునఁ బిల్లవాఁడెకాని భోజన విషయమునఁ బెద్దవాఁడని చెప్పవచ్చును. ముమ్మారు మూఁడు సోలలబియ్యమతని కొకవిధముగ సరిపోవుచుండును. తల్లి వింతంతువగుటచే మధ్యాహ్న మొక సోలెడు బియ్యపన్నము మాత్రమే తిని రాత్రి యుపవసించు చుండును. మొత్తము మీఁదఁ గావలసిన శేరుబియ్యమైన వచ్చెడు దారిలేదు. ఉపనయనము చేసెడు పక్షమున రెండు గ్రామములలో శ్రాద్ధ బ్రాహ్మణార్థములు చేయవచ్చును పొత్తరులు పట్టవచ్చును. ద్వాదశి బ్రాహ్మణుఁడుగ నమావాస్య బ్రాహ్మణుఁ డుగ నుండవచ్చును. సంభావనకు వెళ్ళవచ్చును. కుమారుఁడీవిధముగ దన పొట్టఁ దాను బోసికొనుచున్న పక్షమున పిచ్చమ్మ తానెవరింటనైనఁజేరి స్వోదరపోషణముఁ జేసికొనవచ్చునని యుపనయనముఁ దలపెట్టెను.

ఉపనయనముఁ జూచుటకు కాకపోయినను బీటల మీఁదఁ గూర్చుండి జందెము వేయుటకైన నెవరు లేరుగావున నందులకైన నొకసారి రావలసినదని పిచ్చమ్మ తండ్రికి వర్తమాన మంపెను. కాని యన్నప్పకు వేదాంతము ముదురుటచేఁ బిల్లవానికిఁ దండ్రిలేని కారణమున జందెమెవరు వేసిన నది కూలికెయని తలంచి మఱియొకరిచేత నది వేయింపవలసినదనియుఁ దనకుఁ దీరిక లేదనియు వర్తమానమంపెను. పాపము పిచ్చమ్మ యెవరినో బ్రతిమాలి జందెము వేయించి యుపనయన మైనదనిపించెను.

ఏ మంచి ముహూర్తమందు భిక్షాందేహియనుమాట గంగాధరుని నోట వచ్చెనో కాని జన్మాంతము వఱకు నించుమించుగ నతఁడు దానిని వదిలిపెట్టక యేదో విధముగ స్మరియించుచు వచ్చెను. అదియె యతనికిఁ దారకమంత్రమయ్యెను. ఉపనయనమైన యొక మాసమున కతఁడు ముందుగా యాయవార మారంభించెను. "ఆ గ్రామములో సరిగా వారి సంసారమునకుఁ గావలసిన బియ్యము దొరుకుట దుర్లభమైనందున మధ్యాహ్నము మాధుకరముఁ జేయుచుండును. శ్రాద్ధభోక్తగ వెళ్ళినఁనాడు మాత్రము మాధుకరము మానుచుండును. భగవంతుఁడు నిర్హేతుక జాయమాన కటాక్షముచేతఁ గొందఱకు బాల్యమునందే యీడునకుఁ దగని ప్రజ్ఞ నిచ్చుచుండును. ఈశ్వరానుగ్రహముచేత భగవానుఁడగు శంకరాచార్యుఁ డేడవయేటఁనే సాంగ వేదాధ్యయన సంపన్నుఁ డయ్యెనట. ఒకఁడు ఎనిమిదవయేఁటే కవిత్వముఁ జెప్పెను. పూర్వజన్మ సుకృతము చేతనో యీ జన్మసుకృతము చేతనో గంగాధరునకుఁగూడ నట్టి యద్భుత ప్రజ్ఞ చిన్ననాఁటనె గలిగెను. అది భోజన విషయమైన ప్రజ్ఞ. అతని భోజన మీడునకుఁ దగినది కాకపోవుటచేఁ దల్లి దృష్టిదోషము తగులునను భయమున గొంతకాలము తరచుగ బ్రాహ్మణార్థములకు, బోవనీయక మాధుకరవృత్తి చేత సంపాదించినయన్న మతనికిఁ బెట్టుచున్నది. మూఁడు పూటలకు సరిపోవమి యాయవారమెత్తి తెచ్చిన బియ్యము వండిపెట్టుచుఁ గాలక్షేపము సేయుచుండెను.

తల్లి ప్రాణమగుటచే బిడ్డ దృష్టి తగిలి యెక్కడ చెడిపోవునో యని కడు భయఁ పడుచు బ్రాహ్మణార్థముల కతఁడు పోయివచ్చిన తరువాత మిరపకాయలు దిగదుడిచి పొయ్యిలోఁబోసియుఁ గచ్చికి లాముదములో ముంచి దీపము వెలిగించి చుట్టుఁద్రిప్పి వీధిలోఁబాఱవైచియు నుప్పు దిగదుడిచి నూతిలోఁ బాఱవైచియుఁ బిచ్చమ్మ, బహువిధములఁ దనయున కంగరక్షలు చేయుచుండును. ఇంటికిఁ జుట్టములు వచ్చినపుడు పిచ్చమ్మ కుమారుని వారి పంక్తి కెన్నడు రానీయదు. గంగాధరున కన్నాదరువులు విశేష మక్కరలేదు. తరవాణిలో యున్న యూరుగాయగాని నీరుల్లిపాయగాని నంజుకొనుచు నదియెంతో యాప్యాయముగ దినును. తరవాణి కుండ యతని పాలిఁటి కమృతభాండమె. పెద్దవాఁడైన తరువాత గూడ గంగాధరుఁడు చిరకాల సహవాసముచేతఁ గాఁబోలు తల్లినైన విడువ గలిగెను. కాని యుల్లిని తరవాణి కుండను విడువలేకపోయెను. వెయ్యేల! యది యతనికి వేల్పు.

ఈనాఁటివారు ప్రాతఃకాలమునను పగలు మూఁడవ జామునను కాఫీగాని టీగాని త్రాగకపోయిన యెడల నెట్లు పసివాళ్ళు వారి తల నొప్పులచేత బాధపడి కూర్చుండిన చోటునుండి లేవలేక పోవుదురో, యానాఁడు గంగాధరుఁడుగూడ నట్టె యుదయమునఁ దరవాణిఁ ద్రాఁగక యది కలిసిన యన్నము కొంచెము తినక యిల్లు వెడలఁ జాలఁడు. పలుపిండివంటలతో శుభకార్యములయందును గుడుములు మొదలగు వానితో శ్రాద్ధముల యందును షడ్రసోపేతముగా భుజియించి వచ్చిన తరువాత సయితము గంగాధరుఁ డొక్కనిద్దురదీసి సత్తుతప్పెలెడు తరవాణి త్రాఁగినఁగాని యతని ప్రాణము తెప్పరిల్లదు. ఎండఁబడి వచ్చెనా యతని కదేశరణ్యము. తరవాణి యింత చేటలవాటైనప్పుడు

గంగాధరుఁడు శ్రాద్ధ భోక్తగ వెళ్ళునాఁడు సయితము ముందుగా నది కొంచెము పుచ్చుకొని వెళ్లునాయని మీకు సందేహము గలుగవచ్చును. అట్టి సందేహములకుఁ బని లేదు. త్రికరణశుద్ధిగ నతఁడు పుచ్చుకొని వెళ్లును. అట్లయిన శ్రాద్ధము చెడదా యందురేమొ శ్రాద్ధము చెడనీ పితృదేవతలు చెడనీ గంగాధరుఁడు చెడఁడు. అదియునుగాఁక అన్నము పరబ్రహ్మ స్వరూపము. అది చేసిన దోషము లేదని యార్యులు వక్కాణించు ధర్మోక్తులు పండితులనోట వ్యర్థముగ వచ్చుచుండునుగాని యనుభవసిద్ధిఁ గనవు. గంగాధరుఁ డావాక్యములయందు దృఢవిశ్వాసము కలిగి యన్న మెప్పుడు తిన్న నెన్ని మార్లు తిన్న నెంతతిన్న నెక్కడతిన్న తప్పులేదని నమ్మి నమ్మినట్లు నడచుచుండును. వివాహాది కార్యములలో నతఁడెక్కడికైన సంభావనలకు వెళ్ళినప్పుడు పదిమందిని జుట్టుం జేర్చికొని యఁతడు తరవాణిమీఁదఁ నుపన్యాస మిచ్చునపుడు విని తీరవలయును. మతిలేని బ్రహ్మదేవుఁ డోర్వలేక యతని నిరక్షరకుక్షిని జేసెఁగాని నిజముగ నతనికి విద్యా పరిచయమున్న పక్షమున నఁతడు తరవాణి మహత్మ్యమొ లేక తరవాణి పురాణమొ వ్రాసియుండును. దానిఁగూర్చి యతఁడు పెద్దవాఁడైన తరువాత నప్పుడప్పుడు చేసిన యుపన్యాసములలోని సారాంశములు కొన్ని యీ క్రింద నుదహరింపబడుచున్నవి.

"దేవతల కమృతము, మనుష్యులకు దరవాణి బ్రహ్మదేవుఁడు విధించినాఁడు. అమృతము మీఁద విసుగెత్తి దేవతలు తరవాణి కొఱకు దపస్సు జేసినారు. కాని యిది వారికి దొరకలేదు. గ్రుక్కెడు తరవాణి త్రాగెనా చంద్రుని కళంకమిన్నాళ్ళుండునా, దినమునకు మున్మారు మూఁడు సత్తుగిన్నెల చొప్పున తరవాణి యొక మండలము సేవించినా సాంబమూర్తి కంఠములోని నలుపు హరించిపోదా? ఇది రెండు చుక్కలు నోటిలోఁబడెనా శివునకు విషముదిన్న వెగటు నశింపదా? ఈ తరవాణి త్రాగియె భీముడు దుర్యోధనుని తొడలు విరుగఁగొట్టెను. అర్జునుడు శత్రువులను జావఁగొట్టెను. వానరులు వారధిగట్టిరి. ఆంజనేయుడు సముద్రము దాటెను. లక్ష్మణస్వామి మూర్ఛపోయినపు డాంజనేయులు వెట్టిపడి సంజీవి దెచ్చెను. కాని యుప్పు కలిపిన పుల్లని తరవాణి గిద్దెడు నోటిలోఁ బోసి యొక పచ్చి యుల్లిపాయ నంజుకొనఁ బెట్టినచో గిరుక్కున లేచి కూర్చుఁడకపోవునా? తెలివితేటలు లేవు తరవాణికుండ నూరావుల పాడిచెట్టు. ఆవులకు గడ్డికావలె గాదము కావలె. ఒకపూట దూడ కుడుచుకొని పోవుట, మఱియొక పూట తన్ని వేయుట మొదలగు చిక్కులు గలవు. తరవాణికుండ కట్టి చిక్కులులేవు. అదిలేని కొంప కొంపగాదు. రోగములు వచ్చినపుడు పాడు కషాయములు రుచిలేని యరఖాలు త్రాగి గిజగిజ తన్నుకొనుటకంటే మాత్రవేసికొని తవ్వేడేసి తరవాణీ త్రాగితే యెక్కడ జబ్బక్కడ యెగిరిపోవును. తరవాణి త్రాగుమని చెప్పని వైద్యుడు వైద్యుడా? కుడితి పశువులకెంత బలము, మనుష్యులకు తరవాణి యంత బలము."

ఇట్లు పలుమారుపన్యాసములు చేయుటతో దనివిఁజెందక తరవాణి కుండలు కొందఱి యిండ్లలో బోధచేసి పెట్టించెను. మిక్కిలి రుచిగానున్న వస్తువు దిన్నప్పుడెవరైన "హాహా? యిది యమృతము లాగున్నదిరా" యని మెచ్చిరేని గంగాధరుఁడు వెంటనే కోపపడి 'ఛీ అమృతము లాగున్నదనుచున్నావా? తరవాణి లాగున్నదని చెప్పు' మని

చీవాట్లు పెట్టుచుండును. అట్టివాండ్రు చిన్నవాండ్రైన యెడల నట్టి మాటలిక నెన్నఁ డనవలదని బుగ్గలు నులిమి యొకటిరెండు చెంపకాయలు గొట్టుచుండెను.

ఇట్లు యాయవార మాధుకర వృత్తులచేత బ్రాహ్మణార్థముల చేతను గంగాధరుఁడు తన పొట్టఁ బోసికొని మాత్ర సంరక్షణముఁ జేయుచుండెను. అట్లు కొంతకాలము నడచెను. గంగాధరునకు మిక్కిలి ప్రియమైన యుల్లిపాయ యొక్క వాసనవలెనే యతనికీర్తి యెంత కప్పి పుచ్చినను దాగక నలుదెసల వ్యాపించెను. తలుపులు వేసికొని తెల్లవారుజామువనె యెవ్వరుఁ జూడకుండ నతఁడు తరవాణి యన్నము మిక్కిలి రహస్యముగ దినుచున్నను లోకులెట్లో యా విషయము గ్రహించిరి. నాలుగుగోడల నడుమ జరిగిన యారహస్య వృత్తాంతము బయలుపడుటచే లోకులనుకొనునట్లు గోడలకు చెవులేగాక నాలుకకూడ నున్నదేమోయని సందేహింపవలసి యున్నది. బ్రాహ్మణార్థములకు వెళ్ళినప్పు డపరాహ్ణము తిరిగెనేని తక్కిన బ్రాహ్మణులాకలిచేత గిలగిల లాడుచుండగాఁ గంగాధరుఁ డాకలి దప్పికలు లేక ఱాయివలెఁ గూర్చుండుటచేతను వానినో రప్పుడప్పు డుల్లిపాయ కంపు గొట్టుచుండుటచేతను నతఁడు తరవాణితో నభిషేకము జేసి చల్లకూఁడు నైవేద్యము పెట్టి యాత్మారాముని సేవించి యుండునని గ్రామవాసు లూహించి యొకటి రెండుసారులతనిని బిలిచి యడిగి దూషించి యతనిని బ్రాహ్మణార్థములకుఁ బిలుచుట మానిరి. కొందఱాతనికి వెలియని తమ యిండ్ల శుభకార్యములకు సయితము రానీయకపోయిరి. కొందఱు మాధుకరము పెట్టుట మానిరి. యాయవారమునందు సయిత మక్షయపాత్ర మునుపటివలె నిండుటలేదు.

ఈ కారణముచేత గంగాధరుఁ దేనుఁగుల మహలునుండి రంగస్థలము మార్పఁ దలఁచెను. దీర్ఘాలోచనమీఁద గోదావరీ మండలమునకుఁ బ్రధాననగరమైన కాకినాడ తన ప్రజ్ఞాప్రదర్శనమున కుత్తమ రంగమని తోఁచెను. తోఁచుటయె తడవుగ నది తల్లితోఁ జెప్పి మరునాఁడు పయనమై పోయెను. పోయి యక్కడ మొదట రెండు దినములు సత్రములోఁ దాను భోజనము జేసి తల్లి నత్తెసరు పెట్టుకొమ్మని చెప్పి పట్టణ మంతయుఁ దిరిగి స్థితిగతులు పరిశీలించి కాకినాడలో నా కాలమున జనులు నీరు దొరకక విశేష మిబ్బంది పడుచుండటచే వారిబ్బంది దీర్చుటకై తన జన్మము వినియోగింపఁదలఁచెను. అతని నిర్ధారణము తల్లికూడ నంగీకరించినందున మరునాఁడె కావడిబద్దయు రెండు మట్లు గొనితెచ్చి మొదలు నొకరిద్దరి వాడుకలు సంపాదించి నీళ్ళు మోయ నారంభించెను. అతని చాకచక్యము కార్యవ్యగ్రత మొదలైనవి చూచి పట్టణ మందనేకులు వానిచే నీళ్లు పోయమని కోరిరి. దినమునకు ముప్పది కావిళ్ళైనను గంగాధరుఁడు మోసెననుట యతిశయోక్తి కాదు. కాకులు కూసినవేళ లేచి సూర్యాస్తమయమగువఱకు నించుమించుగ నతఁడు కావిడి దింపఁడనుట నిశ్చయము.

కొంతపైకము చేత జిక్కువఱకు నతఁడు సత్రములోనే కాపురముండి పిమ్మటనొక చిన్న యిల్లద్దెకు బుచ్చుకొనెను. గంగాధరుని పేరు పట్టణమంతయు వ్యాపించెను. కలక్టరు కచేరీలోని గుమాస్తాలు మొదలగువారు తమలోదమరు సరససల్లాపములు చేసికొనునప్పుడు మనకన్న గంగాధరుఁడు మిక్కిలి యదృష్టవంతుఁడు. చదువురాక యతఁడు నెలకు ముప్పది రూపాయలు సంపాదించుచుండఁగా మన మెన్నో పరీక్షలలోఁ గృతార్థులమై పదియేను రూపాయలు తెచ్చుకొనుట దుర్ఘటముగ నున్నదని చమత్కారముగఁ బలుకు చుందురు. తనచేత నీళ్ళు పోయించుకొనువారు నెలకొక్కనాఁడు రెండుపూటల దనకు భోజనము పెట్టవలసినదని గంగాధరుఁడు నియమ మేర్పరచి యట్లొప్పుకొన్నవారికి నీళ్లు పోయుచుఁ దనతిండికిఁ దడవుకొన నక్కఱ లేకుండా హాయిగాఁ గాలక్షేపము సేయుచుండెను.

ఎవరి పంచనైన సోలెడు బియ్యము కాచుకొని దల్లిందినుమనక ప్రత్యేకముగ నొక చిన్నయిల్లు గంగాధరుఁడేల బాడిగెకు పుచ్చుకొనవలయునని మీకు సందేహము తోఁచవచ్చును. అందుకు ముఖ్యకారణమిది. తనపాలిట కల్పవృక్షమై కామధేనువై చింతామణియై ఈ కన్నతల్లి వలె తన్ను చిన్ననాఁట నుండియుఁ గాపాడుచుండిన తరవాణికుండను ప్రతిష్ఠించుటకుఁ బరగృహమందు వీలుండదనియు నొకవేళ ప్రతిష్ఠించుటకు వీలున్నను దనగుట్టు దాఁగదనియు నెఱిఁగి యతఁడు ప్రత్యేకముగ నిల్లు పుచ్చుకొనియెను. నెలకు ముప్పదిరూపాయలు సంపాదించుచున్నాఁడు గనుక గంగాధరుడు కావలసినంత ధనము కూడబెట్టునని మీలో ననేకులు తలంపవచ్చును. కాని యట్లు తలంపఁగూడదు. ఎంతచెట్టు కంతగాలి యన్నమాట జ్ఞాపకముంచుకొనుడు.

అతఁడు నలమహారాజంతవాఁడై ధర్మరాజంతవాఁడై ధనము గడ్డి పఱకగఁ జూడనారంభించెను. జూదమునందు మంచి పందెములు పెట్టుటకు నలమహారాజు వలె రాజ్యము కాని, ధర్మరాజువలె భార్యగాని గంగాధరునకు లేకపోయినను యధాశక్తిగ నతఁడు కష్టపడి సంపాదించిన విత్తమెప్పటికప్పుడు పాచిద్రవ్యము లేకుండ నొడ్డుఁచుదరుచుగ నోడిపోవును. అప్పుడప్పు డప్పులపాలగుచు సొమ్ము దాచవలసిన

బాధలేకుండఁ గాలము గడుపుచుండును. ఎప్పుడైనను నతఁడు గెలిచినా యాసొమ్ముదివఱకు జేసిన ఋణమును దీర్చుట క్రిందఁబోవును. అప్పు తీరగా నించుక మిగలెనా యది సింహాచల యాత్ర క్రింద సరిపోవును.

చిత్తజల్లు సింహాచలమని యాయూర నొక వేశ్యాంగన కలదు. దాని వయస్సు గంగాధరుని వయస్సుకంటె రెట్టింపు గలదు. కాకినాడ పురవాసులలో ననేకులదివఱకు సింహాచల సేవచేసి చేసి విసిగి యితర దేవతా ప్రభావములు విని వారి సేవలకై పోయి యుండుటచే నప్పుడు సింహాచలము పూజాపునస్కారములులేక పాడు దేవాలయములో బూజుపట్టి యున్న దేవతా విగ్రహమువలెనే యుత్సవములులేక నల్లమందుకైనను సరిగా వచ్చుబడిలేక ప్రాతగుల్ల లొక్కక్కటే యమ్ముకొని జీవనము చేయుచుండఁగా దానిపాలిటి దైవమువలె గంగాధరుఁడు వెళ్ళి యాదుకొని యప్పుడప్పుడు కొంత హిరణ్యము సమర్పించుచు దిక్కుమాలిన కుటుంబమును బోషించిన పుణ్యము గట్టుకొనుచుండెను. అతని దాతృత్వమునకుఁ దగిన సొమ్మతనికి భగవంతుడీయలేదు. యిచ్చిన పక్షమున నతఁడు గూడ దానికొక గొప్ప మేడ మేటి సాహుకారులు తమ ప్రియురాండ్రకుఁ గట్టించిన విధముగఁ గట్టించియుండును. కోరిన ధనమీయలేకపోయిన గంగాధరుఁడు సింహాచలమునకు శక్తివంచనలేక యుపచారములు జేయఁ దలఁచి తలదువ్వుట, తలయంటి నీళ్ళుపోయుట, గారెలు బూరెలు మొదలగు పిండివంటలు స్వయముగా వండిపెట్టుట, గుడ్డలుతుకుట, యంట్లు తోముట మొదలగు కార్యములు శంకాతంశము లేకచేసి దాని మెప్పువడసి ధన్యుఁడగుచుండును. అతని యుదారభావమును దీనిబట్టియే మీరు గ్రహింపవచ్చును. తా నగ్రజన్ముఁడైన బ్రాహ్మణుఁడని గర్వింపక సందేహింపకయది నీచకులజురాలని యేవగింపక యీ పని - యీ పని యనక శంకింపక యట్టి యుపచారము చేసినవాఁడు సామాన్యుడా!

కాకినాడలోనున్న కాలమున గంగాధరుఁడు కనఁబరచిన ప్రజ్ఞను గూర్చి యొకటి రెండు మాటలు చెప్పవలసి యున్నవి. గంగను మోయుట చేత గంగాధరుఁడు, సాక్షాత్తు గంగాధరుఁడయ్యెననుట కల్పనా గౌరవము కాదు. శివుఁడు తలపై నిడుకొని గంగను మోసెను. మన గంగాధరుఁడు కావడిలో నిడుకొని గంగను మోసెను. ఆ గంగాధరుఁడు శూలము ధరించుట చేత శూలియయ్యెను. ఈ గంగాధరుడు కడుపుమాన మెఱుఁగక తినినందున సంభవించిన పరిణామశూలగల వాడగుటచే శూలియయ్యెను. ఆ గంగాధరుఁడు శిరమున నర్ధచంద్రరేఖ ధరించెను. ఈ గంగాధరునికిఁ గూడ శిరస్సునఁ గాకపోయిన మానె మెడమీఁద నర్ధచంద్రప్రయోగములు చాలసారులు జరిగెను. గంగాధరుఁడనేక లక్షణములలో శివునకు సమానుఁడగుటయేకాక నొక విషయమున నారాయణు డంతవాఁడని చెప్పవచ్చును.

క్షీరసాగరమందు శేషశాయియైన నిరంతరము వసియించుటచేత నారాయణుండను పేరుకలిగెను. నారమనఁగా జలము. ఆయన మనఁగా స్థానము. నారాయణుఁడనగా జలమె స్థానముగా గలవాడు. గంగాధరుఁడు గూడ తఱచుగా జలగ్రహార్థము చెరువులలో నుండుటని నారాయణుడని చెప్పుట తప్పుగాదు. ఒక్క నారాయణుని తోడనేగాదు. గంగాధరు ననేక దేవతలతో బోల్చవచ్చును. గంగాధరుడు పాకశాసనుఁడు. పాకడను

రాక్షసుని శాసించుటచేత నీపాకశాసన శబ్దము లోకమున దేవేంద్రుని యందు వర్తించుచున్నది. పాక మనఁగా వంటను శాసించుటచేత గంగాధరుని యందు గూడ నీ శబ్దము సార్థకమని చెప్పవచ్చును. గంగాధరుడు వంట చేయునని యిదివఱకెక్కడను జెప్పియుండకపోవుటచే నతనియం దాశబ్ద మెట్లు సార్థకమగునని మీరనుమానింపవలదు. ఒకఁడు తర్క వ్యాకరణములను రెండు శాస్త్రములయందు నిర్దుష్ట పాండిత్యము గలిగియుండియు నేదోయొకటే యభిమానవిద్యగ స్వీకరించి యందెక్కువ కృషిచేసి యుండవచ్చు. అటులే గంగాధరుడు పాక శాస్త్రమందును జలవాహన శాస్త్రమందును గూడ నధిక పరిచితుడై జలవాహన శాస్త్రమందె యధికాభిమానము గలిగి విశేషాభ్యాసము జేసెనని గ్రహింపవలయునేకాని పాక శాస్త్రమందు బరిణితి లేదని గ్రహింపగూడదు. ఈ కారణమున గంగాధరునకుఁ బాకశాస్త్రమందు బరిణితి గలదని మీరొప్పుకొనక పోవుదురేని సింహాచలమున కిష్టమైన పిండివంట వండి పెట్టుచుండెడివాడని యిదివఱ కుదహరింప బడుటచేత మీరీ వాద మంగీకరింపవచ్చు.

ఒక సంవత్సరము శ్రావణ మాసములో నీ యింటిమీద కాకి యా యింటిమీద వాలకుండ నాకసము చిల్లిపడునట్లు వానకురియుచుండగాఁ గంగాధరుడు జడివానలకు లెక్కపెట్టని దున్నపోతువలె నించుకేనియు జలింపక నెప్పటి చాకచక్యముతో నీళ్లు మోయుచుండుట జూచి ఛందశ్శాస్త్రము నూతనముగ నేర్చికొని పద్యములు చెప్పవలయు నని యుబలాటము పడుచున్న యొక బాలకవి గంగాధరుని ప్రజ్ఞయే విషయముగ బుచ్చికొని కొన్ని పద్యములు రచించెను. ఆ పద్యములు లభింపలేదు. కాని వానియందలి భావము మాత్రము మాకు లభించినందున క్షీరమును విడిచి దాని సారమైన మీగడముద్ద నిచ్చినట్లు తత్సారమిందు బొందుపఱుపఁబడుచున్నది. ఓ గంగాధరా! నీ ప్రజ్ఞ వర్ణించుట కాదిశేషునకు వేయి నాలుకలు చాలవు. నీవు కావడిబద్ద పట్టుకొన్నప్పుడు గాండీవము ధరియించిన యర్జునుడు జ్ఞప్తికి వచ్చును. పచ్చడి చేయుటకు నీవు బండపుచ్చుకొన్నప్పుడు రోకలి ధరించిన బలరాముడు జ్ఞప్తికి వచ్చును. వడ్డించుటకు బళ్ళెము పుచ్చుకొన్నప్పుడు సుదర్శన చక్రము ధరియించిన హరి మనంబున దట్టును. నీ పాకము నలపాక భీమపాకముల మించును. నీవు చిమ్మిలి ముద్దలు మ్రింగునప్పుడు చూచినవారు పూర్వకాలము శంకరుడు కాలకూట విషము ముద్ద నిట్లె మ్రింగెనని సముద్రమథన వృత్తాంతము జ్ఞప్తికిఁ దెచ్చుకొని సంతసించుచుందురు. నీకీర్తి బుఱ్ఱగుంజువలె, ముంజెవలె, సున్నమువలె, చల్లవలె, విభూతివలె, వరిబియ్యపన్నమువలె, ముసలివాని తలవలె, నెంతో తెల్లనై దిక్కులయందు వ్యాపించి యున్నది. ఆకృతిపతికి నీకృతి కర్తకు నా కవిత్వమునకు తగు దాసరికి మెండుపూసలకు" నన్నట్లు సరిపోయెను.

ఏడవ ప్రకరణము

భగీరథుఁడు మహాప్రయత్నముఁజేసి కష్టపడి గంగను భూమికిఁ దెచ్చి జగజ్జనులకు మహోపకారము చేసిన తెఱఁగున గంగాధరుఁడు కష్టపడి గంగను దెచ్చి కాకినాడ పురవాసుల కిచ్చి వారికి మహోపకారము జేయుచుఁ గాలముఁ గడుపుచుండఁగా నొక వైపరీత్యము జరిగెను. అది కాకినాడ పురవాసులు చేసికొన్న దురదృష్టము వలన

సంభవించినది. ఆ పట్టణమందొక గొప్పవైశ్యుని యింట వివాహముఁ జరిగెను. విజయనగరమునుండి మగపెండ్లివారు తరలివచ్చిరి. కన్యాప్రదాత లక్షాధిపతి. వరుని తండ్రియు నట్టివాఁడే. సుముహూర్త సమయమున వందలకొలది జామారులు, శాలువలు, పెద్దకాసులు, పిల్లకాసులు, కన్యాప్రదాత సభలో వెదజల్లెను. కుండలములు ధరించిన వారికి రుద్రాక్షలు దాల్చిన వారికి పిండికట్లు జుట్టిన వారికి పిల్ల పెట్టువారికి దర్భాసనాల వారికి సిఫారసులు దెచ్చికొన్నవారికి నివి విశేషముగ ముట్టెను. అందు గంగాధరున కొక్కటియు ముట్టలేదు. అతనికెవ్వరు సిఫారసు చేయలేదు.

అందుచేతఁ గాకినాడపురవాసు లందఱుఁ గృతఘ్నులని యతఁడెంచికొనెను. చెంబు చేతితో నెత్తి కాకినాడలో దాహము పుచ్చుకొన్న వారిలో ననేకులు గంగాధరుని పేరు తలఁచుకొనవలసినదే కదా! వేదశాస్త్రములు రాక వెఱ్ఱికుక్కలవలె వీథుల వెంటఁ దిరుగు బండవాండ్ర కెందఱకు మొగమాటము చేత సిఫారసులచేతఁ బండిత సంభావనలు జామారులు ముట్టలేదు. అదివఱకు వెంకన్న, సుబ్బిగాఁడు, గంగప్పయను పేళ్ళుగల నిరక్షరకుక్షులు నీళ్ల బ్రాహ్మణులు వంట బ్రాహ్మణులు నాఁడాహితాగ్నులై వెంకటావధానులు, సుబ్బన్న దీక్షితులు, గంగప్ప సోమయాజులునను బిరుదులు ధరించిరి. ఎన్నో దర్భాసనముల బూజు దులుపఁబడెను. ఎన్నో జారీ చెంబు లెఱ్ఱగాఁ దోమఁబడి హస్తములయం దమరెను. ఎన్నో చినిఁగిన శాలువలు, శిరస్సుల నలంకరించెను.

ఒక కోమటి యుంచుకొన్న వెలయాలి చెల్లెలి నుంచుకొన్న యొక వంట బ్రాహ్మణున కాకోమటి సిఫారసు జేసి పండితుఁడని పిల్లకాసిప్పించెను. ఆ బ్రాహ్మణుఁడు గూడ శాలు వెక్కడో ఎరువుదెచ్చికొని తలకుఁ జుట్టుకొని యా పూటకు గరిటె యావల బాఱవైచి గంటము దాఁటియాకు చేతఁ బుచ్చుకొని గొప్పఁ పండితునివలెఁ గనఁ బడెను. గంగాధరుని కట్టియుపాయము చెప్పువారెవ్వరు లేకపోయిరి. అతనికి స్వయముగ నుపాయము తోఁచలేదు. తోఁడి వంట బ్రాహ్మణునకుఁ బిల్లకాసు దొరుకుటయేగాక పండితుఁడని గౌరవముగూడ సభలోఁ గలిగినందున గంగాధరుని కడుపులో మంట హెచ్చెను. మనస్సున మత్సరము వృద్ధి బొందెను. పురవాసులపై నలుక రెట్టింపయ్యెను. ఆనాఁటి కెట్లో కోపము లోలోన జీర్ణముఁ జేసికొనిఁ యతఁ డింటికిఁ బోయి సదన్యమున నాఁడెక్కువ సంభావన దెచ్చికొనుట కుపాయము వెదకుచుఁ దనచేత నీళ్ళు పోయించుకొను నొకరిద్దఱు పెద్ద మనుష్యుల యొద్దకు వెళ్ళి సిఫారసిమ్మని యడిగెను.

"నీవు ఘనాపాఠివా? షోడశ కర్మాధికారివా? మహాపండితుఁడవా? ఏమని నీకు నేను సిఫార సియ్యగలను? నీళ్ళ బ్రాహ్మణునకు సిఫారసిచ్చిన పక్షము నా గౌరవ ముండునా"యని యొకఁడు బదులు చెప్పెను. "నేను పెండ్లి వారి నెఱుఁగ"నని మఱియొకఁ డుత్తరముఁ జెప్పెను. ఆ పలుకులు వినఁగానే గంగాధరునకెంతకోపము వచ్చినదని చెప్పను. "ఛీ మీకు విశ్వాసములేదు ఇఁకమీఁద మీ యిండ్లలో నీళ్ల మోసితినా కాశీలో గోహత్యఁ జేసినట్టె"యని మహా కోపముతో వారియిండ్లు వెడలి వచ్చి "యొక నిర్భాగ్యుఁడు నాకు సిఫారసు చేయుటెందుకు? దేవుఁడిచ్చిన కాళ్లు చేతులు నుండఁగా నేనొకరి నాశ్రయింపనేల" యని మఱెవ్వరిని సిఫార సడుగక స్వయం సహాయమే మంచిదని తత్ప్రయత్నముఁ జేయుచుండెను.

సదన్యమునాఁడు బ్రాహ్మణ సంతర్పణమైన తరువాత సంభావన సాయంకాల మీయఁ దలచి పెండ్లివారు భోజనానంతరమున బ్రాహ్మణుల నందఱ నొక దొడ్డిలోఁ బెట్టిరి. రెండువేల బ్రాహ్మణ్యము చేరెను. ప్రతివాఁడు ముందుగా సంభావన గ్రహింపవలయునని యొండొరుల ద్రోసికొనుచు ద్రొక్కికొనుచు విసనకఱ్ఱలతోఁ గొట్టుకొనుచుఁ దిట్టికొనుచు బ్రాహ్మణు లాకాశము పగులనట్లరచుచుండిరి. సంభావన లిచ్చుటకు మొదలు పెట్టునప్పటికి సాయంకాలమయ్యెను.

గంగాధరుఁడు దృఢదీర్ఘకాయుఁ డగుటచేఁ దనకంటె ముందున్న వారి నెందఱినో వెనుకకు లాగివైచి ముందుకెళ్ళిపడి సంభావనకుఁ జేయి చాచెను. పెండ్లివారు వివాహమైన వారికి రూపాయ చొప్పున బ్రహ్మచారుల కర్ధరూపాయ చొప్పునను నీయఁదలచిరి. పాపము గంగాధరుఁడు ముప్పది యేండ్ల వయసువాఁడై చిన్న తాడి చెట్టంత పొడుగున్నను, వివాహితుఁడు కాకపోవుటచే నేఁడెనిమిది సంవత్సరముల వయసు గలిగి యతని మోకాలంత పొడుగైన లేని చిన్న బ్రాహ్మణులకు ముట్టినంత సొమ్మే ముట్టెను. గంగాధరునివంటి ప్రజ్ఞాశాలికి మహాభిమానికి నిదియొక గొప్ప యవమానము కదా? కన్యాప్రదానకాలమున జరిగిన యవమానమునకిది తోడై యతని మనసు మఱింత మండిపఁజేసెను. వివాహము కాని వెలితి యప్పుడతనికిం గనఁబడెను. క్రతువులను జేసిన సోమయాజులు అగ్నిహోత్రము నిమిత్తము వివాహముచేసికొనవలసి వచ్చినట్లు సంభావనల నిమిత్తము గంగాధరుఁడు వివాహముఁ జేసికొనవలయునని యప్పుడు నిశ్చయించుకొనెను.

సింహాచల మతనికి భార్యయై యుండినను భార్య యున్నదని చెప్పుకొనుటకు నొంటిపోగు జందెము దీసి నాలుగు జందెములు వేసికొనుటకు వీలులేదుకదా. పెండ్లివా రర్ధరూపాయ చేతిలోఁబెట్టగానే విధిలేక యది పుచ్చుకొని గంగాధరుఁడు మనసులో నున్న మంట యొక్క పొగయేమో యన్నట్లు కనుబొమలు బిరుసులై విజృంభింప ధుమధుమలాడుచు నావలకుఁబోయెను. ఆ దినమున సింహాచలము రెండు రూపాయలు తెమ్మని యాజ్ఞాపించెను. పెండ్లివారు గొప్పవారు కదా రెండేసి రూపాయలిత్తురని యతఁడు నిశ్చయించుకొని వెళ్ళెను. కాని చేతిలోఁబడిన దర్ధరూపాయమాత్రమే యయ్యెను. రెండు రూపాయలు దీసికొని వెళ్ళకపోయినచో సింహాచలము చీపురుకట్ట పూజఁజేయును. అది మనసుపడి యొక వర్తకుని యొద్ద గులాబిరంగు పట్టు రవికెల గుడ్డ వెలకుఁ దీసికొనియెను. ఆ సొమ్ము మరునాఁడుదయమున నిచ్చితీరవలె. ఈయని యెడలఁ దనకుఁ గాని దానికిగాని మాటదక్కదు. పాపము గంగాధరునకు గొప్ప చిక్కు సంభవించెను. ఇదియా గొప్ప చిక్కని చదువరులు నవ్వుదురు గాఁబోలు ఎవని మట్టుకు వచ్చినఁగాని వారికిఁ దెలియదు. మీకిటువంటి చిక్కు సంభవించినపుడు గాని మీకుం దెలియందు. ఈ విపద్రోగమునకు మంచి మందేదియని గంగాధరుఁడు కొండొకసే పాలోచించి యిట్లు నిశ్చయించెను.

"నేనిప్పుడే బజారునకు వెళ్ళి కోమటి కోటయ్యవద్ద సీమనూలు జందెముల జత కొని మెడలో వైచికొని సంభావన నిచ్చునట్టి దొడ్డికి వెనుకవైపునున్న గోడయెక్కి దొడ్డిలో

దుమికి రెండవసారి సంభావనకు వెళ్ళెద. మొగమానవాలు తెలియకుండ విభూతి పాముకొనియెద, దీనితో మఱియొక రూపాయ చేతఁబడును. పైమాట చూచుకొనవచ్చును" నిశ్చయించు కొన్నట్లు వెంటనే జరిగించెను. పదివందల రూపాయలు ఖర్చుపెట్టినను లభించుటకు దుర్లభమైన పెద్ద జందెము గంగాధరునకు క్షణములో మంత్రములతోఁ బనిలేక నాలుగు డబ్బులతో లభించెను. అతని బుద్ధికుశలతకుఁ జదువరులు సంతోషింతురని మా యభిప్రాయము. నూతన యజ్ఞోపవీతధారణమైన వెనుక విభూతి పాముకొని కొత్తపలుపు మెడ నిడ్డ దున్నపోతువలె వెలయుచు నతఁడు దొడ్డి వెనుకకుఁ బోయి వాన దెబ్బచేత మదురూడిపోయిన భాగమున మెల్లగా గోడ యెక్కెను.

ఈశ్వరుడు తోడుపడకపోయిన తరువాత మానవ ప్రయత్నమేమిసాగును? గంగాధరుడు దృఢశరీరముగల వాడగుటచే నతని శరీరభారమున గోడ విరిగిపడెను. గోడతో గంగాధరుడు గూలెను. కుడిచెయ్యి విరిగెను. పడఁగానె కొంచెము సేపు స్మృతి దప్పెను. వీథివైపునకుఁ బడినందున దారిఁబోవు వారెవరో చూచి గంగాధరుఁడని తెలిసికొని యొక బండిమీఁద బడవైచి యింటికి దీసికొనిపోయిరి. కొన్ని దినములతడు మంచము మీఁద నుండి లేవనేలేదు. ఆసుపత్రికి వెళ్ళి వైద్యము చేయించుకొమ్మని కొందఱతనికి సలహా యిచ్చిరి. కాని యాసుపత్రి వైద్యులను దొరతనమువా రభిమానముచేత నిలుపుచున్నారు. కాని వారికి వైద్యమేమియుఁ దెలియదని మొదటనుండియు నతనికి నమ్మికయగుటచే నతఁడాపొంత బోవక కుమ్మర గురవయ్యను బిలిపించి యేబది రూపాయలిచ్చుట కొప్పుకొని చేయి వానిచేతఁ దోమించుకొన నారంభించెను. చెయ్యి యొక విధముగ స్వాధీనమగునప్పటి కాఱుమాసములు పట్టెను. ఆ యారుమాసములు తల్లి యన్నము దినిపించెను. ఏడవమాసమున నతని కన్నము దినుటకు మాత్రమే చేయి స్వాధీనమయ్యెను. కావడి మోఁయుటకు బిందె లెత్తుటకు నది స్వాధీనము గాకపోయెను. కాఁబట్టి కాకినాడ పురజనుల భాగ్యదోషమున గంగాధరుడు పూర్వపువృత్తి వదలవలసి వచ్చెను. తల్లి యక్కడక్కడఁ బనిచేసి యీ యాఱుమాసము లతనిని బోషించెను. పైగా నూరు రూపాయలప్పయ్యెను. చిరకాల మన్న వస్త్రములిచ్చి సకల సౌఖ్యము లిచ్చి పోషించిన కావడి బద్దను మట్లను మూల బాఱవైవవలసి వచ్చినపుడు సంపూర్ణ శస్త్రసన్యాసము జేయు మహావీరుఁడువలెను, గదా గాండీవములు జమ్మిచెట్టుమీద దాఁచిన భీమార్జునుల వలెను గంగాధరుఁడు కన్నుల నుండి బొటబొట బాష్పములు దొఱగనేడ్చ యటమీఁద నుదరపోషణ మెట్లని విచారింపఁజొచ్చెను.

అతనిచేయి విరిగిన దినములలోనే మాతామహుఁడైన యన్నప్ప యవతారము జాలించెను. తండ్రి తన్నధోగతిపాలు చేసినను సహజమైన పితృప్రేమచేఁ బిచ్చెమ్మ కొంతవగచి యొకసారి దల్లిని జూడఁదలచెను. కాని కుమారున కన్నము దినిపించువారు లేకపోవుటచేతను విశేషించి గంగాధరుడు వెళ్ళదలచినందుకు మిక్కిలి దూషించుటచేతను మానుకొనియెను. గంగాధరుని భవిష్యవృత్తిని గూర్చి తల్లికిఁ గూడ మనోవ్యథ కలిగెను. అందఱికంటె సింహాచలమున కెక్కువ విషాద ముదయించెను. గంగాధరుఁడు పరిత్యజించిన పక్షమునఁ కాకినాడ పట్టణములో దానిమొగముఁ జూచువారులేరు. కావున

దాని విచారణమున కంతము లేదు. నారుపోసిన దేవుడు నీరు పోయకమానఁడని గంగాధరునకు గట్టి నమ్మకము కలదు. అతని విశ్వాసం ప్రకారమే యతని కదృష్టము కలిసివచ్చెను.

కాకినాడలో నదివఱకు నగ్ని ప్రచ్ఛాదనములు, తిలదానములు పట్టుచుండిన బ్రాహ్మణు డొకఁడు మృతినొందెను. ఆస్థానమాక్రమించుటకుఁ దగినవారెవ్వరని పురవాసులాలోచించుచుండ నంతలో గంగాధరుడు తానందుకుఁ దగినవాడనని చెప్పి గ్రామ పురోహితుల సభాపతుల నాశ్రయించెను. వచ్చినదానిలోఁ గొంతభాగము వారికిచ్చునట్లు గంగాధరు డొడంబడినందున వారాపదవి కితనిని పట్టాభిషిక్తునిజేసి యెఱిఁగిన చోట్ల "నితఁడు మనలనందఱ నమ్ముకొన్నాడు గనుక నితనికే యియ్యవలయు" నని చెప్పి యెఱుగని చోట్ల నితడు పిల్లలుకలవాఁడు బహుకుటుంబీకుడు, పెద్దమనుష్యుఁడని జెప్పి యెట్లో వారీయదలఁచుకొన్న దానికన్న నధికముగ నిప్పించి యుపకారము జేయజొచ్చిరి. అట్లువచ్చిన ధనమతడు నాలుగు భాగములుగ విభజించెను. "శరీర మాద్యం ఖలుధర్మ సాధన" మన్నారు గనుక నొకభాగము తన సంరక్షణము నిమిత్తము రెండవ భాగము తనకు దానము లిప్పించిన పురోహితుల నిమిత్తము మూఁడవ భాగము తనకు బాహ్యప్రాణమైన సింహాచలము నిమిత్తము నాల్గవభాగము నిరుపేదయైన తన్ను నలచక్రవర్తి యంతవానిని జేసిన జూదము నిమిత్తము నతఁడు వినియోగించుచుండెను.

ఈ వృత్తి యవలంబించిన తరువాత నెప్పటికప్పుడు కావలసినన్ని ధాన్యము లెక్కలేనన్ని పీటలు నెంచరాని చెంబులు తినుటకు వీలులేనన్ని యరటికాయలు కంద దుంపలు మొదలగు కూరలు విశేషించి యెన్నో మంచములు నెన్నో పరుపులు నెప్పటికప్పుడు రొక్కము, కావలసినన్ని బియ్యము మొదలగునవి చేకూరఁజొచ్చెను. ఎప్పటికప్పుడీ వస్తువులతో నిల్లు నిండి చాలకపోయెను.

విశూచి మశూచి మొదలగు జాడ్యములు ప్రబలినపుడు మంచములు మొదలగునవి స్థలము చాలక, యింటికి పట్టుకొని వెళ్ళుటకు వీలులేక, యప్పటికప్పుడే బేరములిచ్చి యమ్మివేయుచుండును. కూరలు కావలసినవారికి తల్లి దానము చేయఁజొచ్చెను. పూర్వము తాను దల్లియు జాపల మీఁదనే బడుఁకొనుచు వచ్చిరి. ఇప్పుడు తల్లికి మంచము పరుపు. తనకు మంచము పరుపు. సింహాచలము యొక్క గృహమున మూఁడు మంచములు మూఁడు పరుపులు. తనస్థితి కొంచెము స్థిరమైన తరువాత గంగాధరుడు కొంచెము త్రాడుబారి పురోహితునకీయవలసిన భాగము క్రమక్రమముగ నేదోవంక బెట్టి యెగబెట్టఁ జొచ్చె. అందుచేత గొంచెము డబ్బుచేత నిలువజొచ్చెను. అదివఱకు నల్లమందుకైన సరిగా డబ్బులేని తల్లి బియ్యము, పప్పులు మొదలగునవి యిరుగు పొరుగువారి కమ్మి కొంత సొమ్ము చేసికొనియెను. అతని జాతక మా విధముగ మహోచ్ఛదశ గలిగి పెళ్ళున వెలుగుచున్న కాలములో నతనికొక గొప్ప విపత్తు సంభవించెను.

ఇంచుమించుగా గాకినాడ వచ్చినది మొదులకొని యతని యర్ధదేహమై యుండిన సింహాచలము కాలధర్మము నొందెను. సింహాచలము పెద్దదగుటచేత దానిమరణ మంత లోకవిరుద్ధముగ లేకపోయినను గంగాధరుఁడు చిరకాల సహవాసముచేత మిక్కిలి వగచి

పది దినములన్నముఁ దినక యేమియుం దోఁచక పిచ్చివానివలె దిరిగి మిత్రుల యూరడింపుల వలనను మఱికొందఱు చేసిన జ్ఞానోపదేశముల వలనను ధైర్యము దెచ్చికొని కొంత దుఃఖోపశమనముఁ జేసికొనియెను. కాని సింహాచలము మీఁద దనకుఁగల యనురాగాతిశయముఁ దెలియఁ జేయుటకు దాని పేరుగ నొక్కపిల్లయైనను లేకపోయెను గదాయని పలుమాఱు విచారించెను. అయినను విచారించినఁ గార్యము లేదని గ్రహించి దానికుత్తరగతులు కలిగింపవలెనని రమారమి యేఁబది రూపాయలు ఖర్చుచేసి దానికులము వాండ్రందఱు మెచ్చున ట్లుత్తరక్రియలు చేయించి సంతర్పణ చేయించెను. జ్ఞానము వచ్చిన తరువాత నతనికిఁ గలిగిన గొప్ప కష్టమిదియె. సింహాచలము బ్రతికి యున్నపుడు మూఁడు దినముల కొనసారి గంగాధరుఁడు దానికి నల్లమందు కొని తెచ్చి యిచ్చుచుండువాడు. గావున నది మృతి నొందిన తరువాత నాఱుమాసముల వఱకు నల్లమందు దుకాణము కనఁబడినపుడెల్ల నతడు పట్టరాని దుఃఖము గలిగి యేగోడకో జేరఁబడి కొంతసేపేడ్చి పోవుచుండును.

దైవవశమున సింహాచలముతోడి స్నేహబంధము విడిపోయిన తరువాతను గంగాధరుఁడు నిస్పృహుఁడై మఱియొకతె సహవాసమాపేక్షింపక వివాహము జేసికొన వలయునని దీక్షగలిగి ధనము నిలువఁజేయఁ దలంచెను. కాని జూదపుపాక వాని ప్రయత్నమునకు విఘ్నము కలిగించుచు వచ్చెను. అక్కడకు వెళ్ళకుండ వలయునని యప్పుడప్పుడతఁడు నిశ్చయముఁ జేసికొని చుండును. కాని యభ్యాసము చేత ప్రయత్నము లేకయె కాళ్లు వాని నక్కడ కీడ్చుకొని పోవఁజొచ్చెను. జూదపుబాక జగన్నాయక పురములో సముద్రపుటొడ్డున నొకమూలగ నుండెను. గంగాధరుడు పనిలేనప్పుడు పట్టపగలును, పగలు పనియున్నపుడు తప్పక రాత్రివేళను భాగ్యవంతుని నిర్భాగ్యుని, నిర్భాగ్యుని భాగ్యవంతుని క్షణకాలములో జేయఁగల యాద్యూతగృహమునకుఁ బరమ భక్తుఁడు దేవాలయమున కరిగినట్లరిగి యోపికయున్నంత సమర్పించి వచ్చుచుండును. అతఁడు తీరికగనున్న కాలము పూర్వపు సింహాచల గృహమునకు ద్యూత గృహమునకు సమానముగ విభజించెను. ఇప్పుడు సింహాచలయాత్ర కట్టుబడి పోవుటచే తత్కాలముఁగూడ ద్యూతగృహమునకె వినియోగింప జొచ్చెను.

ఇట్లుండఁ బూర్వము తెనాలి రామలింగము యొక్క పిల్లికి పాలు చూడఁగనె భయము గలిగినట్లు జూదపుబాక పేరు చెప్పఁగానే గంగాధరున కడలు పుట్టించునట్టి వైపరీత్యమొకటి జరిగెను. ఒక యమావాశ్యనాటి రాత్రి యేడెనమండుగురు జూదగాండ్రు మై మఱపించు సంతోషముతో జూదమాడనారంభించిరి. పొరుగూరి నుండి వచ్చిన యొక కాఁపువాఁడు నాటి రాత్రి లక్ష్మీకటాక్ష సంపన్నుఁడై యైదువందల రూపాయలు గెలుచుకొనెను. ఓడిపోయినందువలన గలిగిన పరాభవమునకుఁ దోడై ధననష్టము జూదగాండ్రకు మేరలేని మత్సరము గలిగించెను. ఆ కాఁపువాఁడు గెలిచిన విత్తము మూటఁ గట్టుకొని స్వగ్రామమునకుఁ బోవ సమకట్టెను. మరల జూదమాడవలసినదని తక్కిన జూదరులు వానిని బలవంతము పెట్టిరి. ఎంత నిర్బంధించినను వాఁడు పందెము వేయనని బిఱ్ఱబిగిసి కూర్చుండెను. గంగాధరుఁడు గూడ కాఁపువానిని జూచి "నీకిది

న్యాయము కాదు. అందఱిసొమ్ము నీవు గెలుచుకొని మూటగట్టుకొని పోవుట మంచిదికాదు. తెల్లవారినదాక నీవాడి యప్పటికెంత సొమ్ముండునొ యది పట్టుకొని పోవుట ధర్మ"మని హితోపదేశముఁ జేసెను. కాఁపువాఁడు గంగాధరుని మాట లెక్కసేయఁడయ్యె. ఇద్దరుముగ్గురు జూదగాండ్రావలకుఁబోయి యేమో గుసగుసలాడి తిరిగి పాకలోనికి వచ్చిరి. కాఁపువాఁడు మూట పట్టుకొని లేచెను. అప్పుడిద్దరు జూదగాండ్రు వానిని రెండు తన్నులు తన్ని నేలఁబడవైచి నోట గుడ్డలు క్రుక్కి చెప్పుల కాళ్ళతో గొంతుఁమీద ద్రొక్కి గడియలోఁ జంపిరి.

అట్లు చేయుదు మని వారు గంగాధరునితో నాలోచింపలేదు. అంత పని జరుగునని యతఁ డెన్నడు దలంపలేదు. అతఁడాజానుబాహుఁడైనను మున్నెన్నఁడు గ్రౌర్య మెఱుఁగని బ్రాహ్మణుఁడగుటచే నతని గాళ్ళు గడగడ వణఁకెను. మేన ముచ్చమటలుఁబోసెను. అయ్యో! యయ్యో! యను నవ్యక్తధ్వని తప్ప యతని నోట మారుట మాట రాదయ్యెను. తక్కిన జూదగాండ్రు కాఁపువాని శవము రాళ్లు కట్టి సముద్రములో బాఱవై వలయునని బండల నిమిత్తము వెదకుచుండగా నంతలో దొంగలాంతరు చేతఁ బుచ్చుకొని బాకలో దమ కేర్పడిన మామూలు వసూలు చేసికొనుటకై ముగ్గురు పోలీసువాండ్రక్కడకు వచ్చిరి. అందులో నొకఁడు హెడ్డు, తక్కినవాండ్రిద్దఱు సామాన్య భటులు. ముందుగా వారా పాకలోఁ బ్రవేశించి జూదగాండ్రకు నాయకుడైన వెంకటస్వామిని బిలిచిరి. వెంకటస్వామి లేఁడని యొకఁ డుత్తరముఁ జెప్పెను. ఆ పండుకొన్నావా రెవరని యొకఁడడిగెను. రెండవవాడు మఱికొంత ముందుకుఁబోయి చూచి వాడు పండుకొనలేదు, చచ్చిపడియున్నాడని హెడ్డుతో బదులు చెప్పెను. "ఓరీ తుంటరులారా! ఖూనీ చేసినారా? ఇప్పుడు మిమ్మందఱను బట్టుకొని స్టేషనుకు దీసికొనిపోదును. నిలువుఁడు నిలువు"డని హెడ్డధికారము జేసెను. రాళ్ళ నిమిత్తము వెళ్లిన వెంకటస్వామియు మఱియొకడును వారిరాక జూచి పిక్కబలమును శరణుజొచ్చి తిరిగి చూడక యొక్క పరుగున నిల్లుజేరిరి.

గంగాధరుడు తక్కి తన వారంద రీ హత్యలో నేదో కొంత భాగము కలవారె. పోలీసువారిని జూడగనె గంగాధరుని మీది ప్రాణములు మీదఁకి పోయెను. హేడ్డు కోరచూపులు చూచి "యిప్పుడు మిమ్మందఱను నెఱ్ఱస్టుచేసినాను. పాకవదలి వెళ్ళవ"ద్దని హుంకరించి పలికెను. రాజభటులను బ్రసన్నుల జేసికొనుటలో నారితేరిన జూదరు లిద్దఱుముగ్గు రందులో నుండిరి. అందొకడు హేడ్డు నావలకు బిలిచి రెండు చేతులు బట్టుకొని యిట్లనియె. "అయ్యా! మీరిందులో మమ్మీలాగున శ్రమపెట్టగూడదు. ఏడాదిగా మీకు ముప్పది రూపాయలు మీ కానిస్టేబులందఱికి నేబది రూపాయలు, మీ యినస్పెక్టరుగారికి ప్రత్యేకముగా నూరు రూపాయలు మామూళ్ళిచ్చుచున్నాము. అవిగాక మీపై యుద్యోగస్తులు వచ్చినారన్నపుడు కోళ్ళు కోడిగ్రుడ్లు రెండు మూఁడుసారులు మేఁకలు పాలు, పెరుగు మీకిచ్చినాము. చిక్కువచ్చినపుడు కాపాడకపోయిన మేమేమి కావలసినది? అతనిని మేము చంపలేదు. వాఁడు జూదమాడుటకు వచ్చిన మాట నిజము. అతనికి రాఁగానే గుండెలలో నొప్పి వచ్చినది. జాముసేపు గిజగిజ తన్నుకొని చచ్చినాఁడు. ఇదిగో యైదువందల రూపాయల మూట. ఇది తమరు పుచ్చుకొని

యనుగ్రహించి మమ్మొక దరికి జేర్పవలయును." ఆ మూట చూడగాఁనే యతఁడు ఖూనీ మాట మఱచెను.

"ఏడిచినట్లెయున్నది. గుండెలలో నొప్పి వచ్చి యితడు పోయిన మాట నిజమైయుండవచ్చును. కాని త్వరగా నేదియో యొకటి తేల్చుకొండి. రెండు జాములు దాటిపోయినది. మీరు మంచివాళ్ళన్నమాట మాకు తెలియును గనుక వదలివైచినాము. మఱియొకరైతే యీ పాటికి మిమ్మందఱను స్టేషనులో బెట్టియుందురు. ఇంక మేమిక్కడ నుండఁగూడదు. మీపని మీరుచేసికొనుఁ"డని భటులనిద్దరిని వెంటబెట్టుకొని యతఁడు పాపము మూటగట్టుకొన్నట్లె యైదువందల రూపాయలు మూటగట్టుకొని భటులకుఁ జెరియొక పాతిక రూపాయలిచ్చి తన జాతకము మిక్కిలి గొప్పదనియుఁ దనయట్టి యదృష్టవంతుఁడు లేఁడనియు నెంచికొనుచు నింటికిఁ బోయెను. రాజభటులరిగిన తరువాత కొందఱు జూదరు లాశవమునకు రాళ్ళుగట్టి సముద్రములో పాఱవైచిరి. అదియెల్ల గంగాధరుఁడు చూచుచు నూరకుండెను. ఆ కార్యము వలదన్న పక్షమున వారు తన్ను గూడ చంపుదురేమోయని శంకించి నోరు మూసికొని యూరకుండెను. శవమును పాఱవైచి జూదగాండ్రొకఁడు బోయిన దెసకొకఁడు పోవజాలిరి. అందఱు వెళ్ళిన తరువాత గంగాధరుఁడు మిక్కిలి భయపడుచు మాటి మాటికి వెనుకకుఁ ముందునకు జూచుకొనుచు నులికిపడుచు జగన్నాయకపురము దాటి కాకినాడ వెళ్ళి యొక యరుగుమీద బండుకొని నిద్రపట్టక కాఁపువాని విగ్రహమే మాటిమాటికిఁ గన్నుల ముందర గనఁబడ వెఱగందచు లేచి కూర్చుండి తెల్లవారునప్పు డుప్పుటేటికిఁబోయి స్నానము జేసి యా దినమన్నము దినక యే పనియుఁ జేయఁజాలక జబ్బుగా నున్నదని ముసుగు పెట్టుకొని పండుకొని "యిక ముందెన్నఁడు జూదమాడఁగూడదు. నా యెత్తు ధనము పోసినను జూదబాకలోనికి వెళ్ళఁగూడదు. నేటితో నాకు బుద్ధి వచ్చిన"దని నిర్ధారణము జేసికొనియెను. చేసికొనుటయేగాదు. ఆ నిర్ధారణము ప్రకారము యావజ్జీవము నడచుకొనియెను. ఎప్పుడైన జూదము మీఁద ధ్యానముపారెనా నాటిరేయి దారుణకర్మ యతనికి జ్ఞాపకము వచ్చి యా సంకల్పము మరల్చుచుండును.

సింహాచలము మృతినందుటచేతను జూదముమీఁద వైరాగ్యము పొడముట చేతను వివాహము గురి చేసికొనుట చేతను గంగాధరుఁడు కొంతసొమ్ము నిలవజేసెను. అతని యిల్లు ధనధాన్యసమృద్ధిగలదై వెలయుచుండెను. పలుమారు చూచి మందపల్లి నివాసుఁడైన కోట కోనప్పయను బ్రాహ్మణుఁడు పిచ్చమ్మ బ్రతిమాలిన మీఁదట రెండు సంవత్సరముల వయస్సుగల తన కూఁతురును నాలుగువందల రూపాయలు పుచ్చికొని గంగాధరున కీయ నిశ్చయించెను. అప్పుడు గంగాధరునకు నలువది సంవత్సరములు వయస్సు. ముక్కుపచ్చలారని చిన్నబిడ్డను నలువది యేండ్ల వానికిచ్చి పెండ్లి సేయుచున్నావా యని కోనప్పను కొందఱడుగ నతఁడిట్లనియెను. దైవానుగ్రహము కావలెను, కాని చిన్న యేమిటి, పెద్ద యేమిటి. మొన్న నీ మధ్య పదియేండ్ల పిల్లను పదియాఱెండ్ల పిల్లవానికిచ్చి లక్షాధిపతియైన యొక బ్రాహ్మణుఁడు వివాహము జేసినాఁడు. మూఁడు నెలలు తిరగకుండ పిల్లవాఁడు పోయినాడు. మా పినతండ్రిగా రఱవది యేండ్లు వచ్చిన తరువాత పెండ్లి

జేసికొని నలుగురు కొడుకులను కన్నాఁడు. అదృష్టము ప్రధానము కాని వయస్సు కాదు. అది యదృష్టవంతురాలైన పక్షముననే మందేశ్వరస్వామివారి యనుగ్రహము చేతనైనను, దాని కడుపు నాలుగు కాయలు కాయకపోవు. ఇంతకు గంగాధరుని యొక్క వంశము నిలబెట్టి పున్నెము గట్టుకొనవలెనని మంచి యుద్దేశముతో పిల్ల నిచ్చుచున్నాను. యాశాపాతకుడఁను కాను. భాగ్యవంతునకు భూములున్న వానికి బ్రతిమాలి యెవరో యొకరు కాళ్ళు కడిగి వరదక్షిణనిచ్చి కన్యాదానము జేయుదురు. ఇటువంటి వానికి పిల్లనిచ్చుటయే యిచ్చుట. పిల్ల మీద నాలుగువందలు పుచ్చుకొన్నప్పటికి మాకిది పెండ్లి ఖర్చుల క్రింద సరిపోవును. అందులో మిగులునదిలేదు. మేము తిన్నదిలేదు. వట్టి యల్లరేకాని నా కిందులో లాభము లేదు. ఒకవేళ పుచ్చుకొనుట దోషమైనప్పటికి వంశము నిలిపిన పున్నెమెక్కడికి బోవును. వరుఁడా దిట్టమైన వాఁడు కావలసినవాఁడు. మా పెద్దలు వాళ్ళ పెద్దలు గలసి యొక కుటుంబములాగున నుండెడివారు. పెండ్లి కుమారునకు ముక్కువంకర కన్ను వంకరలేవు. అన్నోదకములిచ్చి యాలుబిడ్డలను బోషించగల సమర్థుడు. సాంప్రదాయము మాట మనము వేరె నెంచుకొన నక్కఱలేదు. కాదాయెనంటు నీళ్ళు మోసినాఁడా? దానికేమీ డబ్బు లేనప్పు డేపనియైనఁ జేయవచ్చును. అందుచేత నేను గంగాధరునకు నా బిడ్డను తప్పక యిచ్చెదను.

అనుకొన్నట్లు వివాహము జరిగెను. వివాహములోఁ బెండ్లికూతురు మారము పెట్టి యరటిపండ్లు దిన్నందున జలుబుచేసి జ్వరమువచ్చి బాల పాప చిన్నె గనఁబడెను. కాని యగ్గిపెట్టెలు బొగచుట్టలు గంగాధరుని యొద్దనెప్పుడు సిద్ధముగ నుండుటచే నతఁడు బ్రహ్మాస్త్రమువలె బొగచుట్ట దెబ్బ ప్రయోగించి భార్యను బ్రదికించుకొనియెను. పొగచుట్ట కాల్చుట దోషము కాదనియు నొకా నొకప్పుడది మహోపకారమనియు దానివలన నెన్నో ప్రయోజనములు కలవనియు నప్పుడు గంగాధరుడు తనచుట్టుఁ జేరిన బంధుగణమునకుఁ జెప్పి చక్కని లంకాకుచుట్టలు హోమము జేసిన పక్షమున దేవతలు సయితము దాని వాసనలకు సొక్కి మనమే చెప్పినట్లు విందురని యుపన్యసించి దాని రుచి దాని వాసన దాని షోకు నెఱుఁగని పరమశుంఠలు గొందఱు వైదికులు తప్పందురు. కాని దాని సారస్యమెఱిఁగినవారు దానిని మెచ్చి కొనియాడుదురని వక్కాణించి యిదివర కలవాటు లేని వారందఱు నిఁకమీదనైన యలవాటు చేసికొని సౌఖ్యమనుభవించవలసినదని హెచ్చరించి కట్టకడపట నిట్లనియె. "నాకే శంకరాచార్యస్వాముల వారి యధికారమున్న పక్షమున చుట్టకాల్చని చచ్చువెధవలందరిని వెలివేయుకపోదునా? ప్రతి దొడ్డిలోను పొగాకు మొక్కలు నాటించనా? చుట్టకాల్చినవారి శరీరము వజ్ర శరీరమగును. కాని వానికెప్పుడు రోగమురాదు. లంక పొగాకు కషాయము కాచి మూఁడు పూటలిచ్చిన పక్షమున యజ్ఞములు చేసిన సోమయాజులు వారికి, శాస్త్రుల వారికి ఛాందసములు వదిలిపోవును."

పెండ్లి సలక్షణముగ జరిగెను. పరిణయానంతరమున గంగాధరుఁడు కాకినాడకు బోయి యెప్పటియట్ల దనవృత్తి యందుండెను. కాలక్రమమున సింగమ్మ బాలారిష్ట దోషములు గడచి పదమూఁడవయేట రజస్వలయయ్యెను. ఏబది మూడవయేట గంగాధరునకుఁ బునస్సంధానమయ్యెను. అప్పటికతనికి దురదృష్టవశమున దగ్గు

సంభవించెను. కాని శరీరము దృఢముగానేయుండెను. గంగాధరుఁడు పునస్సంధామైన తరువాత మామగారి ప్రేరణముచేతఁ గాకినాడ వదలి మందపల్లిలో నొకయిల్లుగొని యందుఁ బ్రవేశించెను. కాపురమునకు వెళ్ళిన నాలుగేండ్లకు సింగమ్మకు వరప్రసాదియైన పప్పుభొట్ల వంశరత్నాకర పూర్ణచంద్రుఁడై యీ కథానాయకుఁడైన గణపతి జనించె.

ఎనిమిదవ ప్రకరణము

చదువరులారా! మీరెన్నఁడైన జన్మమధ్య మందొక పిల్లపిశాచమును జూచి యుందురా? "ఓహోహో! పిశాచగణములోఁ జేరిన వారికేగాని పిశాచములు కనఁబడవు. మేమట్టి పిశాచగణములోఁ జేరినవారముకాము. కనుక పిల్ల పిశాచమునుగాని పెద్ద పిశాచమును గాని జూచి యెరుఁగ"మని మీరు నాగ్రహముగ నా ప్రశ్నకుత్తరమిత్తురు కాబోలు. సరే అట్లయిన క్షమింపుఁడు. పిశాచముల మాట నెత్తదలఁచుకొనలేదు. పోనీ మఱియొక మాట కుత్తరమిండు. మీరెన్నఁడైన నొకకొండముచ్చును జూచియుందురా? చూచి యుందురా యని నేను వేరే యడుగనక్కఱలే దని తలంచెదను. ఏలయనఁ గొండముచ్చుదర్శనము జేయనివారెవ్వరుండరు. పండిత రాయలని ఢిల్లీశ్వరునిచే బిరుదుపొందిన జగన్నాథపండితుడు చెప్పినట్లు మహోన్నత వృక్షశాఖలు పీఠములుగ కిచకిచలు సరస సల్లాపములు బరుకులు కరపులు బంధుసత్కారముగఁ దోఁటలలో దొడ్లలో గొలువుదీర్చి యుండు నీకిష్కంధాపురాగ్రహారీకుల మొగము లెవ్వరెఱుఁగరు. మానవ జాతికెల్ల మూలపురుషుడని ప్రకృతి శాస్త్రజ్ఞులచే నిర్ణయింపఁబడి కళత్ర వియోగముచే నంతరాయములేని యలమటనొందిన రఘురామునకు సముద్ర బంధన మందును లంకా విజయమునందును రావణ కుంభకర్ణాది దుష్టరాక్షస సంహారమందును మిక్కిలి తోడ్పడి చాంచల్యమున కెల్ల నిలయమైన యా మర్కటము నొక్కమారు స్మరింతురేని మీ కిహ పరములు రెండును గలవు. ఇహమెట్లు కలుగునని మీకు సందేహము దోచవచ్చును. పరబ్రహ్మ స్వరూపుడని ప్రాచీనులచే వర్ణింపఁబడి శ్రీరాముని సేవకులను దలంచుకొన్నంత మాత్రమున మీ పాపపుంజము భస్మీపటలమగును. ఇదే పరము. ఇహమేది యన మర్కట రూపము మనసుననిల్పి నంతమాత్రమున మన కథానాయుని రూపురేఖా విలాసములు కొంతవఱకు దేటపడవచ్చును. ఒక కొండముచ్చున్న దనుకొనుడు. తోక లేదనుకొనుడు. అది మనుష్యాంగన యొడిలోనుండి పాలు ద్రావుచున్నదనుకొనుడు. అది చెట్టుకొమ్మమీద గాక యొకయింట నొక నులకమంచము కుక్కిమీదఁ బండుకొన్న దనుకొనుఁడు. దాని మొగము మీద తిరగలి గంట్లవలె మశూచకము మచ్చలున్న వనుకొనుఁడు. కుడికన్ను మెల్లయనుకొనుఁడు. కుడికంటిలో గొప్ప కందిగింజంత కాయ యనుకొనుఁడు. చేతులు మోరులు దిగిన వనుకొనుఁడు. దొడ్డికాళ్ళనుకొనుఁడు. మొదటనే గుజ్జురూపమనుకొనుడు. ఆ గుజ్జునకు దగని బొజ్జ యున్నదనుకొనుడు. శరీరమునిండ రోమకళ యనుకొనుడు. మనస్సు మరియొక పదార్థముమీఁదికి గాని యాలోచన మీఁదికిగాని చలింపకుండ నిశ్చలముచేసి యొక్క నిముసము మీరు ధ్యానము చేయుదురేని గణపతి రూపము మీకు భావగోచరమగును.

గణపతి సహజముగానే వికృతరూపుఁడు. మశూచికము మీఁద మెరుగులు దిద్దినది. మొదలేకోతి యామీఁద దయ్యము పట్టినదన్నట్లు మొదలే కురూపియైన వానికి మశూచికము వికారములు దెచ్చినపుడు వాని యందమింక వేరే చెప్పవలయునా? గణపతి పుట్టిన రెండు మూఁడు మాసములకే గంగాధరుని తల్లగు పిచ్చమ్మ కాలధర్మము నొందెను. గంగాధరుఁడు తన కుమారుఁడు చెడ్డ నక్షత్రమున జన్మించుటచే దనతల్లి మృతినొందెనని విచారించి నాయనమ్మ గండమున బుట్టిన వెధవ వీడని తఱచుగాఁ దిట్టుచుండును. ఆ గ్రామమున జోష్యుల జోగావధానులను గొప్ప జ్యోతిశ్శాస్త్రజ్ఞుడుండెను. గంగాధరుఁ డాయనయొద్దకు బోయి "యయ్యా! నా కుమారుఁడు పుట్టిన మూఁడు నెలలకే మాయమ్మ చచ్చిపోయెను. వీని మూలమున నింకెవరెవరు చచ్చిపోదురో యని భయమగుచున్నది. కాఁబట్టి వీని జాతకము వ్రాసి మీరెవరికేమి గండములున్నవో యేమి శాంతులు చేయవలెనో చెప్పవలె"నని యడిగెను.

అనవుడు జోగావధానులు మీ పిల్లవాఁడు జన్మించిన తిథివారము నక్షత్రము చెప్పిన పక్షమున జాతకము వ్రాసెదనని బదులు చెప్పెను. అన గంగాధరుఁడు తలయెత్తి పైకి చూచి కొంచెమాలోచించి వ్రేళ్లు మడిచి లెక్కపెట్టి యయ్యా! మావాడు పుట్టినరోజు సరిగా జ్ఞాపకము లేదు. ఉండండి ఉండండి ఆలోచించి చెప్పగలను. వెంకన్న పంతులుగారి తల్లిగారి నెలమాసికము రేపనగా నా రాత్రి దీపాలవేళ పుట్టినాఁడు. నీకేలాగున జ్ఞాపకమున్నదందురేమో, వినండి. మరునాఁడు బ్రాహ్మణార్థమునకు రమ్మని వెంకన్న పంతులుగారు నన్ను పిలువవచ్చినారు. నా పెండ్లాము నొప్పులు పడుచున్నది. పురుఁడు రాకపోయిన పక్షమున రేపు రాగలను. వచ్చినయెడల రాఁనని చెప్పినాను. ఆయన వెళ్ళిపోయిన గడియలోనే వీడు జన్మించినాఁడని యతఁడుత్తరము చెప్పెను. సరే వెంకన్నపంతులుగారెప్పుడు పోయినారో నీవెఱుఁగుదువా? యని జ్యోతిష్యుఁడడుగుటయు గంగాధరుఁడు తమ గ్రామములోని కెవరో తూర్పునుండి గొఱ్ఱెగేదెలమ్మిదెచ్చినారే అప్పుడు. అదెప్పుడో చెప్పగలను వినండి అమ్మవారి జాతర యెల్లుండనఁగా నే నప్పు దమ్మవారికి బలినిమిత్తమై మేకకోసము తిరుగుచుండగా, వెంకన్న పంతులుగారు పోయినారు. వీరు మోతకు రావలసినదని నన్ను నరిసిగాడు పిలిచి తీసికొని పోయినాఁడు. మరొక సంగతి. 'కంచలి కామాక్షిగారి పశువులపాక కాలిపోయిన రోజండి' యని కొన్ని సంగతులు జ్ఞాపకము చేసెను. ఆ సంగతులనుబట్టి గణపతియొక్క జన్మదినము జోగావధానులుగారికి స్ఫురింపలేదు. గొఱ్ఱెగేదె లెవరు తెచ్చిరో యెప్పుడు తెచ్చిరో యాయనకు జ్ఞాపకములేదు. ప్రాణము విసికి యెట్టకేలకాయన వెంకన్న పంతులుగారెప్పుడు పోయినారో యాయన కొడుకు నడిగి తెలిసికొనిరా. దానినిబట్టి నెలమాసిక మెప్పుడైనదో పంచాంగముజూసి ఈ పిల్లవాని జాతకము వ్రాసెదను. మూఁడు రూపాయలు మాత్రము తీసికొనిరా యని చెప్పి పంపెను.

ఆ సాయంకాలముననె గంగాధరుఁడు మూఁడు రూపాయల ముడుపు చెల్లించి వెంకన్న పంతులుగారి మరణదినము కుమారు నడిగి తెలిసికొని వచ్చి చెప్పెను. మరునాఁడు సాయంకాలమునకె జాతకము వ్రాయఁబడియెను. జాతకము తాటియాకు

మీఁద వ్రాసి యది గంగాధరునకిచ్చి జోగవధానులు "గంగాధరుఁడూ మీవాఁడఖండ ప్రజ్ఞావంతుఁడై దేశ దేశములందు మహాప్రసిద్ధి కెక్కి నీ వంశమున కెంతో పేరు ప్రతిష్ఠలు తెచ్చును. ఇంతకు నీ యదృష్టము మంచిది. నీ పుణ్యముచేత నీకు సుపుత్రుఁడు కలిగినాడు. ఇటువంటి జాతకము నెనెక్కడ చూడలేదు సుమీ. మీయింట నిఁక నెవరికి గండములులేవు. ఉన్న గండమేమొ ముసలమ్మ మీఁద కొట్టుకొని పోయిన" దని స్తుతించి సంతోషపరచి పంపెను.

గంగాధరుఁడు తన కొడు కేరాజునొద్దనైన మంత్రియె యగునో లేక చతుశ్శాస్త్ర పండితుఁడె యగునో ధనము సంపాదించి కోటికి పడగెత్తునో సర్కారువారియొద్ద గొప్ప యుద్యోగముచేయునో యేదో గొప్ప యైశ్వర్యము కుమారున కున్నదని కులుకుచుఁ దనయింట నెవరికి మఱి గండములు లేవని చెప్పినందుకు మిగుల సంతుష్టి నొందుచు జాతకమున్న తాటియాకు నింటికి దీసికొనిపోయి పడమటింటి వసారా చూరులో విభూతి బుట్ట కట్టిన చోటునకు సమీపమున దోసెను. జోగావధానులుగారి జ్యోతిష్యము గణపతి విషయమున మిడతంభట్టు శకునంవలె గొంతవఱకు నిజమయ్యెను. దేశదేశముల యందతఁడు ప్రఖ్యాతుఁడగు ననుమాట యక్షరాల నిజమయ్యెను. ఇఁకమీద గండములు లేవని యాయన చెప్పినమాటమాత్ర మబద్ధమయ్యెను. వరప్రసాదివలె జనించిన యీ కుమారుని ముద్దుముచ్చటలు కన్నులారా జూచి యానందించుటకును జాతకములో సూచింపఁబడిన ప్రకారము కుమారుఁడు ప్రసిద్ధ పురుషుఁడై యుండగా గనుగొను భాగ్యము గంగాధరునకు లభియించినదికాదు. గణపతికి నాలుగేండ్లయిన నిండకమునుపే గంగాధరుఁడు మృతి నొందెను. గణపతి కప్పటి కుపనయనము కాకపోవుటచే గంగాధరున కుత్తరక్రియలు బాలకునిఁమీదనే కర్తవ్యము పెట్టి మేనమామ చేసెను. గంగాధరుని యొద్ద వున్నధన మతఁడుండఁగనె చాల మట్టుకు వ్యయమయ్యెను. మిగిలినదతఁడు పోయిన వత్సరము లోపుననె కర్చుపడెను. సంసారము మొదటికి వచ్చెను. గణపతి మాతృ సమేతముగ మేనమామయింటనే ప్రవేశించెను.

అతని స్థితి కొంచెము బాగుండుటచే నతఁడు మేనల్లున్ని దోబుట్టువును గొంత కాలము పోషించగలిగెను. గణపతికి గర్భాష్టమం దుపనయనము జరిగెను. బలిచక్రవర్తిని వంచించుటకై పూర్వకాల మవతరించిన వామనమూర్తి యొక్క యవతారమన్నట్లు, కర్కోటకుఁడు కఱచిన పిదప బాహుకుండను పేరుతో ఋతుపర్ణు నాశ్రయించి యున్న సాక్షాన్నలరూపమట్లు చూచువారి కెంతో నవ్వు పుట్టించుచు గణపతి భూమికి జానెడై వడక పెండ్లికొడుకై పీటలమీఁదఁ గూర్చున్నపుడు చూచినవారిదె యదృష్టము. గాయత్రీమంత్ర మతనినోట నుచ్చరింపఁ జేయుట పురోహితుని తరమైనది కాదు. గాయత్రీ మంత్రము వచ్చుగాక రాకపోవుగాక మెడలో జందెము పోగులు మాత్రము పడెను.

అక్షరాభ్యాస మైదవయేటనేయైనను నుపనయనమైన తరువాతనే గణపతిని బడికి పంపించిరి. చదువుసందియలు రెండు సమానముగానే వచ్చెను. గణపతియొక్క తెలివితేటలకు గాయత్రీమంత్ర ముపదేశించినపుడు పురోహితు డెంత సంతోషించెనో యోనమాలు చెప్పునపుడు వ్రాయించినపుడు పంతులుకూడ నంతే సంతోషించెను.

గణపతిని బడికి పంపుట తల్లికి మేనమామలకు నష్టకష్టములలో నొకకష్టమయ్యెను. గణపతి పాఠశాలకు పోవునపుడు జరిగెడు నుత్సవమును భాగవతము జలక్రీడలు మొదలగు నాటలు జూచుటకు బోయినట్లె పోయి యూరిలో ననేకులు తీరుబడి చేసికొని చూచి సంతోషించుచుందురు. గణపతి యాకారము చేతను వయస్సుచేతను మిక్కిలి కుఱ్ఱవాఁడై నను వానిని బడికొక్కరు తీసుకొని పోవజాలఁడయ్యెను. ఆ పని తల్లికి సాధ్యము కాకపోయెను. పంతులుగారు చింతబరిక పుచ్చుకొని ప్రతిదినము నుదయముననను సాయంకాలముననను మెటికల వంటి నలుగురు పిల్లలను వెంటబెట్టుకొని రావలయును, ఆ నలుగురు యజ్ఞపశువును బడద్రోసినట్లు గణపతిని నేలబడ ద్రోచి కాళ్ళిద్దఱు చేతులిద్దరు బట్టుకొని తీసికొని పోవుచుందురు.

గణపతి సమయోచితముగ వీలువెంబడిని తన పాలిఁటి యమకింకరుల వంటిఁ యా నలుగురు పిల్లలను గోళ్ళతో బరికియు గిల్లియు వాడిపండ్లతో గరచియుఁ గాళ్ళతో దన్నియు నిట్టటు విసిరి తలతో గొట్టియుఁ మీఁద నుమిసియు నోటికి వచ్చినట్లు తిట్టియు నూరందరుజేరునట్లు కేకల వైచియు బూట పూట కొకనాటక మాడుచుండును. పంతులుగారు వజ్రాయుధము వంటి చింతబరికెతో నెడనెడ వీపు మీఁద సమయోచితముగ వడ్డించుచుండును. బరకులు కరపులు తన్నులు గిల్లులు మొదలగు బహుమానములలో గురువుగారికి భాగము లేకపోయినను శరపరంపరలై వెడలు తిట్లలో మాత్రమాయనకు పెద్దభాగమె వచ్చుచుండును.

బడికి వెళ్ళిన తరువాత సయితము గురువుగారిని సుఖముగ నుండనిచ్చువాఁడు కాదు. కన్నుమూసి తెరచు నంతలో నతఁడు మాయమగుచుండును. చుట్టుప్రక్కల వెదకి వెదకి పంతులు కనుగొనలేక విసుగు చుండును. బడిపేరు చెప్పగానే గణపతికి నడుమునొప్పి కాళ్ళుతీత కడుపునొప్పి గుండెపోటు తలనొప్పి మొదలగు రోగములు పొడసూపుచుండును. ఈ రోగముల నప్పుడప్పుడు పంతులుగారు బెత్తము ప్రయోగించి చికిత్సలు చేసి కుదుర్చుచుందురు. ఎన్నిమారులు చికిత్సలు చేసినను వాని కారోగము మాత్రము కుదరలేదు. ఎల్లరోగములు చికిత్సలకు సాధ్యమగునా? బడిమాని యే పని చేయమన్నను మన గణపతికి పరమానందము. బడిపేరు చెప్పగానె యతని మొగము వెలవెల బోవును. ఈ మహాపద దప్పించుకొనుటకై యతఁడెన్నో యుపాయములు పన్నుజొచ్చెను. తెల్లవారుచున్న దనఁగానె యతని కెంతో భయము. ఏలయన మేనమామ బడికి పొమ్మనును. అందుచేత దినమంతయు రాత్రిగానె యుండవలయునని యతఁడు కోరుచుండును. పంతులుగారికి రోగము రావలయునని యతఁడెన్ని మారులో కోరెను. కోరుటయే గాదు. ఒకసారి చీకటితోనేలేచి కాకులు కూయకమున్నె యమ్మవారి గుడికిఁ బోయి తలుపుదగ్గఱ నిలిచి "యమ్మవారా, తల్లీ! మా పంతులుగారికి విశూచిజాడ్యమైన మరియే రోగమైన దెప్పించి చంపితివా నీకు బలిసిన కోళ్ళను రెంటిని యెత్తుకు వచ్చి బలియిచ్చెదను. లేదా ముష్టియెత్తియైన మంచి మేకపోతును బలియిచ్చెద"నని దండము పెట్టి మ్రొక్కుకొనెను. కాని యా యమ్మవారి కతఁడేమి విషము పెట్టెనో కానని యతని మొక్కులు సరకుగొనక పంతులు జోలికిపోక యూరకుండెను. ఎన్నిమారులు చలిది

నైవేద్యములు చలిమిడి పానకములు గ్రహించి యొకటి రెండు సారులు గరగలుకూడ గైకొని యా గ్రామదేవత యవసరము వచ్చినప్పుడు కృతఘ్నురాలై తన పని చేయక ననాదరణము చూపినందుకు గణపతికెంతో కోపము వచ్చినది. కాని యమ్మవారగుటచే తనకేదేని యాపద గలిగించు ననుభయము చేత నామెను దూషించక యూరకుండెను.

బడికి వెళ్ళవలసి వచ్చినప్పుడు కడుపునొప్పి బాధ నభినయించి యూరక వాము రసము శొంఠిరసము ద్రాఁగుచుండును. తలనొప్పి లేకపోయినను రెండు కణతలు పట్టుకొని చాల బాధ నభినయించి కణతలకు శొంఠి గంధము మెత్తును. బడికి బోవకుండుటకై యతఁడెన్నోసారులు రోగము పేరు చెప్పి మిరియాలరసము గూడ ద్రాఁగెను. ఒకనాఁడు గణపతి నడుమునొప్పి యని బడిమానగా మేనమామ చిత్రమూల రసము తీయించి పట్టు వేయించెను. దాని మంటకైన నతఁడు సహించెను. కాని బడికి బోవుట కిచ్చగింపఁడయ్యె. ఒకటి రెండుసారులా దుండగుఁడు గాజు పెంకుతో దన శరీరము గీచుకొని కోఁతిపుండు బ్రహ్మరాక్షసియయ్యె నన్నట్లు దానిని గొప్పపుండు చేసికొని యెన్ని మందులు వైచిననూ పుండు మానకుండునట్లు ప్రయత్నము చేసి కొన్ని దినములు బడిమానెను. పాఠశాలాపత్తు తప్పించుకొనుటకై యతఁడు దాఁగని చోటు లేదు. ఎక్కని చెట్టులేదు. దూరని డొంకలేదు. ఒకనాఁడు పొణకలోఁ గూర్చుండును. ఒకనాఁడటక మీఁద నెక్కి కనబడకుండును. పాడు గృహములలో గూర్చుండును. గణపతి బుద్ధి పాదరసమువంటి దగుట చేత బడియాపదఁ దప్పించుకొనుటకై యతఁడెన్నెన్నో ప్రయత్నాలు చేసెను. కాని జీవచరిత్రలు సరిగా వ్రాయువారు లేకపోవుటచే నవియెల్ల మనకు దొరికినవి కావు. చదువరుల యదృష్ట వశమున నటువంటి వొకటి రెండు మాత్రమే లభించినవి. అటువంటివి లభించినప్పుడు వ్రాయకపోవుట చరిత్ర యెడ మహాదోషము జేయుటయని గ్రంథ విస్తరణదోషమునకైన నొడఁబడి వాని నీ క్రింద నుదహరింప వలసి వచ్చె.

గణపతి కొకనాఁడు తెల్లవవారుజామున నాలుగు గడియల ప్రొద్దుండఁగా మెలఁకువ వచ్చెను. పెందలకడ మెలఁకువ వచ్చినపుడు దైవప్రార్థనము జేసికొనవలసినదని తల్లియు మేనమామయు నతనితో జెప్పుచుందురు. కాని యట్టి పనిఁ జేయుటకతని కెన్నడవకాశము చిక్కలేదు. తెల్లవారుచున్న దనఁగానె పంతులుగారు పాఠశాల పంతులు గారి చేతిలోని బెత్తము వాని కన్నులకు గట్టినట్లెదుట కనఁబడుచుండును. ఆ యాపదనెట్లు తప్పించుకొనవలయునని యుపాయములు వెదకుట తోడనే కాలము వెళ్ళిపోవుచుండును. ఆనాఁడతఁడు తెల్లతెల్లవారుచుండగా లేచి దొడ్డిదారిన పాటిపోయి చాకిరేవున కరిగి పెద్ద చాకలి బానకింద దూటి కూర్చుండెను. నాలుగు గడియల ప్రొద్దెక్కిన తరువాత చాకలివాఁడు రేవునకుఁబోయి తన బాననెత్తి చూచునప్పటికి దానియడుగున గణపతి కూర్చుండి యుండెను. పంతులు తన జాడ దెలిసికొని వచ్చెననుకొని గణపతి గూన యెత్తగానే పారిపోయెను. తనబాన బగులగొట్టుటకు వీఁడెవడోఁ ప్రయత్నము జేయుచున్నాఁ డని చాకలి దఱుముకొని పోయి లేఁడివలె పరుగెత్తుచున్న యా డింభకుని బట్టుకొనలేక మరల వచ్చెను.

మఱియొకనాఁడు బడికి బోవనందుకు మేనమామ కోపించి యీత జువ్వతో నెత్తురు వచ్చునట్లు కొట్టెను. ఆ సాయంకాలము మేనమామ వీధిలోనికి వెళ్ళిన తరువాత నేనీ దెబ్బలు తినలేను. చచ్చిపోవుదునని గణపతి తల్లితోఁ జెప్పెను. తల్లి బతిమాలి కోమటింటి నటుకులు బెల్లము జీడెలు గొనిపెట్టి యోదార్చెను. గణపతి యవియెల్ల భక్షించి మేనమామ నెట్లయిన లొంగదీయవలయునని సంకల్పించి రాత్రియైన తరువాత నిల్లుకదలి వెళ్ళుట కతనికి మిక్కిలి భయమగుటచేత తనవంటి దుండగునె మఱియొకనిని సాయము రమ్మని వాని సహాయమున మేనమామ భోజనము జేయుచుండగా దొడ్డిలోనికిఁబోయి యా పిల్లవాఁడును దానును దోడుపట్టి రాయి యొకటి నూతిలోఁ బడవైచిరి. ఆ చప్పుడేమిటని మేనమామ తల్లి నడిగెను. అంతలో గణపతి సహాధ్యాయియైన బాలుఁడువచ్చి మీ పిల్లవాడు నూతిలో బడినాడండోయియని కేకవైచి పారిపోయెను. మేనమామ భోజనము వదలి అయ్యో! అయ్యో! యని లేచెను. సింగమ్మ అయ్యో! కొడుకో అయ్యో కొడుకో నేనేమి జేతునురా తండ్రీ ఈ దిక్కుమాలిన చదువు నీ ప్రాణముకోసము వచ్చినదిరా తండ్రీ! యనీ గుండెలు బాదుకొనుచు నేడ్చుచు మొత్తుకొనుచు దనయన్న గారిం దిట్టుచు బడి పంతులును దూషించుచు దైవమును దలచుచు తన యదృష్టమును నిందించుకొనుచు నూతికడకు బోయి నూతి చుట్టు దిరుగుచుండెను. ఆ గోల విని చుట్టుప్రక్కల వారందరుఁ జేరిరి. మేనమామ తాళ్ళు దాగరలు నిచ్చెనలు మొదలైనవి సిద్ధము చేసి యీఁత నేర్చిన సాహసుల నిద్దఱను బాలుని వెదకుటకై నూతిలో దింపెను. ఎంత వెదికినను బాలుఁడగుపడలేదు. ఊబిలో గూరుకుపోయి నాఁడని కొందరు, పడగానే చేఁపలు తినివైచినవని కొందరు బావిలో బాలుఁడు పడలేదని కొందరు ననజొచ్చిరి.

సింగమ్మ తానుగూడ నూతిలో దిగి చచ్చెదనని నూతియంచుపైఁ గూర్చుండెను. అక్కడ నున్న వారందరు పట్టుకొని యాత్మహత్య జేసికొనగూడదని మందలించి యిల్లు చేర్చిరి. పిల్లవాఁడేమైయుండునని మేనమామ తలపోయజొచ్చెను నిన్ను బెదిరించుటకై కుఱ్ఱవాఁడీ యల్లరి చేసి యుండును. కాని కుఱ్ఱవాఁడు నూతిలో బడలేదని యక్కడ చేరినవా రతనితోఁ జెప్పిరి. కళేబరము కనఁబడక పోవుటచే సింగమ్మకు గూడ తన కొడుకు బావిలో బడలేదని నమ్మకము కలిగెను. ఆ రాత్రి తల్లియు మేనమామయు నిద్రపోలేదు. రెండు జాములైన తరువాత వారి యింటి పొరుగునున్న యొక బ్రాహ్మణుఁ డిద్దరు బాలకులు బట్టి తోడ్కొనివచ్చి యిదుగో మీ పిల్లవాఁడు. ఈ తోడుదొంగ లిద్దఱుఁ జేసిన దుండగమిది. అంతేకాని నూతిలో బడలేదని చెప్పి నప్పగించెను. తల్లి గణపతిని జూచి "నాయనా! బ్రతికి వచ్చితివా" యని కౌగలించుకొని యేడ్చెను. మేనమామ గుండె బాదుకొని "యెంత దుర్మార్గుడవురా? నీ నిమిత్తము నాప్రాణమెంత యలజడి పడినది? ప్రాణనష్టమటుండఁగా లోకములో నాకెంతో యప్రతిష్ఠ వచ్చినదని నేనెంతో కుళ్ళి కుళ్ళి యేడ్చుచున్నాను. సరే. నా యదృష్టము బాగుండబట్టి నేను నూతిలో బడవలయునని యిచ్చలేకపోయిన" దని తన చెల్లెలు నుద్దేశించి "ఓసీ! సింగమ్మా నీ కొడుకుతో నేను వేగలేను. నా యెముకలు చిట్లము కట్టిపోవుచున్నవి. వీనికోసము నేనెన్నో బాధలు పడియున్నాను. ఇకమీఁద నేను పడజాలను. అల్లరి పిల్లవాఁడైనప్పుడు కొట్టవలసి వచ్చును.

తిట్టవలసి వచ్చును. మందలించగానే నూతిలో బడి గోతిలో బడి చచ్చిపోవుదునని బెదిరించిన పక్షమున నేనెట్లు వేగగలను. నేను కొంతకాలము మిమ్ములను సంరక్షించినాను. ఇఁకమీఁద సంరక్షణ చేయలేను. మీ యిష్టము వచ్చిన చోటికి వెళ్లిపోండి" యని కఠినముగ బలికెను.

ఆ పలుకులు విని సింగమ్మ కంట దడిపెట్టుకొని "అన్నయ్యా! నీవాలాగుననంటే నేనిఁక గంగాప్రవేశము కావలసినదె. పిల్లవాఁడల్లరి చేయునపుడు శిక్షింపవద్దని యెవ్వరన్నారు. నేను మాత్రము కొట్టనా తిట్టనా? కాకపోయినా వీఁడు బండవాఁడగుట చేత చూచి యీ దొంగ పిల్లవాఁడు మా పిల్లవాని బుద్ధి విరిచిపాడుచేయుచున్నాడు. అంతకుముం దింతపాపము లేదు. వీఁడెవండో మా యింటికి మారకుఁడు బయలు దేరినాడు. నూతిలో మావాఁడు పడనిదె పడినాడఁని కేకవైచి పాఱిపోయినాఁడు. ఈ పాడు పిల్లల మూలమున నేను బ్రతకలేకున్నాను. మా యింటికి రావద్దంటే మానరు. ఇది నా కర్మ" మని మొత్తుకొనెను. అప్పుడు సింగమ్మతో సోదరుడిట్లనియె. "నేఁడు మొదులుకొని నీ కొడుకు నా చెప్పుచేతలలోనున్న పక్షమున నా చేతనైనట్లు నేను బాగు చేసెదను. నేను కొట్టినను, తిట్టినను పడవలయును లేదా మీకు నాకు సరి. ఈ మాటు నీ కొడుకు పాఱిపోయినాఁడా కాలికి బొండ వైచెదను" అనవుడు సింగమ్మ నీ యిష్టము వచ్చినట్లు చేయవచ్చు. నాయనా! చదువురాక పోయినప్పటికి బుద్ధి కొంచెముంటే చాలునని నేనేడ్చుచున్నాను. బుద్ధికూడ లేకపోయినది కదాయని యేడ్చెను.

అక్కడ చేరిన వారు తలకొక మాటయని యెవరిదారిని వారు జారిరి. సింగమ్మ కుమారుని పండుకొనబెట్టి తానును కొంతసేపు విలపించెను. ఆమె సోదరుఁడును తన గదిలోనికిఁ బోయి నిద్రించెను. మరునాఁడు నుండి గణపతి యెప్పటియెట్లె బడి పెద్దపులి యని భావించి యాగుమ్మమెక్కకపోవుటయె గాని వేళకు భోజనమునకు రాక యెంత వెదకిన గనఁబడక రాత్రులు మాత్ర మింటికి వచ్చుచుండెను. మేనమామ విసిగి బొండ చేయించి గణపతి కాలికి దగిలించెను. అతనిఁ జూచుటకు విద్యార్థులు తీర్థ ప్రజలవలె వచ్చిరి. అభిమానధనుఁడైన గణపతి వారిని జూచి మొదట సిగ్గుపడియెను కాని తరువాత తరువాత సిగ్గుపడవలసిన యవసరము లేదనుకొని యెప్పటి యట్టె ముచ్చటలాడుచు మనసు గలసిన మిత్రులను బిలిచి యెవరు లేనప్పుడు వారితో "నోరీ మామ లోపల భోజనము చేయునప్పుడు దొంగతాళము తెచ్చి నా బొండదీసి నన్ను వదలించిరా! హాయిగా మనమిద్దఱము తిరగవచ్చు" నని హెచ్చరించుచుండును. అతని యుపదేశప్రకార మొకరిద్దఱితని కొకటి రెండు సారులు సాయము జేసిరి. ఈసారి యతఁడు సాయంకాల మింటికి గాక స్నేహితులయిండ్లనె విందు లారగించుచు మేనమామకు నాలుగైదు దినముల వఱకు గనఁపడక పోయెను. కనఁబడగానె మేనమామ యల్లునకు మొట్టికాయలు గుద్దులు చరపులు చెంపకాయలు తొడపాశములు కానుక యిచ్చి యలుకదీర్చి యింటికి దీసికొనివచ్చెను.

ఇప్పటికి గణపతికి పదియేండ్లు నిండెను. అప్పుడప్పుడు పంతులు గుంట యోనమాలు వ్రాయించి చెప్పిన చదువు వలన నైదుబడులు గుణింతములు నేర్చి పుస్తకము

పెట్టెను. మఱి రెండు సంవత్సరములపాటు చదువుకొన్న పక్షమున దనకొడుకు బడిపంతులు పని చేసియైన నింతయన్నము దెచ్చికొని తినగలఁడని తల్లి తలంచుచుండెను. కాని దానికి తగిన యవకాశములు గణపతికి గలుగవయ్యెను మిత్రులెక్కువైరి. వ్యాపారము అధికమయ్యెను. ఇంట నిముసమైన దీరిక లేకపోయెను. కష్టపడి చీట్ల పేక యాడుట నేర్చికొనియెను. తురుపులాట దొంగాట పట్లాట మొదలగు వానియందెంతో నేర్పరియయ్యెను. డబ్బుపెట్టి పేకాడవలయునని యతని కుత్సాహము కలిగెను. కాని పాపము దైవ మతనిని భాగ్యవంతులయింట బుట్టింపక నిఱుపేదలయింట బుట్టించెను. "ధనమూల మిదం జగత్తను" మాట మొదటిసారి యతనికిఁదోఁచెను.

ఆయాట నారంభించిన తరువాత మేనమామ విభూతి బుట్టలో వైచుచున్న డబ్బులు, తల్లి తన వదినెగారు చూడకుండ బియ్య మమ్ముకొని యుప్పుబుట్టలోను గూటిలోను దాఁచుకొన్న డబ్బులు మాయమైపోవజొచ్చెను. మేనమామ కప్పుడప్పుడు మేనల్లునిమీద ననుమానము కలిగి యా విషయము చెల్లెలి కెఱింగింప యామె యభిమానము చేతనో నిజముగా నమ్మియుండుటచేతనో "అన్నయ్యా! నీ మేనల్లుని దగ్గఱ మఱియే దుర్గణ మున్నదన్న నొప్పుకొనవచ్చును. కాని దొంగతనమున్నదని యొప్పుకొనలేము. ఇదివఱ కెన్నడు జూడలేదు. చూడని మాటలు మనమనగూడదు. దుండగుఁ డగుటచేత వీఁడే పాపములకెల్ల భైరవుఁడని యపవాదము వచ్చుచున్నది. విఘ్నేశ్వర చవితినాడక్షతలు నెత్తి మీఁద వైచికొనకుండ ముందుగా జంద్రుని జూడవద్దని నేనెన్ని మారులు చెప్పినను వినఁడు. విననందుకు దానిఫల మనుభవించుచున్నాఁడు. ఇంతకు నేను చేసికొన్న పాపము. లేక లేక వంశానకొక్కఁడు పుట్టినాఁడనుకొంటే వాని మీఁద దొంగతనములు వచ్చిపడుచున్నవి. నేనేమి చేయగల"నని యుత్తరము చెప్పెను. "సరే ముందు ముందు నీకే తెలియగల"దని సోదరుఁడూరకుండెను. తల్లియు మేనమామయు డబ్బులు జాగ్రత్తపెట్టి దాఁచుకొనజొచ్చిరి. అప్పుడు పేకాటకు పైకము దొరకక గణపతి పొరుగిండ్లకుబోయి యథాసందర్భముగ దొరికినంతవఱకు హస్తలాఘవము చేసి యాటలో పడిన ఋణములదీర్చి కృతకృత్యుఁడగుచువచ్చెను. పేకాటలోని స్నేహితులు చాలామంది పొగచుట్టలు కాల్చువారగుటచేత గణపతికి గూడ చుట్టలు కాల్చవలయునని సరదాపుట్టెను. ముందుగా సరదా తీర్చుకొనుటకై గోగు పుల్లలు కాల్చెను. తరువాత నరఁటి బొరుగు చుట్టలు చుట్టి కాల్చి కొంతవఱకుత్సాహము దీర్చికొనియెను. కాని మిత్రులందరు, బొగచుట్టలు కాల్చుచుండగాఁ తాఁ నరఁటి బొరుగుచుట్టలు కాల్చుట తనకెంతో యవమానకరముగ నుండెను.

అందుచేత నతఁడు బొగచుట్టలే కాల్చవలయునని నిశ్చయించుకొని యనుభవము గల స్నేహితులతో నాలోచించి పాటియాకు మిక్కిలి గాటుగా నుండి వికార పెట్టును, కావున గాటు తక్కువగనున్న లంకాకు చుట్టలు కాల్చుట మంచిదని యొక స్నేహితునడిగి యొకచుట్ట బుచ్చుకొని కాల్చెను. అది వికారపెట్టెను. వమనమయ్యెను. మిత్రులతని నొక చాపమీఁద బండుకొనబెట్టి కొంచెము చింతపండు దెచ్చి యతనినోట వైచి యుపచారములు జేసిరి. వికార పెట్టినది కదా. ఇది స్పృశింపఁగూడదని గణపతి

తలంపలేదు. తన సంగడికాండ్రందరు వికారము లేకుండ యథేచ్ఛముగ గుప్పు గుప్పున లంకాకుచుట్టలు బాటియాకు చుట్టలు గాల్చి సుఖించుచుండగాఁ వికారపెట్టిన దని తన యొంటికి సరిపడదని తానది కాల్చుట మానిన పక్షమున మిత్రమండలిలో దనకప్రతిష్ఠ సంభవిల్లునని తన్నప్రయోజకుఁ డనుకొందురని భయపడి యశఃకాముడఁగుటచేత నెట్లయిన వీఁడు చుట్టలు కాల్చుటలో దిట్టయని పేరు సంపాదించవలయునని నిశ్చయించి కుశాగ్రబుద్ధి యగుటచే నట్లు నిరంతరాయముగ చేయుట కుపాయములు వెదకెను. తదేక ధ్యానముతో నున్న యీ బుద్ధిమంతునకొక యుపాయము దొడగట్టెను. వికార పెట్టినప్పుడు వెంటనే ప్రాత యుసిరిక పచ్చడికాని రెండేండ్లనాటి నిమ్మకాయ ముక్కగాని నారదబ్బకాయ ముక్కగాని ప్రాతచింతకాయ పచ్చడి కాని నోటిలో వైచికొన్న పక్షమున వికార మడఁగునని గ్రహించి చుట్టకాల్చుట నిర్వికారముగ నలవా టగునంతవఱకు నెవరినో యొకరి నడిగి యావస్తువులలో నేదో యొకటి తెచ్చి తిని కష్టపడి యలవాటు చేసికొని దినమునకు నూరు చుట్టలు కాల్చినను వికారపెట్టనంత దిట్టయయి మిత్రవర్గములో నప్రతిష్ఠపాలు గాకుండ బొట్టిఁవాడు గట్టివాడురాయని పేరు వడసెను. గణపతి పూనిక వంటి పూనిక దేశములో నెందరికి గలదు? ఎందరో తెలివి తక్కువవాండ్రు చుట్టలు వికార పెట్టగానే యొక దండము పెట్టి మానివైచిరి కాని గణపతివలె దానియంతము కనుగొనువారు కలరా? అందుచేతనే యతని చరిత్రము పురాణమైనది.

చిన్ననాటి నుండియు గుఱ్ఱ మెక్కవలయునని గణపతి కుబలాటము కలిగెను. మందపల్లిలోను నేనుగుల మహలులోను గుఱ్ఱములు లేవు. అప్పుడప్పుడు దూరపు టూళ్ళనుండి గాజుల వర్తకులు గుఱ్ఱము లెక్కి తనయూరికి వచ్చినపుడు గణపతి వారికడ కరిగి వారిని బతిమాలి యావకాయ ముక్కయో మాగాయముక్కయో తల్లి జూడకుండ నింటనుండి పట్టుకొనిపోయి నాలుగు చుట్టముక్కలు కొనిదెచ్చి యొకసారి గుఱ్ఱము మీఁద నెక్కించుమని వారిని వేడికొని యెక్కి నాలుగు వీధులు దిరిగి తనకు గలిగిన యశ్వారోహణ వైభవము తోడి సంగడికాండ్రకు గలుగనందున గర్వపడుచు మార్గమధ్యమున వారు కనఁబడినప్పుడు వెక్కిరించుచు నుబలాటము తీర్చుకొనుచుండును.

ఈ యయిశ్వర్య మేడాదికి రెండు మూఁడుసారుల కంటె నెక్కువగ లభియించుట లేదు. ఒకరిని యాచించి యెరువు గుఱ్ఱమెక్కి రెండు మూఁడు గడియలు స్వారి వెడలుట గణపతికి లజ్జాకరముగ నుండెను. సాధ్యమైనంత వఱకు సొంత వాహనముగాని నిరంతరము గ్రామమునందె యుండువాహనముగాని సంపాదింపవలయునని యతఁడు సంకల్పించుకొనియెను. అశ్వములు మొదలైన వర్ణసాధ్యములు అర్థములేని గణపతి వంటి వ్యర్థునకవియెట్లు సాధ్యమగును? సాధ్యముకానిచో నుబలాటము తీరుటెట్లు? అశ్వారోహణమందలి యౌత్సుక్యము దీర్చుకొనుటకై యఁత దుపాయముల వెదకెను.

గుఱ్ఱము లేనప్పుడు దానికి బదులుగా మనుష్యుఁడెక్కి తిరుగుటకు వీలైనది మఱియొక జంతువు లేదాయని యతండాలోచించెను. గాడిద నేల యెక్కఁ గూడదని యతఁడు విమర్శింపదొడఁగెను. గాడిద నెక్కిన పక్షము గలిగెడు లాభనష్టము లేవియని యతఁడిట్లు వితర్కించెను. "గుఱ్ఱము వలె దానికి గూడ నాలుగు కాళ్ళున్నవిగదా.

మనుష్యులను మోయగలదుగదా, కడుదూరము నడువగలదు గదా, రూపమున భేదము తప్ప గుణములయందు భేదమేమియు గనఁబడదు. విశేషించి గుఱ్ఱమునకు గుగ్గెళ్ళు దాణా పెట్టవలెను. గాడిదకు గుగ్గెళ్ళక్కఱలేదు. ఏ బీటిలో వదలిపెట్టినను నేచేనిలో వదిలిపెట్టినను దానంతటది మేతతిని వచ్చును. గుఱ్ఱమున కొకసాల గావలెను గాడిదకక్కఱలేదు. ఏ చెట్టు క్రింద వదలినను నేబైట దిరిగినను దానికి భయములేదు. గుఱ్ఱమును మాలీసు చేయుటకొకకాపరి కావలెను. వానికి జీతమీయవలెను. అందుకు డబ్బు కావలెను. గాడిద కట్టి కాపరి యక్కఱలేదు. అశ్వమునకు సుళ్ళు మొదలైనవి చూడవలెను. మంచిసుళ్లు లేని గుఱ్ఱమైనచో యజమానుని కొంపదీయును. గాడిదకు సుడి చూడనక్కఱలేదు. గుఱ్ఱమును సొమ్ము ఖర్చుపెట్టి కొనవలెను. గాడిదను వెలయిచ్చి కొననక్కఱలేదు. చాకలివాండ్రవద్ద కావలసినన్ని యున్నవి. గుఱ్రము మీఁద జీను వేయవలయును. కళ్ళెములు కావలెను. గాడిద కవియేవియు నక్కఱలేదు. దానికి సంరక్షణ మక్కరలేదు, అంగరక్షకుల పనిలేదు. సులభసాధ్యమై కొంగు బంగారమువలె నున్న గాడిదను వదలి గుఱ్రమునకై దేవులాడుట వెఱ్ఱితనము. అందుచేత సర్వవిధముల గాడిదయే శ్రేష్టము. కాదాయెనంటె నలుగురు నవ్వుదురు. ఒకరి నవ్వుజోలి నాకెందుకు? నన్ను జూచినవారు నవ్విన పక్షమున వారిని జూచి నేను నవ్వెదను. వారి మొగమాటము మాకేమి! నేను కుక్క నెక్కుదును గుఱ్రము నెక్కుదును. గాడిద నెక్కుదును" అని పూర్వ పక్షములు సిద్ధాంతములు తనమనంబునం జేసికొని యెట్టకేలకు గార్ధభవాహన మధిరోహించుట కతఁడు కృత నిశ్చయుఁడయ్యెను.

తమకు బట్టలుతుకు చాకలివాని యింటికిఁబోయి నాలుగు చుట్టముక్కలు వానికి దానమిచ్చి వానిగాడిదను యెరు విమ్మని యడిగెను. ఆ మాట వినగానె వాఁడు నవ్వి "బాపనోరు గాడిద నెక్కకూడదండీ తప్పు తప్పని" మందలించెను. చాకలి వెధవవు బ్రాహ్మణుని కంటె నీవెక్కు వెఱుఁగుదువా? అవకతవక ప్రసంగము చేయక తీసికొని రా. నీవు నీ గాడిద నీయకపోతే మఱియొక గాడిదను తేగలను. ఊరునిండ కావలసినన్ని గాడిదలున్నవి. నీ గాడిదనే యిచ్చితివా యావకాయ మాగాయ పచ్చళ్ళు కూరలు నీకు దెచ్చి పెట్టుచుందును. నేనప్పుడప్పుడు బ్రాహ్మణార్థములు చేయుచుందును. చేసినప్పుడు నా విస్తరిలో వడ్డించిన యరిసెలు, గారెలు యజమానులు జూడకుండ చెంబులలో పెట్టికొని దొన్నెలలో పెట్టిగొని దాచి తెచ్చి నీకిచ్చుచుందును. భోజనమునకు వెళ్ళినపుడుగూడ నీలాగే, బూరెలు తెచ్చిపెట్టుదును. కావలసినన్ని చుట్టల నప్పుడప్పుడు డబ్బులు నీకు బహుమాన మిచ్చుచుందును. లేనిపోని శ్రీరంగనీతులు చెప్పక తీసికొనిరా నీ గాడిద"నని తిట్టి యాసఁగొలిపి వాని నొడఁబఱచెను. వాఁడును దనమైలగుడ్డలు మోయుగాడిదను తీసికొనివచ్చి యెదుట పెట్టెను.

గణపతి కప్పటికి పదునాలుగేండ్ల వయస్సున్నను వయసునకు దగినంత పొడగరి గాకపోవుటచే దానిపై కెక్కలేక చాకలివానిని క్రిందఁ గూర్చుండఁబెట్టి ముందు వాని భుజము మీఁద నెక్కి పిమ్మట గార్ధభవాహన మధిరోహించెను. కళ్ళెము లేకుండ దాని మీఁద నతఁడు కూర్చుండుట కిష్టము లేకపోయెను. త్రాటియాకులగుది కళ్ళెముగ

నుపయోగింపుమని చాకలివాఁడుపదేశించెను. "చదువుకొన్న వానికంటె చాకలివాఁడు మేలన్నమాట నిజమైనది. నీయుపాయమే బాగున్నది. నీవే కట్టి తీసికొనిరా" యని చెప్పివాఁడు కట్టి తెచ్చిన త్రాటియాకుల గుది కళ్ళెముగఁ బెట్టి దానిని చేతఁ బుచ్చుకొని వెనుక నడచుచుఁ చాకలివాఁడు గాడిదను దోలుచుండ పై యుత్తరీయము కుచ్చువచ్చునట్లు తలకుఁజుట్టి చుట్ట వెలిగించి నోటబెట్టి గుప్పుగుప్పుమని పొగలెగయగ నీతబెత్తముతో గాడిదను నడుమ నడుమ గొట్టి యదలించుచు ముందుగా జాకలివాండ్ర యిండ్ల దగ్గర తరువాత దక్కిన వీథుల వెంబడిని దిరిగెను.

ఆ మహోత్సవమును జూచుటకు వీధి వీధిన్ని బిన్నలు పెద్దలు స్త్రీలు బురుషులు గుమిగూడిరి. పట్టాభిషేక మహోత్సవ సమయమున బసిడియం బారివైచి మదపుటేనుఁగు నెక్కి నగర మందు జరియించు మహారాజునకైనను, నైరావతము నెక్కి యమరావతమునందు ద్రిమ్మరు దేవేంద్రునికైనను నంతటి సంతోషము నంతటి గర్వము నంతటి ప్రాభవముండదని నిశ్చయముగ జెప్పవచ్చును. గార్ధభవాహనారూఢుఁడైన గణపతి తన్ను ప్రజలు చూడవచ్చినప్పుడు సిగ్గుపడలేదు చిన్నవోవలేదు. సందియము నందలేదు జంకలేదు. ముప్పది నలువది మంది చిన్న పిల్లలు గార్ధభము వెనుకఁజేరి చప్పటులు జరచుచుఁ గేకలు వైచుచుఁ ద్రాటియాకులు బుట్టలు చేటలు వాయించుచు నల్లరి జేయసాగిరి. గాడిద బెదరి పరుగిడజొచ్చెను. ఆ తొందరలో నది త్రాటియాకుల కళ్లెము తెగఁగొరికెను. గణపతి తన్ను గార్ధభవము పడవైచునని ముందుకు జరిగి వంగి దాని చెవులు గట్టిగాఁ బట్టుకొనెను. చెవులు నొప్పి పెట్టుటచే నది మఱింత పరుగెత్తెను.

అదృష్టవశమువలన నప్పుడు గార్ధభయజమానుఁడగు చాకలివాఁడు ముందుకుఁబోయి యాపెను. అందుచే గణపతి నేలఁగూలుట తప్పెను.

ఇంతలో యాతని మేనమామ కొందఱు బాలకుల వలన మేనల్లుని ఖరవాహనా రూఢ వృత్తాంతము విని కోపోద్రేకమున నొక దుడ్డుకర్ర చేతఁబట్టుకొని తిట్టుచు నతని కెదురుగా వచ్చెను. మేనమామను జూడఁగానే గణపతి వాహనము మీఁద నిలువలేక గభాలున దాని మీఁద నుండి నేలకు దుమికి కాలి సత్తువకొలఁది పరుగెత్తెను. గణపతి మీఁద బడవలసిన దుడ్డు కర్ర తన మీఁద బడునేమోయని చాకలివాఁడు గాడిద నక్కడవిడిచి పిక్కబలము జూపెను. వెంటనున్న పిల్లలు నానా దిశలకుఁ బరుగెత్తిరి. పాఱిపోవుచున్న మేనల్లుని బట్టుకొనుట యసాధ్యమని మేనమామ వాని వెంట పరుగెత్తక గాడిదను రజకుని నిందించుచు గృహంబున కరిగెను. అనంతరము మూఁడు దినములవరకు గణపతి మేనమామయొక్క కోపశిఖ వేఁడిమి మందగింపనందున గృహంబున కరుగుటకు వీలు లేకపోయెను.

"ఆ దౌర్భాగ్యుడు నా యింటికి వచ్చెనా కుక్కను కొట్టినట్లు దుడ్డుకర్రతో గొట్టి చంపెదను. ఈ దుర్మార్గుని మూలమున నా కెన్నో తలవంపులు వచ్చుచున్నవి" యని మేనమామ తన్ను జూడవచ్చినవారితో ననుచుండినట్లు గణపతికి వినవచ్చెను. మేనమామకు మిత్రులైనవారు కొందరు గణపతిఁ గలసికొని "కుర్రవాఁడా! నీకిదేమి వినాశకాలమురా? ఏనుగు నెక్కినవారున్నారు. గుర్రము నెక్కిన వారున్నారు. కాని బ్రాహ్మణ కులములోఁ బుట్టినవాఁడు గాడిదె నెక్కఁగా నెక్కడఁ జూడలేదు. నీ మూలమున దనకెంతో యప్రతిష్ఠవచ్చుచున్నదని నీ మేనమామ యేడ్చుచున్నాఁడు. ఈ పాడు బుద్ధి నీకెవరైనా నేర్పినారా? నీకే బుట్టినదా, ఇటువంటి యవకతవక పనులు మాని తిన్నగా నడచుకొంటివా మీ మామతోఁజెప్పి నిన్నింటికిఁ జేర్చెద"మని మందలించిరి.

అప్పుడు గణపతి నవ్వి వారి కిట్లనియె "అయ్యో! గాడిదనెక్కినఁ దప్పేమున్నది? భాగ్యవంతుడు వరియన్నము దినును. పేదవాఁడు జొన్నకూఁడు దినును. ఆగ్రహారీకు లంటు మామిడిపండ్లు తిందురు. పేదవాఁడు జీడిమామిడిపండ్లు తినును. అలాగే యెక్కువ డబ్బున్నదా యేనుఁగెక్కును. కొంచెము డబ్బున్న వాఁడు గుర్రమెక్కును. గవ్వైన లేనివాడు గాడిదనెక్కును. దానికి భేదమేమి? గుర్రము సకలించును. గాడిద యోంద్రము పెట్టును. దీనికిఁగూడ జీను వైచి కళ్ళెము పట్టి డెక్కల కినుపనాళముల వైపించి నడక నేర్పించి ముద్దు చేసిన పక్షమున గుర్రమును మించియె యుండును. పనికిమాలినదని పదిమంది పేరు పెట్టినచో నది పనికిమాలినదె యగును. గాడిద నెక్కుటవలన గొప్పలాభమున్నది. అది యేది యనఁగా ముందు గాడిదమీద స్వారి నేర్చుకొన్న పక్షమున గుర్రపు స్వారి సులభమగును. ఇవి యన్నియు నటుండనిండు. గాడిద యెంత గొప్పదో మీరెఱుఁగుదురా! శ్రీ కృష్ణమూర్తి తండ్రియైన వసుదేవుడంతవాఁడు తన కాపద వచ్చినప్పుడు గాడిద కాళ్ళు పట్టుకొన్నాఁడు. ఏనుగుకాళ్ళు పట్టుకొన్నాఁడా? గోవుకాళ్ళు పట్టు కొన్నాఁడా? గుర్రముకాళ్ళు పట్టుకొన్నాఁడా? ఆ మహాపత్సమయమున వసుదేవుఁడు దానికాళ్లు పట్టకపోయినపక్షమున కృష్ణమూర్తి బ్రతుకకనే పోవును. నేను వసుదేవుని

కంటే గొప్పవాఁడనా మీరు గొప్పవారా? నేను దాని మీఁద నెక్కితిని కాని వసుదేవునిలాగా కాళ్ళు పట్టుకొనలేదు. గాడిద నెక్కుట తప్పని నా మేనమామఁకు దోఁచిన పక్షమున మంచి గుఱ్ఱము నొకదానిని యిమ్మని చెప్పండి అది యిచ్చెనా గాడిద నెక్కుట మానెదను."

గణపతి పలుకులు విని వారందఱు జిఱునగవున "వీని బ్రతుకు కాల, పొట్టచించి కంచుకాగడాల వెదకినను నొక్క యక్షరమైనను గాన రాని వీఁడు తన పనికిఁ గావలసిన పురాణ సాంప్రదాయములఁ గూడ నెఱుఁగును. వీఁడు వసుదేవుని సాటువు దెచ్చికొన్నాఁడు. పొట్టివానికి బుద్ధులు పుట్టెడన్నమాట నిజమైనది. వీఁడు దేవతలకు సయితము పంచాంగము చెప్పఁగలవాఁడు. వీనికి మన ముత్తరము చెప్పలేము పదండి" యని వెడలిపోయిరి. గణపతియొక్క ఖరవాహనారోహణ వృత్తాంతము విని యది యన్యాయకార్యమనియు నతఁడు సజ్జన దూరుఁడనియు వట్టి నిర్భాగ్యుఁడనియు మీరు నిశ్చయింతు రనుసందియము కలుగుచున్నది. అట్లు మీరు తలంచుట న్యాయము కాదు ఏలయన నిట్టి వారనేకులు గలరు. ఎవరి మాటయై యెందుకు అసాధారణ ప్రభావ సమేతులగు దేవతలం జూడుఁడు. దేవతల కెల్ల దొరయై ముజ్జగంబుల యేలికయై కల్పవృక్షము కామధేనువు చింతామణి మొదలగు కామప్రదాన పదార్థముల కొడయఁడైన నిర్జరేంద్రునకు మేఘములు వాహనములు. నీరు గాలి మెఱుపు పొగ మొదలగు పదార్థములతోఁ జేయబడిన మేఘము యతనికి వాహనముగ నుండవలసినది. తక్కిన వేల్పులం జూడుఁడు. సకల యాగములకు సకల స్మార్తకర్మలకు నాధారమైన యగ్నిహోత్రునకు వాహనము గొఱ్ఱె. దక్షిణ దిక్కునకు నాయకుఁడై ధర్మాధర్మవిచారణా నిపుణుఁడైన యమధర్మరాజునకు వాహనము దున్నపోతు. జలధినాయకుఁడైన వరుణుఁడు మొసలిపై నెక్కెను. మహాబలుఁడై సముద్రజలముఁ బైకెగరం గొట్టియు మహా వృక్షములఁ గూల్చియు క్షణకాలము జగన్నిర్మూలనము జేయఁగల వాయుదేవుఁడు లేడి మీఁద స్వారీ జేయును. "అదౌ పూజ్యో గణాధిపః" యన్నట్లు సకల శ్రౌత స్మార్తకర్మలకు ముందు పూజనీయుడఁగు గణాధిపతి యెలుకనెక్కి పందికొక్కు నెక్కి బయలుదేఱును. ఉమామహేశ్వరుల కుమారుఁడైన గణపతి కింతకంటె వేరు వాహనము లేకపోయెనా? కొంప త్రవ్వునట్టి యెలుకా వాని తురంగము! సకల గృహనర్తియగు మార్జాల చక్రవర్తి కొక్క కబళముగ నుపయోగపడు నెలుకమీఁద నా ప్రమథగణపతి యెక్కఁగా మన గణపతి గాడిద మీఁద నెక్కుట తప్పా?

అతని మాట యటుండనిండు. లక్ష్మీనారాయణుల పుత్రుడై గరళకంఠుని వంటి మహాశివుని జయించిన జోదై చండశాసనుఁడె సకల లోకంబులంగల సకల జంతువులను బూపుటములతోఁ గొట్టి పడవైచునట్టి మన్మధునకు వాహనమేమో యెరుఁగుదురా? చిలుక. ఆ మన్మధుని తండ్రియగు నారాయణుని తురంగ మేమో యెరుఁగుదురా? బొల్లిగ్రద్ద. ఎక్కడ దిక్కులేనట్లు తండ్రి కొడుకులైన మాధవమన్మధులు టెక్కాడినగాని బ్రతుకలేని దిక్కుమాలిన పక్షులపై నెక్కుచున్నారు. అనంతకోట్యవతారంబుల నెత్తి పరాత్పరుఁడనియు జరాచరాత్పరుఁడనియు వ్యాసవసిష్ఠ వామదేవాది మహర్షులచేత వినుతింపఁబడిన శ్రీమన్నారాయణుఁడెక్కుటకు లోకమున బొలిగ్రద్ద తప్ప వేరు వస్తువులు లభింపవా?

ఇంక శివుని మాట తడవఁబనియె లేదు. ఆయన వెల్ల యెద్దు నెక్కి విహారము చేయును. అడ్డమైన గడ్డి కఱచునట్టి పశువుమీఁదనా శివుఁడెక్కవలసినది. మహేశ్వరుఁ డెంతవాడు? లలాటనేత్రుజ్వలన కీలలచేత నిముషార్థమున విష్ణు పుత్రుడఁగు దర్పకుని బిడికెడు బూడిద చేసినాఁడు? క్షీరసాగర మథనకాలమున సముద్ర గర్భము నుండి బొడమి తెచ్చిన హాలాహలవిషము సకల లోకభయంకరమై వ్యాపించి బ్రహ్మాండము భస్మీపటలముఁ జేయునట్టులుండ ముప్పది మూడుఁకోట్ల దేవతలు వెఱచి రక్షింపుమని చేతులు మ్రొక్కి తన్నువేఁడ కరునాళుఁడ వెన్నముద్దవలె యా విషపుముద్దను మ్రింగి యత్తరి నప్పాల సముద్రమునఁ బుట్టి కల్ప వృక్షమును నైరావతమును నుచ్చైశ్రవము నింద్రునకిచ్చి లక్ష్మీ కౌస్తుభముల విష్ణునకిచ్చి తన లోకోపకారశీలతను నిస్పృహత్వమును వెల్లడి చేసెను. అట్టి మహనీయుఁ డెద్దెక్కుట బాగున్నదా? ఈయన కుమారుఁడగు కుమారస్వామి జగత్త్రయకంటకుడఁగు తారకాసురుని శక్తి ప్రయోగమున సంహరించి వేల్పుల కృతజ్ఞతకుఁ బాత్రమయ్యెను. ఇతఁడు క్రౌంచపర్వతము భేదించిన మహాయోధుడు. అతఁడు దేనిమీఁద నెక్కునో యెరుంగుదురా? నెమలిమీఁద. వన్నెలచిన్నెల బండారమే కాని నెమలి గొప్ప యేమున్నది? బ్రహ్మదేఁవుడు చతురాననుడంట. సురజ్యేష్ఠుడఁట. హిరణ్యగర్భుఁడఁట. ప్రజాపతి యఁట. వాణీనాథుడఁట. సృష్టికర్తయఁట. వానచుక్కలు మీఁదఁ బడిన మాత్రానఁ తోక త్రెంచుకొని పాఱిపోవు హంస వీని వాహన మఁట. మహిషాసురమర్దని యగు కాత్యాయని సింహమెక్కును, నిగ్రహానుగ్రహసమర్థులు, నిరుపమాన మహిమాఢ్యులు, కళ్యాణగుణ సంపన్నులు, కామరూపులు, సకలలోకపూజ్యులు సర్వధర్మపరిజ్ఞాతలునైన దేవతలె గొఱ్ఱెనెక్కి బఱ్ఱెనెక్కి, యెలుకనెక్కి చిలుక యెద్దునెక్కి గ్రద్ద నెక్కి మఱియు నిచ్చవచ్చిన జంతువుల నెక్కి పులుఁగుల నెక్కి బెదురు లేక బిడియము లేక సిగ్గులేక చింతలేక తిరుగుచుండ నేత్రప్రజ్ఞలేక మనుష్య మాత్రుఁడై కించిజ్ఞుఁడై బాలుఁ డైన గణపతి గాడిదనెక్కి తిరుగుట యేమితప్పు?

దున్నపోతు యొక్క యతిశయమేమి? మూషికము యొక్క ముఖ్యతయేమి? గాడిద చేసిన కానిపని యేమి? అభిమానముచేత నెద్దులను దున్నపోతులను నెక్కిన వారిని మహర్షులు పురాణములలోఁ గొనియాడగనే మీరును బళీబళీ యని మెచ్చి పూజించుచున్నారు. గణపతి డబ్బులేని పేద బాపనయ్య కొడుకగుటచేత గాడిద నెక్కినంత మాత్రమున నిర్భాగ్యుఁడనుటకు సాహసించుచున్నారు. పక్షపాతమే ప్రేమ గలిగించును. పక్షపాతమే యేవ గలిగించును. గుణశూన్యుడైనను మెచ్చి పొగుడువారున్న పక్షమున గుణరత్నాకరుఁడగును. మెచ్చి కొనియాడువారు లేనప్పుడు గుణరత్నాకరుఁడు సయితము శుంఠయగును. నోరు గలవాండ్రఁ గొందఱఁ జేరఁదీసిన దేవానాం ప్రియుఁడు సతతము మహాపురుషుఁడుగఁ బరిగణింపఁ బడుచున్నాడు. ఆలంబము లేని వాఁడణఁగి పోవుచున్నాఁడు. మా గణపతి యాత్మగౌరవము కలిగి స్వప్నములలోఁ గనఁబడిన తన వృత్తాంతముఁజెప్పుబట్టి యది వ్రాయువా రొకరు దొరకబట్టి యీ మాత్రము గ్రంథమైన బయలుదేఱినది. కాని లేకపోయినచో నేమి కావలసినది? అడవిలోఁ బుట్టి యడవిలోఁ బెఱిగి యడవిలో రాలిపోయిన యుమ్మెత్తు పువ్వువలె, సముద్రములోఁపుట్టిబెఱిగి

సముద్రములో నణగిపోయిన నత్తగుల్లల ప్రోగువలె నితని చరిత్రము లోకమందు ప్రసిద్ధముగాక యుండును గదా. ఎట్లో యొకయట్లు చరిత్ర ప్రసిద్ధమైనది. కాఁబట్టి యతడు గార్ధభ మెక్కినంత మాత్రమున నింద్యుఁడని మీరు భావింపవలదు.

తొమ్మిదవ ప్రకరణము

గణపతి యింటికి రాక పరగృహంబున వసియించుట మాతులునకు మనఃఖేధము గలిగింపకపోయినను దల్లికిఁ దగని తల్లడపాటును గలిగించెను. మధ్యాహ్నము భోజనమైన తరువాత నామె సోదరుఁడు చూడకుండఁ గొడు కున్నకడకుఁ బోయి వాని బ్రతిమాలియుఁ జీవాట్లు బెట్టియు బెదిరించియు నెన్నో విధముల నింటికి రమ్మని యడుగుచు వచ్చెను. నిజముగ మేనమామ దుడ్డుకర్రతో బుర్ర పగులగొట్టునని నమ్మి తెనాలి రామకృష్ణుని పిల్లి పాల పేరు చెప్పఁగానే భయపడి పరుగెత్తినట్లు గణపతి యిల్లు పేరు చెప్పఁగానే యులికిపడి "నేనా యింటికి రాను. నీ యన్నగారు దుడ్డుకర్రతో నన్ను కుక్కను గొట్టినట్లు చంపివైచును. నేను చచ్చిన తరువాత నీవేమి చేయగలవు? అన్నము లేక చచ్చిపోయెదఁ గాని దుడ్డుకర్ర దెబ్బతిని చావను. నేను గాడిదెనెక్కిన దనకెందుకు? నా జోలికి రానని యాయనగారు వర్తమానము పంపిన పక్షమున నేను వచ్చెదను. లేనిచో రా"నని బదులు చెప్పెను.

తల్లి యదివిని దిగులుగుండెతో నింటికిఁ జని రెండు దినములు గడిచిన తరువాత నొకనాఁడు సోదరుని జూచి యిట్లనియె "నాయనా! కుర్రవాఁడింటికి వచ్చుట లేదు. ఎంతో బెదిరిపోయినాఁడు. వాండ్రయింటను వీండ్ర యింటను దిరుగుచున్నాఁడు. దొరికినచోట తినుచున్నాడు. లేనిపూట లేదు. చిక్కి శల్యమైనాఁడు. కన్నులు గుంటలు పట్టినవి. ఇంటిలో నడుగుబెట్టగాఁనె నీవు చంపివైతువని భయము కలిగినది. నీవు రమ్మంటే వాడు నిర్భయముగా వచ్చి నీ పంక్తి నింత గంజి యన్నముదిని వెళ్ళును. నా చిన్నప్పటి నుండియు నీవే వాఁడు చేసిన తప్పులు భరించి పెంచినావు. చెడ్డ సావాసములచేత వాఁడాలాగునఁ చెడిపోయినాఁడు. మేనమామవైన నీవే తండ్రివైన నీవే. వెనుకటిలాగుననే, ఈసారికూడ తప్పులు క్షమించి యింటికి రానీ. ఈ పర్యాయము గాడిద నెక్కకుండ బుద్ధి చెప్పెదను."

అన్నప్పుడు సోదరీ వచనములకు భద్రాచల మిట్లనియె. "అమ్మాయీ! గాడిదమీఁద వానిని జూచినప్పుడు నా కోపమాగక కుక్కనుగొట్టినట్లు దుడ్డుకర్రతోఁ గొట్టెద నని నేనన్న మాట నిజమే. దుడ్డుకర్ర కాదు. వాఁడు చేసిన పనికి రోఁకలితో వానితల చితుకఁబొడువ వలయునని నాకున్నది. కాని కోపము వచ్చినపుడన్నంత మాట చేయగలమా? ఈ దుర్మార్గుని దుండగముల నన్నింటిని నేను కడుపులోఁ పెట్టుకొని భరించలేదా. ప్రేగు తీపిచేతనట్లు భరింపవలసి వచ్చినది. పాలకోసము రాయి మోయుమన్నాఁడు. మన వంశమందెన్నడు లేని పాడుపని జేసి వీఁడప్రతిష్ఠ దెచ్చుచున్నాఁ డని నేనేడ్చుచున్నాను. కాని నీ కొడుకును జంపవలయు నని కాదు చీరవలయుననికాదు. వచ్చి యెప్పటిలాగున నుండమని చెప్పు. ఇంకొకసారి యిటు వంటి పనిజేసినా

తాటికమ్మతో వెన్ను బ్రద్దలు కొట్టెదఁనని చెప్పు, నీవు చేయుచున్న గారమునుబట్టి వాఁడు చెడిపోవుచున్నాఁడు. గారము గజ్జల కేడ్వగా వీఁపు దెబ్బల కేడ్చినదన్నట్లు దెబ్బలు లేకపోబట్టి వానికా వినాశకాలము వచ్చినది. పరువు మర్యాదలు వాఁడు జంపుకొన్నాడు. తన తండ్రి యెంతవాఁడో తన తాత యెంతవాఁడో యివతల నేనెటువంటి వాడనో వాడెఱుఁగడు. గాడిద నెక్కి కుక్క నెక్కి వాడేదో గొప్ప వాఁడనైనా ననుకొనుచున్నాడు. నాకవి కిట్టవు. వచ్చి జాగ్రత్తగా నుండు మనుము."

ఆ పలుకులు సింగమ్మకు మేఱ మీఱి సంతోషము కలిగించెను. అంతకుముందు కుమారునకుఁ దనకు శాశ్వతవియోగ మగునని బెంగ పెట్టుకొనెను. సోదరుని వాక్యము వలన బెంగ తీఱినందున నామె యేనుఁగు నెక్కినట్లు సంతసించెను. ఆ పూటనె యామె వెళ్ళి కొడుకును దోడితెచ్చి యెప్పటివలె నింటనుంచెను. గణపతి రెండుమూఁడు దినముల వఱకు మేనమామ యొద్ద మిక్కిలి భయభక్తులు కలిగి యేజోలికిఁ బోక యిల్లు కదలివెళ్ళక జాగ్రత్తగ నుండెను. కాని నీరణము చప్పుడు వినఁగానె పైత్యపు మేనివానికి శివమెత్తినట్లు మిత్రులను జూడఁగనె యతనికి వెనుకటి యుత్సాహము మరల నంకురించెను. నాలుగు పొలిమేరల నడుమనున్న నేలయంతయు నతనికి విహారభూమి యయ్యెను. అన్నితోఁట లతనివె. అన్ని దొడ్లతనివె. పండిన మామిడిచెట్లకడకుఁబోయి రాళ్ళు రువ్వి పచ్చికాయలు పడఁగొట్టి సంగడికాండ్రచేత నుప్పు కారము దెప్పించి యాకాయలు గరిగమ్మతోఁ గోసికొనియు పండ్లతోఁ బీకియు ముక్కలు చేసి కారమద్దుకొని తినుచుండును. తోటకాపులు దూరమునఁ గానబడినతోడనే వారి యదలింపు మాటలు చెవులఁబడిన తోడనే తానును జెలికాండ్రును లేళ్ళవలెఁ బరుగెత్తి పోవుదురు. నేర్పులైన శిష్యులకాళ్ళకు బంధములు వైచి కొబ్బరి చెట్లెక్కించి కాయలు తీసి పగులఁగొట్టి నీరుద్రావి గుంజు తినుచుందురు. నీలాటి రేవులలో సాయంకాలమప్పుడు నిలువఁబడి బెడ్డలు విసిరి నీటికుండలు పగులఁ గొట్టుచుండును. కుండ పగులగానే తూనీఁగ లాగు పఱుగెత్తుచుండును. పట్టుపడినప్పుడు చెంపకాయలు పుష్కలముగ దినుచుండును. ఒకనాడొక జామితోటలో దోరగా బండిన పండ్లు గణపతియు మిత్రులును శిలావర్షము గురిపించి నేల రాల్చుచుండ నంతలోఁ గాపువాడు వాండ్రకెదురుగా రాక వెనుకపాటున వచ్చి యొకచేతితో గణపతిని మఱియొక చేతితో వాని స్నేహితులలో నొకనిని బట్టుకొని బరబర లాగికొనిపోయి వారి నిరువుర నొక చెట్టునకు ఱెక్కలువిరిచికట్టి చింత బరికెలతో నెత్తురు దొరగునట్లు కొట్టి యెన్నఁడు తోటదరికి రాననిపించి పంపెను. అభిమానవంతుఁడయిన గణపతి యాపరాభవము తన తోడి దొంగయైన యా బాలునకు దక్క రెండవవానికిఁ దెలియకుండ జాగ్రత్తపెట్టెను.

అట్లతద్దియు నుండ్రాళ్ళ తద్దియు వచ్చెనా గణపతి సంతోషమింతింత యని వర్ణింప నలవికాదు. నాఁటి మధ్యాహ్నమె కొందఱు స్నేహితులను వెంటఁబెట్టుకొని పొదలలోనికి దుప్పలలోనికి దుబ్బులలోనికిఁ జని రెండు బుట్టల బొమ్మరాళ్ళు బెడ్డలు తెచ్చి యొకచోట దాచును. రాత్రి భోజనము చేయగానే పండుకొని తోటి బాలకులందఱు దెల్లవారుజామున లేచుచుండ, దాను రెండు జాములరాత్రివేళనె లేచి తల్లిని మేలుకొలిపి తల్లి సాయమున నిరుగు పొరుగువారి యిండ్లకుబోయి యిచ్చట బాలురను లేపి మరల గృహంబున కరిగి

చప్పుచప్పున మొగము గడిగికొని యుల్లిపాయల పులుసుతోను, గేదె పెరుగుతోను పొట్లకాయ పరమాన్నముతోను భోజనముచేసి కొన్ని పల్లేరుకాయలు మూటగట్టుకొని భుజముపై వైచికొని కుడిచేత నీతజువ్వపుచ్చుకొని కేకలు వైచుచు వింతవింతల పాటలు పాడుచు వీథులవెంట దిరుగును.

ద్వాపరయుగమునందెన్నడో శ్రీకృష్ణుని మీఁది యాగ్రహము చేత దేవేంద్రుడు ఱాళ్ళవాన గురియించె నని భాగవతము హరివంశము మొదలగు మహాపురాణముల యందు వర్ణింపబడుటయెగాని కలియుగ మందట్టి ఱాళ్ళ వాన నెవ్వరుఁ జూచి యెఱుగరు. దేవగణపతి నిజముగ నట్టి వాన గురిసెనో లేదో చెప్పజాలము గాని మన గణపతి నిజముగ నెన్నో ఱాళ్ళ వానలను గురిపించెను. మగవారు లేక కేవల మాడువాండ్రేయున్న యిండ్ల మీఁదను నందు ముఖ్యముగ ముసలియవ్వలున్న యిండ్ల మీఁదను గణపతి హస్తములు ఱాళ్ళు విసురుటలో భారతరణమందు గౌరవ సేనపై నవలీలగ శరపరంపర కవదొనల నుండి జేసి యెడము లేకుండఁ బ్రయోగించిన యర్జునుని హస్తము దలపించును. ఆ విషయమున గణపతి సవ్యసాచి యని చెప్పవచ్చును.

తెల్లవారు జామున లేచి చలిదియన్న మారగించి చిన్నీ బిన్ని మొదలగు పాటల నాడుకొనుచుండు నాఁడుపడుచు లున్నచోటికి మెల్లమెల్లఁగ జని యే చాటుననుండియో మూట విప్పి పల్లేరు కాయలు తీసి వాళ్ళ కాళ్ళ నడుమఁ జల్లును. పల్లేరుకాయ లాకాలునకు గ్రుచ్చుకొని యీ కాలునకు గుచ్చుకొని జవరాండ్రు కళవళ పడి నానాముఖముల బరుగులెత్తుచుందురు. కొందఱు తిట్టుచుందురు. కొందరు తమ మగవాండ్ర బిలిచికొని వచ్చుచుందురు. గణపతి మెరుపుతీఁగవలె మాయమగును. తన స్నేహితులలో గొందఱి వీపు మీఁద దూలగొండ రాయుచుండును. దురదలెత్తి వారు వీపులు బరికికొని పరుగులెత్తుచున్నపుడు మహానందభరితమై యుండు గణపతి మొగము జూఁచి తీరవలె. ఫొటోగ్రాపు లాకాలమందు విరివిగా లేవు గాని యీనాఁటివలెనవి పుష్కలముగ నుండిన పక్షమున గుణగ్రహణపారీణుఁడై యెవడైన నతని ప్రతిరూపము దీసి యుండిన పక్షమున నట్టి ప్రతికృతి యెంత వినోదకరముగ నుండును? ఎంత జగన్మోహనముగ నుండును! ఎన్ని కోట్ల ప్రతులు ఖర్చైయుండును! గణపతి యొక్క మూర్తి మంతయుఁ జూచు భాగ్య మాంధ్ర మహాజనులకు లేదు. మూర్తి యంతయుఁ జూచు భాగ్యము లేకపోయినను దానిండ్ల మీఁద రాళ్ళు విసరినప్పుడు స్త్రీల కాళ్ళ నడుమం బల్లేరుకాయలు చల్లినప్పుడు సంగడికాండ్ర మేనులకు దూలగొండి రాచినప్పుడు ముసలమ్మలు యువతులు స్నేహితులుఁ దన్ను దిట్టుచుండ నత్తరి పండ్లిగిలించి యతఁడు నవ్వినవ్వైనఁ బ్రతిబింబములో జూచు భాగ్యముండినను మనము ధన్యులమై యుందుము. మందభాగ్యుల కట్టి ధన్యత యేలగలుగు? రూపదర్శనము గలుగుసంతోషము లేకపోయినను శ్రీ కృష్ణలీలల కన్నను మిక్కిలి రమణీయములైన గణపతి లీలలలోఁ గొన్నింటిని జదివి యానందించు భాగ్య మబ్బినది. కనుక చదువరులు కొంతవఱ కదృష్టవంతులె?

గణపతికి క్షీరపానమునందు మిక్కిలి యాసక్తి. పాలు కొని త్రాగుట కతని దగ్గఱ డబ్బులేదు. అనేకోపాయములచేత సంగ్రహించిన డబ్బు పొగచుట్టలకైన దిన్నగా సరిపోదు.

కొనుటకు డబ్బు లేనంత మాత్రముచేతఁ బాలు త్రాగుట మానుకొనునంతటి మూర్ఖుడు కాడు. కావున గణపతి క్షీరసంపాదనమున కొకయుపాయమును గనిపెట్టెను. పొలమునుండి సాయంకాలమింటికి దిరిగివచ్చు నావులను గేదెలను వీధులవెంట దిరుగు మేకలను బట్టుకొని యొకప్పుడు బందువైచియు మరొకప్పుడు వైవకయు బాలు పిదికి యతడు త్రాగుచుండును. ఆవులు తమ తమ గృహంబులకు బోయిన తరువాత యజమానులు పాలు పిదుక దమకింపననివి పాలియ్యకపోవడం జూసి తమ యావులకు దృష్టి తగిలిన దనియొ దయ్యములు పట్టినవనియొ మనోవేదము జెంది దిగతుడుపులు తీసి సోదెకు బోవుచుందురు. వారి కళవళము వారి చిత్తక్షోభము జూచి యేమియు నెరెంగనివాడు వోలె నటించుచు దన యఖండ ప్రజ్ఞయెగదా వారిని వ్యాకులబెట్టుచున్నదని సగర్వముగ మనంబున కులుకుచుండును.

కావలసిన ఖర్చులు చేసికొనుటకు గణపతి చేతిలో డబ్బు కొంచెమైనను లేకపోవుట గొప్ప విచార కారణమయ్యెను. మేనమామ డబ్బులు విభూతి బుట్టలలోఁ బెట్టుట మానెను. తల్లి గూళ్ళలో వైచుట మానెను. ఏదో నిరంతరము నమలుచుండవలయును కాన గణపతి నోరూరకుండదు. కొబ్బరి కురిడీలు శనగయుండలు పేలవుండలు తాటిచాప తేగలు జీళ్ళు శనగపప్పు మొదలైన వస్తువు లూరక యిచ్చువారెవ్వరు లేరు. తోఁట లోనికిఁ బోయి మునుపటివలె దోచుకొనివచ్చుట కంత వీలులేదు. ఏలయన దోఁటకాఁపు లీ బందిపోటు దొంగల విషయమై మిక్కిలి జాగరుకులై యుండిరి. సూక్ష్మబుద్ధిగలవాడగుటచే గణపతి యీ విషయమై కన్నులు మూసికొని రెండవచింత విడిచి యొక్క జామాలోచించి యెట్టకేల కొకయుపాయము పన్నెను.

డబ్బు కావలసినవచ్చినపు డతఁడు చుట్టుప్రక్కల నున్న చిన్న చిన్న గ్రామముల కరిగి గ్రామమందలి ప్రముఖులనందఱఁజూచి "మా తండ్రి చనిపోయినాఁడు, పేద సంసారం, దిన వారములు జరిగించుకొనుటకు డబ్బు లేదు. మీరందరు సాయముచేసి యీ బ్రాహ్మణకర్మ యేలాగైన గడతేర్చి నన్నొకదరికిఁ జేర్చవలయు. శ్రాద్ధకర్మ చేయక పోయిన యెడల బందుగులు వెలిపెట్టుదురు. చనిపోయినవానికి మంచిగతులు గలుగవు. తండ్రి పోయి నందుకే నేనేడ్చుచుండగా మీదుమిక్కిలి శ్రాద్ధము పెట్టుటకైన డబ్బు లేకపోయినదని నే నిట్లు బిచ్చమెత్తవలసి వచ్చినది. తండ్రి దినవారములకుఁగూడ డబ్బు లేనంత దురవస్థ నాకు భగవంతుడు తెచ్చిపెట్టినాఁ"డని కన్నుల నీరు పెట్టుకొని రాని దుఃఖము దెచ్చి పెట్టుకొని యేడ్చును. పదునాలుగు సంవత్సరముల పిల్లవాడు పితౄణ విముక్తుఁడు కాదలఁచి యాచించుటయె జాలి గలిగించును. అట్టియెడ నబ్బాలునికి కన్నుల బాష్పోద్గమమయ్యెనా యట్టియెడ నెవని మనసు కరుగదు? ఎవరి కడుపు చుమ్మలు చుట్టదు. ఆయా గ్రామములలోని జనులతని బూటకములు నమ్మి యెవరికి దోచినమట్టుకు వారు సాహాయ్యము చేయుచుందురు. ఒక్కొక్క నాఁడతనికి రెండు మూఁడు రూపాయలు గూడ దొరుకుచూ వచ్చినవి. సాధ్యమైనంత వఱకతఁడు వెళ్ళినయూరు వెళ్ళకుండ నీ వ్యాపారము సాగించుచుండెను. విధిలేకయొ మరచిపోయియొ మునుపు జమాబందీయైన గ్రామమె మరల వెళ్ళవలసి వచ్చినపుడు తండ్రి చచ్చిపోయినాడన్న మిష సాగదని తల్లి

చచ్చిపోయినదని వంకబెట్టును. తల్లి యింట ఊాయిలాగున నుండఁగ నామె చనిపోయినదని చెప్పుటకు నోరెట్లు వచ్చినదని మీరు సంశయింతురు కాబోలు!

అట్లు సంశయింపవలసిన పనిలేదు. ఏలయిన "జాతస్య మరణం ధ్రువ" మనుమాట మీరు విన్నారు కదా. "పుట్టినవాఁడు గిట్టకమానఁడ"ని దీని యర్థము. ఆరూటయందు గణపతికి మిక్కిలి విశ్వాసము కలదు. తన తల్లియెప్పుడో చావక మానదని గణపతి యెరుఁగును! ఎప్పుడైనను జచ్చి పోవలసినదె కనుక తనకు డబ్బువసర మున్నప్పుడు చచ్చిపోయినదని చెప్పుట చేత నెంత మాత్రము పాపము లేదని గణపతి యాశయము. పది సంవత్సరముల తరువాత జరుగఁదలచిన కార్యము పది సంవత్సరముల ముందు జరిగినదని చెప్పుట తప్పుగా నతఁడెంచలేదు. ఒకప్పుడు తల్లి మాసికమని బిచ్చమెత్తును. ఒకప్పుడు తండ్రి తద్దినమని యడిగి కొనును. ఒకప్పుడు తాను ప్రయాణము చేయుచుండగా మార్గమధ్యమున దొంగలు కొట్టి చెంబు గుడ్డలు బత్తెఖర్చు నిమిత్తము దగ్గఱనున్న డబ్బు తీసికొన్నారని చెప్పి ముష్టియెత్తును. కొన్ని గ్రామములకరిగి యతఁడీ క్రింది విధముగఁ భిక్షాటన జేసెను. "అయ్యా! నా తల్లి కెందఱో బిడ్డలు చచ్చిన తరువాత నేను పుట్టితిని. నేను పుట్టినపుడు మా తల్లి నన్ను తిరుపతి తీసికొని వెళ్ళవలయునని మ్రొక్కుకొన్నది. పేదవాండ్ర మగుటచేత మ్రొక్కు తీరినది కాదు. ఏడుకొండల వెంకటేశ్వర్లు వడ్డికాసులవాఁ డన్న మాట మీకుఁదెలియునుగదాఁ. అతని మ్రొక్కులు ముడుపులు చెల్లకపోయిన యెడల వెండిబెత్తములతోను బసిడి బెత్తములతోను వీపు పగులఁగొట్టునని మీరంద ఱెఱిగియె యున్నారు. రాత్రులు దెబ్బలు తినలేక నేను మిక్కిలి శ్రమపడుచున్నాను. నాకీ శ్రమ మీరు తప్పించవలెను. వెంకటేశ్వరుల వారికి వెండి చెంబొకటి చేయించి నేను ముడుపు చెల్లించవలెను. దాని కేఁబది రూపాయలు కావలెను. దగ్గఱ గ్రుడ్డి గవ్వలేదు. బ్రాహ్మణ బాలకుని యాపద తప్పించవలసిన భారము మీపైనున్నది. ఈ సహాయము జేసిన మీకెంతో పున్నెముండును. వేంకటేశ్వరులవారిచేత దెబ్బలుతిని చచ్చిపోకుండ నన్ను మీరందఱుఁ గాపాడవలయును. నాకు మీరే తల్లి. మీరే తండ్రి" అని యడుగుటయు వాని దీనాలాపముల విని మగవాండ్రు నాడువాండ్రు జాలొంది తోఁచిన సహాయము జేయుచు వచ్చిరి.

ఈ వ్యాపారములో దిగిన తరువాత గణపతి యొద్ద ప్రతి దినము కొంచెముగానో గొప్పగానో డబ్బు నిలువయుండఁజొచ్చెను. కావలసినన్ని పొగచుట్టలు కావలసినన్ని తమలపాకులు కొనుట కవకాశము గలిగెను. అతఁడు స్నేహితుల కప్పుడప్పు డొకయణా రెండణాలు బదులియ్యఁజొచ్చెను. గణపతి భోజనమునందు మహాగణపతితుల్యుండగుటచే నెంత డబ్బు వచ్చినను వానియుపాహారములకె సరిపోవుచు వచ్చినది. ఈ విధముగ వ్యాపారము చిరకాలముగ సాగినది కాదు. ఒక గ్రామవాసులు మఱియొక గ్రామమునకుఁ గార్యాంతరము మీద వెళ్ళుట తటస్థించుచుండును. కావున గణపతియొక్క చేష్టలు క్రమక్రమముగ బయలుపడెను. జనులకు విశ్వాసము తగ్గెను. చుట్టుపట్ల గ్రామములలో నతని మాటలకుఁ జెల్లుబడి లేకపోయెను. అందుచేత మునిపటి వలె నతనిచేతినిండ డబ్బు చిక్కుట కవకాశము గలుగదయ్యెను. మరల నతనికి డబ్బు సందర్భమైన యిబ్బంది తటస్థించెను. ఆ యిబ్బంది గడచుటకై యతఁడొకనాఁడు దీర్ఘముగా నాలోచించి

వైదికులపాలిఁటి కల్పవృక్షమని కామధేనువని చెప్పఁదగిన శ్రాద్ధభోజనమె శరణ్యమని నిశ్చయించెను. సామాన్యమైన యాబ్దికమునకు నిమంత్రితుఁడై పోయినవారికి వొక్క డబ్బుకంటె నెక్కువ దొరకదు. మాతాపితృభక్తి యత్యధికము గలవారు రెండు డబ్బు లిచ్చుచుందురు. మిక్కిలి భాగ్యవంతులగువారు వస్త్రము లిచ్చి యొకయణాగాని రెండణాలుగాని దక్షణనిత్తురు. కడపటివారు మిక్కిలి యరుదుగ నుందురు. అట్టి బ్రాహ్మణార్థములకుఁ బోయినపక్షమునఁ గడుపునిండ భోజనము లభించుటయె తప్ప దక్షిణ బాగుగ దొరకదని శోడశ బ్రాహ్మణార్థములు చేసినపక్షమునఁ జేతినిండ బుష్కలముగ సొమ్ముండు నని తద్విషయమై ప్రయత్నించెను.

చుట్టుప్రక్కల నేబ్రాహ్మణుడు చనిపోయినను బదియెుకండవ నాఁడును పంద్రెడవనాఁడును విఘ్నేశ్వర పూజా సమయమున స్థాపింపఁబడు పసుపుగణపతితో బాటు మూర్తీభవించిన శ్రాద్ధదేవతవలె పితృలోకమునుండి వచ్చిన ప్రేతవలె మనగణపతి యుండితీరవలయు. గణపతి తిండిపోతని చదువరులిదివఱకె యెఱుగుదురు. భోజనవిషయము నతని ప్రజ్ఞ యాకారమునకుఁ దగినది. అతని విగ్రహము పొట్టిదైనను వాని యాఁకలి మిక్కిలి పొడుగుది. బ్రహ్మదేవుఁడతని కీయఁదలచిన ప్రజ్ఞయంతయు జీర్ణకోశమునందె పెట్టెను. శ్రాద్ధభోజనములయందతఁడు మెక్కునట్టి యరిసెలు గారెలు, కుడుములు మొదలగునవి పుంజీల లెక్కప్రకారము చెప్పుకొనుట సుకరముగాని విడిగా లెక్కించుట సుకరముకాదు. భోజన విషయమున నతఁడు సర్వభక్షకుఁడని చెప్పవలెను. ఇది యిష్ట మది యిష్టములేదన్న మాట లేదు. ఏమియు దొరకనప్పుడు పెసరకాయలు కందికాయలు జొన్నచేలలో నూచబియ్యము తాటిపండు మొదలైనవి గూడ నతడారగించును. శ్రాద్ధభోజనములవలన నతనికి మరల కొంత డబ్బు దొరకఁజొచ్చెను.

ఆ దినములలో నతని జీవిత చరిత్రలో నొకమార్పు తెచ్చుటకు సమర్థమైన కార్యమొకటి జరిగినది. ఏనుఁగుల మహలునుండి కోమటులొకరు రాజమహేంద్ర వరములో వివాహ సంబంధము నిశ్చయించి తరలివెళ్ళిరి. పెండ్లి కుమారునకును, గణపతికిని మొదటినుండియుఁ జీట్లపేక దగ్గఱ స్నేహమగుటచే నతఁడు ప్రియమిత్రుడైన గణపతిని తన వివాహమునకు రమ్మని పిలిచెను. మిత్రుని యభీష్టసిద్ధి చేయదలఁచి మిత్ర విధేయుఁడైన గణపతి వారితోఁ గలసి వెళ్ళెను.

రాజమహేంద్రవరములో నున్న కాలమున గణపతి కొత్త ప్రపంచమున నున్నట్లుండెను. ఆ పుర వీధులలో నడచునట్టి తన యీడు బాలకుల కందఱకు గిరజాలుండుట యతఁడు చూచి యా బాలకుల వలె తానుగూడ గిరజాలు నున్నగా దువ్వి చెవుల సందులననుండి వెనుకకు దువ్వి మడిచి యుంగరములుగఁజుట్టి తిరుగవలెనని యతనికి ఉబలాటము గలిగెను. పిల్లజుట్టుపై నతని కెంతో యసహ్యాము కలిగెను. గిరజాలుంచుకొననివాని బ్రతుకెందుకనిపించెను. ఎన్ని జన్మములయందు మంచి తపము చేసిన యదృష్టవంతులకోగాని గిరజాలుంచుకొనునట్టి భాగ్యము కలుగదని యతఁడను కొనియెను. అనుకొన్న విషయ మాచరణములోఁబెట్టుటలో నతఁడగ్రగణ్యుండని పూర్వ చరిత్రము వలన మీరు తెలిసికొని యుండవచ్చును. ఒకనాఁటి రాత్రి యీరీతి

ననుకొనెను. మరునాఁ డుదయమున పెందలకడలేచి భజంత్రీ మేళములోనున్న యొకమంగలిని బిలిచి తనపిల్లజుట్టు గొరిగివైచి గిరజాలు పెట్టుమని కోరెను. వెంటనే మంగలివాఁడతని కోరిక ప్రకారము చేసెను. ఆ మహాకార్యము చేసినందుకు మంగలివాని కొక యణాయిచ్చి తదృణమును దీర్చుకొని కృతకృత్యుఁడయ్యెను. అట్టి నూతన వేషముతోనున్న గణపతిని జూచి పెండ్లివారిలో సంతసింపని వారు లేరు. ఏదో ఘనకార్యము చేసిన వాఁడువోలె నన్యులకు దుర్లభమైన సువర్ణ కిరీటము మస్తకమున ధరించిన వాఁడు వోలె నాఁటి దినమంతయు గణపతి మిక్కిలి యుత్సాహము కలిగి చూపులలోను మాటలోను నడకలలోను ముఖవైఖరిలోను గర్వముట్టిపడునట్లు సంచరించెను.

పెండ్లివారితో వచ్చిన యువజనులందరును జతురోక్తులయం దాసక్తిగల కొందఱు పెద్దలును నాటి దినమున వేశ్యల మేళమున కరుగక గణపతి చుట్టుఁజేరి వాని మాటలు విని వాని చేష్టలు చూచి వినోదము నొందిరి. పెండ్లికొడుకుచేత సిఫారసు చేయించుకొని పెండ్లికి వచ్చిన యాఁడువాండ్ర దగ్గఱనుండి సంపంగి నూనె దెప్పించి లేతమొక్కలకు మంచి యెరువు వైచు కాపువాఁడువలె తన తలకు రాచికొని వెంట్రుకలు త్వరగా యెదుగు సాధనము లేవియని దనకన్నులకు బండువుగా నుండునట్లు పెద్దగిరజాలను పెంచుకొన్నవారిని పలుమారు గ్రుచ్చి గ్రుచ్చి యడుగఁజొచ్చెను. పరిహాసము చేయుటలో మిక్కిలి ప్రౌఢుఁడైన యొకానొక యువజనుడు గణపతిని రహస్యముగా నొకచోటికి దీసికొనిపోయి యతని శిరోజవృద్ధియం దత్యంతాసక్తిగల వాఁడు వలె నతనిచెవిలో నిట్లనియెను. అగరునూనెతోను సంపంగినూనెతోను దలవెంట్రుక లేపుగా బెరుగవు. మంచి వంటయాముదము దెచ్చి నాలుగు దినములు రాచితివా వానచినుకులు పడగానె చిలికింత మొలిచినట్లు వెంట్రుకలు చురుకుగా నెదుగును. నేనట్టి దోహదము చేయబట్టి నా గిరజాలింత సొంపుగా నెదిగినవి. నీ వెంట్రుక లెదుగుట మనసులో నిష్టము లేనినాడు నేను చెప్పిన దోహదము చేయవద్దని నీకు దుర్బోధనలు చేయవచ్చును. వారెన్ని చెప్పినను సరె నీవది వినవద్దు. సరిగా నేను చెప్పినట్లు చేయుము" అని యుపదేశముచేసి యతడరిగెను. అది యెవరికిఁ జెప్పక బ్రహ్మోపదేశమునుంబలె మనసులోఁబెట్టుకొని రాత్రి భోజనానంతరము నందఱు నిద్రాసక్తులైన సమయమునఁ జాకలివాండ్రు కాగడాల నిమిత్తమై యిత్తడి సిద్దెలలో దాచికొన్న యాముదము వారు చూడకుండ దొంగతనముగా రెండు చేరల నిండఁబోసికొని తలకు రాచికొని పెద్దమనుషులు కూర్చుండుటకు వైచిన తివాచి మీఁద తిరిగి దిండుమీద తలబెట్టుకొని పండుకొనియెను. మరునాఁడు గణపతి కాకులు కూసెడు వేళనె లేచి గోదావరికి దిగి రాగిడి మట్టితోఁబలుసారులు తలరుద్దుకొని స్నానము చేసి వచ్చిన మరల బట్టలు కట్టుకొని కూర్చుండి కనబడినవారినెల్ల బిలిచి "నా గిరిజా లేమైనా నెదిగిన వేమో చూడుఁ"డని యడిగెను. గణపతి యొక్క విచిత్ర చరిత్ర మదివరకె మవ్యక్తమై యున్నందున వారందరు నగుమోములతో "నీవేమి దోహదము చేసితివో కాని మిక్కిలి యేపుగా నీ వెంట్రుకలు పెరుగుచున్నవి. నిన్నటికి నేటికి నెంతో భేదము గనిపించుచున్నది. ఆ విధముగానే దోహదము చేయుచుండుము. నీ తల

జొన్నచేనువలె నెదుగు"నని చెప్పిరి. అతcడాముదమె శిరోజవృద్ధికి దివ్యౌషధమని నిశ్చయించి యదియె యుపయోగింప దలcచెను.

చాకలివాం(డ్రుదయమున లేచి తివాసులు జముఖానాలు దులుపునప్పుడు దిండు మీcద నాముద మెట్లయ్యెనని యెల్లవారినడుగcజొచ్చిరి. అడుగcబడిన వారందఱు "మే మెఱుగము మే మెఱుగ" మని బదులు చెప్పిరి. చాకలివాడొకcడు గణపతినట్లు ప్రశ్నించుటయు నతcడు మిక్కిలి కోపించి "ఎవడcవురా నీవు తాహతెరుంగకుండc బెద్ద సిన్న తారతమ్యము లేక నన్నిట్టి ప్రశ్నలడుగుచున్నావా? నీ యంతర మేమి నాయంతరమేమి? నీకు బొత్తుగా భయభక్తులు లేవు చూడు పెళ్ళివారితోcజెప్పి నిన్నేమి చేయింతునో. నీవు తుంటరిలా గగపడుచున్నావు. నేనేమి తలకాముదము రాచికొని దీనిమీcద పండుకొన్నా ననుకొన్నావా యేమి? జాగ్రత్త బుద్ధి చెప్పించెదను. దొంగవెధవలు మీరే యాముదపు సిద్దెలు తెచ్చి దిండుమీద బెట్టినారేమో యాముదపు చేతులతో మీరిద్దిండు ముట్టుకొని సవరించినారేమో లేకపోతే దానిమీద నాముదపు మరకలెట్టువచ్చు"నని విడిదియింటc బ్రతిధ్వనులు చెలcగునట్లు గొంతు బొంగురు బోవునట్లు కేకలు వైచెను.

ఆ కేకలతో నందఱక్కడ చేరి చాకలివాం(డ్ర నదల్చి యవ్వలకుcబొమ్మని చేసిన సంభాషణనుబట్టి గణపతియే తలవెం(డ్రుక కెదుగునిమిత్తమెవరో పరిహాసకుcడు చెప్పినమాటలు విని తలకాముదము రాచికొని యుండునని మనసులో నిశ్చయించుకుని చిరునవ్వులు నవ్వుకొనుచు "గణపతీ! చాకలివాం(డ్రు బుద్ధి పొరబాటుచేత నిన్నాలాగు ననిరి. నీవంటి వాcడిటువంటి పని చేయునా? కాని యా దొంగయెవcడో మనమందఱ మీ రాత్రి కలిసి పట్టుకొంద" మని వెడలిపోయిరి. ఆనాcడు రాత్రిగూడ గణపతి గత రాత్రము నందువలెనే శిరస్సునకు హేరండ తైలమర్ధనమునందభిలాష గలవాడై రజకులు పండుకొన్న నెలవున కరిగి మెల్లగా నొకసిద్దె వంచెను. చాకలివాం(డ్రలో నొకcడు సారా త్రాగి వచ్చి పండుకొని సమీపమున దొరలచు మరలc ద్రాగుటకు నొక సీసానిండ సారా తెచ్చి సిద్దెన ప్రక్క బెట్టుకొనియెను. గణపతి చీకటిలో నది కనిపెట్టలేదు. ఆ రజకుcడు గణపతిని జూచి తన సారా దొంగిలించుకొని పోవుట కెవcడో దొంగ వచ్చెనని భావించి "దొంగతొత్తుకొడుకా! నా సీసా దొబ్బుకొని పోవుటకు వచ్చినావ" యని లేచి వెన్ను మీcద రెండు చరపులు చరచి తిట్టనారంభించెను. ఆ చరపుల చప్పుడుతోను దిట్లతోను దక్కిన చాకలివాం(డ్రు మేల్కొని దొంగ వచ్చినాడనుకొని గణపతిని పట్టుకొనిరి. అతcడు ప్రతిష్ఠా రక్షణ మందు మిక్కిలి జాగరూకుc డగుటచే సుమూహుర్త సమయముననను సదస్యము నాcడును దనకు దొరికిన సంభావన డబ్బులు చాకలివాం(డ్ర చేతులలోcబెట్టి తనను నలుగురిలో నగువాట్లు సేయవలదని చేతులు పట్టుకొని వాం(డ్రను బతిమాలి యాముదపు మరకలు దిండుమీcద చేసినది తానేయని యొప్పుకొని వారి బారి నుండి తప్పించుకొనిపోయెను.

ఈ పరమ రహస్యమును జాకలివాం(డ్రు తిరుమంత్రము వలె నెవరికిc జెప్పకుండ దాcచ దలcచిరి కాని వారి కడుపులలో నది యిమిడినది కాదు. నోట నువుగింజ నానని తుచ్ఛుల నోళ్ళలో రహస్యము దాcగునా? చాకలివాం(డ్రు మంగలివాం(డ్రతోను

మంగలివాండ్రు బాకాలూదు దూదేకుల సాహేబులతోను, వాండ్రు తన యాప్తులతోను, జెప్పగా బరమరహస్యము సూర్యోదయ మగునప్పటికి గుప్పు మని వెల్లడియయ్యెను. అందరు గణపతిని జూచి ముసిముసి నవ్వులు నవ్వువారే. అందరు నతని మీఁద జెయ్యి వైచి గిరిజా లెదిగినవా యని పరిహాసము చేయువారే. అందరు శిరోజవృద్ధికి దోహదములు చెప్పువారే. వెండి, బంగారు దొంగలుపోయి యాముదపు దొంగలు బయలుదేరినారని యొకఁడు తలవెంట్రుకలు పెరుగుటకు తగినదోహద మాముదమే యని యొకఁడు, తైలముకంటే మొట్టికాయలు డిప్పకాయలు వెంట్రుకల వృద్ధికి మంచి యౌషధ మని యొకఁడు చమత్కారముగ మాటలాడిరి. గణపతి తక్కిన మాటలకు సరుకు చేయలేదు. కాని యాముదపు దొంగలు వచ్చినారన్నపుడు మాత్రము కొంత ప్రసక్తిని గల్పించుకొని యాముదము దొంగిలించునట్టి నిర్భాగ్యులెవ్వరుండరు. చాకలి వెధవల మాటలు నమ్మి మీరుకూడ గంతులు వైచుచున్నారని ప్రత్యుత్తరమిచ్చెను. "గుమ్మడి కాయలు దొంగ యనఁగా భుజము తడిమి చూచుకొన్నట్లు" పెండ్లికి వచ్చినవారిలో నింతమంది యుండగా ఆముదము దొంగ యన్నపుడు నీవే పూసికొని రానేల" యని మిత్రు లెగతాళి చేయఁ జొచ్చిరి. న్యాయము చెప్పినాను. కాని నాకెందు కని గణపతి ప్రత్యుత్తరము చెప్పి, యెందరెన్ని విధము లెగతాళి చేసినను వాని భావము గ్రహింపలేక తన గుట్టు బయలుపడలేదని నమ్మి సంచరించును.

రాజమహేంద్రవర యువజనులను జూఁడగా నతనికి మఱియొక యుబలాటము గలిగెను. చెప్పులు మోటవాండ్రు దొడిగికొనవలసినవేకాని నాగరీకులకుఁ దగని వనియు నాగరీకులు పాదములకుఁ దొడిగికొనవలసినవి ముచ్చెలో చడావులో గాని చెప్పులు కావనియు నతని మనస్సునకుఁదట్టెను. తట్టినతోడనే యతఁడు తన పాత చెప్పు లమ్మఁ జూపెను. ఆ చెప్పు లతని కాలునేగాని మఱియొకరి కాలునకు సరిపడని వగుటచే నవి కొనువారెవరు లేకపోయిరి. సంపాదించిన డబ్బులు చాకలివాండ్రకు లంచమిచ్చుట క్రింద వెచ్చబెట్టబడినందున క్రొత్త జోడు కొనుట కతనికడ డబ్బు లేకపోయెను. అదిగాక ముచ్చెలు కొనుట మంచిదా చడావులు కొనుట మంచిదా యను విషయ మతఁడు విచారణ సేయఁదొడంగి సంగడికాండ్ర నడుగఁజొచ్చెను. "మిట్టముచ్చెలు నీ కాలికెంతో యందముగ నుండును. అవి తొడిగికొని టిక్కుటిక్కుమని నీవు నడచితివా చూచువారి కెంతో ముచ్చటగ నుండును. కాఁబట్టి ముచ్చలే కొను" మని యొకఁడు సలహా చెప్పెను. ఒంటి యట్టచడావు నీ పాదమునకెంతో సొగసుగ నుండును. చడావు తొడిగికొని యవి కిర్రుకిర్రుమని చప్పుడు చేయుచుండ నీవు వీధుల వెంట నడుచునపుడెల్లరకు ముద్దుగా నుండును. కాబట్టి చడావులే కొనవలసినదని మఱి యొకఁడాలోచనము చెప్పెను. చేతిలో డబ్బు లేకపోయినది కాని గణపతి ముచ్చెలు చడావులు కూడ కొనఁగోరెను. రెండింటిని గొనుమని యడిగిన బాగుండదని తనలోఁ దాను విచారించుకొని పెండ్లి కుమారునికడ కరిగి కొంతసేపామాట లీమాట లాడి యతఁడు గూడ తన గిరిజాల విషయమై కొంత పరామర్శ చేసిన పిదప తన మనోరథ మెఱిఁగింపఁ దలఁచి యిట్లనియె.

"నీ వింతవైభవముగ వివాహము చేసికొనుచున్నందున నాకేదైన మంచి బహుమానము నీవు చేయవలెను. ఎలాగైనను నీకొక జామారుగుడ్డ నాకీయకపోవు.

జామారు నాకక్కరలేదు. ఈ మధ్య షోడశ బ్రాహ్మణార్థములలో నాకేడెనిమిది గుడ్డలు దొరికినవి. బట్టల కరవు లేదు. నాకిప్పుడు కావాలసినదీ మంచి పెద్దాపురపు పైజార్ల జోడు. పొట్టివాఁడ నగుటచేత మిట్ట పైజార్లజోడు నాకాలి కందముగా నుండునని మనవాళ్ళు చెప్పినారు. దాని ఖరీదర్ధరూపాయ. ఏలాగైనను నీవు నాకది కొనిపెట్టక తప్పదు. ఏమిటి నీ యభిప్రాయము? నా కోరిక తీర్చెదవా లేదా" అనవుడు పెండ్లి కుమారుడిట్లనియె "నా దగ్గర డబ్బులు లేవు. నాలుక పెరికికొన్నను మా తండ్రి నా చేతికి రాగిడబ్బైన నీయఁడు. సదస్యము నాఁడు నీవు చూచితివి కదా రూపాయ రూపాయ సంభావన వచ్చునని బ్రాహ్మణులెంతో యాసపడిరాఁగా మామయ్య బేడబేడ యిచ్చి సాగనంపినాడు. బ్రాహ్మణులు తోరణములు త్రెంపినారు. ఎంతో గందరగోళమైనది. నీ సంభావన డబ్బు లేమి చేసికొన్నావు? అవి పెట్టి కొనరాదా" అని యతఁడు బలుక గణపతి "గోదావరిలో స్నానము చేయుచుండగా మూట విడిపోయి సంభావన డబ్బులు పడిపోయినవి. నీవంటి వాని నాశ్రయించినందుకు నా కోరిక తీరకపోవలసినదేనా. పోనీ మీనాన్నచేత బదులిప్పించు రెండు షోడశ బ్రాహ్మణార్థములు చేసి నీ యప్పు తీర్చెద"నని యుత్తరము చెప్ప పెండ్లి కుమారుఁడు "మాయయ్య నా సిఫారసు మీఁద నీ కప్పియ్యఁడు అట్టి యాస బెట్టుకొనకు"మని ప్రత్యుత్తరమిచ్చి పంపెను. గణపతి యప్పటికి భగ్నమనోరథుడైనను ముచ్చెలెట్లయిన సంపాదించి తీరవలయునని కృతనిశ్చయుడై యుపాయాన్వేషణము జేయఁజొచ్చెను.

ఉపాయము పొడ గట్టెను. అతని యదృష్టవశమున ఆ సాయంకాలము బంధువైన వైశ్యుఁడొకడు పదియేండ్లు వయసు గల తన కుమారుని వెంటబెట్టుకొని పెండ్లి వారిని జూడవచ్చెను. అప్పుడు రెండు గడియల రాత్రియయ్యెను. అతని కుమారుఁడు జరీపని చేసిన ముచ్చెల జోడు తొడిగికొని వచ్చి దిగి గుమ్మము దగ్గర విడిచి లోనికి బోయెను. అది ముద్దులమూట గట్టుచున్నట్లు గణపతిఁకి ఁదోచెను. ఎట్లయిన నదిగాని యటువంటిది గాని తనకుండిన పక్షమున తన జన్మము ధన్యమగునని యతఁడు భావించెను. కొంచెము సేపిట్టటు బచారుచేసి తన పాదమందులో బెట్టి సరిపోవునేమో యని చూచెను. అది సరిగా నతనికి సరిపోయెను. అటువంటది మఱియొకటి దొరకనప్పు డిదియె తాను గ్రహింపఁదగు నని నిశ్చయించి యటు చూచి చేజాచి జోడుతీసి యుత్తరీయమున జుట్టి దొడ్డిదారని బోయి తన బట్టలమూటలో బెట్టెను. ఆ కోమటియుఁ గుమారుదు దాంబూలము పుచ్చుకొని వీధి గుమ్మముకడకుఁబోయి చూచునప్పటికి జోడుకనబడలేదు. జరీపని చేసిన ముచ్చెలజోడు కావలయునని కొడుకెంతో ముచ్చటపడి నా కోమటి యాకాలమున నట్టి జోళ్ళకు బ్రసిద్ధికెక్కిన పెద్దాపురమునందది పురమాయించి చేయించి తెప్పించెను. ఆపూటే కొడుకది తొడిగికొని వచ్చెను. కుఱ్ఱవాండేడుపు మొగము పెట్టి యింటికి బోయెను. విడిదిలో జోడు పోయినదని పెండ్లి కుమారుని తండ్రి యెంతో నొచ్చుకొని కూడ వచ్చినవారినందఱ నడిగెను. కాని యది బయలు పడలేదు. అక్కడున్న వారందరు దొంగిలించిన వానిని నోటికి వచ్చినట్లు తిట్టిరి. వారితోపాటు గణపతియు నాలుగుతిట్లు తిట్టెను. గణపతి కార్యవాది కాని ఖడ్గవాదికాఁడు గనుక కార్యసాధనము నిమిత్తమై

తిట్లన్నియుఁబడెను. పెండ్లివారు మాటలు పరీక్ష చేయుదురేమోనని భయపడి గణపతి తనమూట దీసికొని పోయి వేరొకయింటఁ బెట్టెను. మొత్తము మీఁద దొంగతనము బయలుపడకుండ జాగ్రత్తపడి జోడు సంపాదించెను.

గిరజాల యుబలాటము ముచ్చెల యుబలాటము దీరిన పిదప గణపతికి మఱియొక కోరిక పుట్టెను. పుట్టి బుద్ధి యెఱింగిన తరువాత నతడు కోటు తొడిగి యెరుఁగఁడు. చీట్లపేక లోపలి కోటులే కాని శరీరాచ్ఛాదనము చేయుకోటు అతడు చూచి యెరుఁగడు. తల్లి చిన్నప్పుడు ముద్దు నిమిత్తము బొందుల చొక్కాలు రెండు కుట్టించెను. కాని యవి చిరిగిపోయెను. కోటు తొడిగిన మనుష్యుఁడతని కెంతో విచిత్రపరుఁడుగఁగనబడెను. రెండుకోట్ల రూపాయలున్నను హాయిగా దొడిగికొనుటకు రెండు కోట్లులేని పక్షమున వాని జన్మంతయు వ్యర్థము. పశువునకును వానికిని భేదమే లేదని యతని మనంబునకు దోఁచెను. ఎటులైన నొకకోటుగాని రెండు కోట్లుకాని కుట్టించు కొనవలయునని తలంచి చేత డబ్బులేనందున కతడు విచారించి గుడ్డలు చేతితో స్పృశించియుఁ గన్నులం జూచియు ధన్యత జెందవలయునని మంచి కోటుగుడ్డలున్న దుకాణములన్నింటికిఁ జని యెంత వెలయైన నిచ్చి కొనువానివలె మూటలు విప్పించి గుడ్డల నన్నింటిని బేరమాడి చేతితో నాణెము చూచి రంగు వెలియదుకదా? చాలాకాలము మన్నునుకదా యని యడిగి తక్కువ వెలల కడిగి బేరము కుదరక వెడలిపోయినట్లు దుకాణములు విడిచి వెళ్ళెను. ముచ్చెలజోడు సంపాదించిన విధమున నీ కోటుగుడ్డలు సంపాదించుట కెంతమాత్రము వీలుచిక్కకపోయెను. ఆరాత్రి యతని కావిచారముచేత నిద్రయేపట్టలేదు. అప్పుడప్పుడు తన మనంబున నిట్టనుకొనెను. "తద్దినములకు షోడశములకు బ్రాహ్మణులకుఁ బనికిమాలిన సైనుగుడ్డ లిచ్చెదరు. కాని శుభ్రమైన కోటుగుడ్డలు రెండు మూడు తెచ్చి యిచ్చిన పక్షమున నెంత బాగుండును. తెలివితక్కువ ముండాకొడుకులు స్వయముగఁ దెలిసికొనలేరు. ఆలోచనలు చెప్పినవారిమీద మూరెడు కోపము. కోటుగుడ్డలీయనిచోటికి బ్రాహ్మణార్థమునకు వెళ్ళవద్దని బ్రాహ్మణార్థములు చేయు కుర్రవాండ్రందఱకు నచ్చచెప్పి కట్టుకట్టించెదను. అప్పుడు కాని వాండ్ర రోగముకుదరదు" అట్లనుకొనుచుండగా మెల్ల మెల్లగ నిద్దుర పట్టెను.

పదవ ప్రకరణము

వివాహానంతరమున గణపతి కోమటులతో గలసి స్వగ్రామము జేరెను. ఇతరుల సొత్తునకుఁ దనసొత్తునకు భేదములే దను నద్వైత బుద్ధిచేతనైన నేమి హస్తలాఘవము చేతనైన నేమి ముచ్చెల విషయమున ముచ్చట తీర్చికొనుట కవకాశము కలిగింది కాని కోట్ల విషయమున ముచ్చట దీరినది కాదని యతనికి బెంగ పట్టెను. కోటుగుడ్డలున్న దుకాణములలో హస్తలాఘవము చేయుటకు వీలుచిక్కినదికాదు. పోనీ కుట్టి సిద్ధముగా నున్న కోటులే హస్తలాఘవము చేసి సంపాదింపవలె నన్న నతని గుజ్జురూపమునకుఁ దగిన కోటులు దొరకుట యరుదు. స్వగ్రామము చేరిన నాలుగు దినములకు తనబుద్ధి విశేషముచేత నార్జించిన ముచ్చెలనుపయోగింప వలయునని యభిలాషవొడమను గణపతి

మూట విప్పి జోడుదీసి చూచి దానియందమునకుఁ గడంగడు సంతసించి యది యున్నదున్నట్లుగాఁ దొడుగుకొన్న పక్షమునఁ దన దొంగతనము వెంటనే బయటపడునని శంకించి దానికి మారురూపము గల్పింపఁదలంచి దాని మీఁదనున్న జల్తారు నూడఁ బెరికి యావల బారవైచి తొడిగిన మొదటి దినమునఁ దనయింటిలోనే బదిసారులిటునటుఁ బచారు చేసెను.

తన యైశ్వర్యముం జూచి చుట్టములు నెచ్చెలులు సంతోషింపవలెనని లోకమునఁ బ్రతి మనుష్యుడు గోరును గదా. అటులే గణపతి గూడ దిన భాగ్యవశమునఁదనకు లభించినదనియు నాగ్రామమున ననన్యలబ్ధమైనదియునగు ముచ్చెలు జోడు దొడిగికొని బంధుమిత్రుల కనులకు విందు సేయవలెనని తలంచి నోట చుట్ట వెలిగించి కుచ్చు తలపాగ జుట్టి రాజమహేంద్రవరము నందలి కొందఱు పెద్ద మనుష్యులవలెఁ జేతిలో కఱ్ఱ బట్టుకొని ముచ్చెలు దొడిగికొని టక్‌టక్‌మని చప్పుడగునట్లు నాలుగు వీధులు దిరిగి

పనిలేనిచోట సైతం మాగుచుఁ దన చెలిమికాండ్రం బిలిచి యేదో సంభాషణ సేయుచు "మీగాళ్ల వాపు మొగము మీదనే తెలియు" నన్నట్లు ముచ్చెల జోడు లభించెనన్న యానందము ముఖవికాసమె తెలియఁజేయునట్లు విహరించెను. కొందఱు స్నేహితులాతనిం జూచి "గణపతీ పైజారు లెంతకు గొన్నావురా"? యని యడుఁగ నతఁడు వెలవెలఁ బోయి తత్తరపడి నొకనితో నర్ధరూపాయ యనియు వేరొకనితో మూడు పావలాలనియు యొకనితో రూపాయి యనియు వేరొకనితో నాకిది రాజమహేంద్రవరములో నొక కోమటి పిల్లవాఁడు బహుమానమిచ్చెననియు, నింకొకనితో మా మామ కొనిపెట్టి నాఁడనియు నొకనితోఁ జెప్పిన విధమున మఱియొకనితోఁజెప్పక పరిపరి విధముల బ్రత్యుత్తరమిచ్చెను. మిత్రలనేకులు "గణపతి మిక్కిలి యదృష్టవంతుఁడు అతఁడేదో విధమునఁ దనకోరిక దీర్చుకొను"నని శ్లాఘించిరి. ఒకరిద్దరు మాత్రము "వీడెక్కడనో దొంగతనము చేసి తెచ్చినట్లున్నాఁడు. కాని యెడల వీని కీజోడు బహుమానమిచ్చు వాఁడెవ్వడు? పెండ్లికి వచ్చినప్పుడు వీని దగ్గఱ నెర్రని యేగానిలే"దని నిరసించిరి. వారి మాటలకు గణపతి యెంతమాత్రము సరుకు సేయక "చేతగాని కుంకలు, అప్రయోజక విధవలు, తాము ప్రయోజకత్వము చేతఁ దెచ్చికొనరు. ఎవఁడైనా సంపాదించుకొన్న యెడల దొంగతనమని సింగినాదమని జీలకఱ్ఱయని పేర్లు బెట్టి వెక్కిరించుచుందురు. ఈ నిర్భాగ్యు లేమనుకొన్న నాకేమి? ఏలాగో యొకలాగు సంపాదించుట ప్రయోజకత్వము. ఒకఁడు సంపాదించు కొన్నాఁడని యోర్వలేక పేరు పెట్టుట వట్టి యప్రయోజకత్వము. దొంగతనము చేసిననుసరె పట్టుపడకుండుట తెలివి. నేను కొంటే వీళ్ళకెందుకు? నేను కొనకపోతే వీళ్ళకెందుకు? చేతనైతే సంపాదించుకొనవలె లేకపోతే నోరు మూసికొని యూరకుండవలె"నని తనమీద నిందారోపణము చేసిన వారికిఁ బదిపుంజీల చీవాట్లంటగట్టి తన కాప్తులయిన వారిని నలుగురిని వెంటఁబెట్టుకొని యిచ్చ వచ్చిన చోటులెల్ల విహరించి యింటికిఁ బోయెను.

ముచ్చెల జోడు తొడిగికొని తన కన్నులకుఁ బండువు చేయుచున్న కుమారుని జూచి తల్లి యానందించి రాత్రి భోజనమైన తరువాత గణపతి పండుకొనఁగా నతని ప్రక్కం జేరి యిట్లనియె. "నాయనా! జోడు మిక్కిలి బాగున్నది. మొట్టమొదట నది యిప్పటికన్న బాగున్నది. నీకిదేలాగున దొరికినది? నీవు కొన్నావా? ఎవరైన బహుమానమిచ్చినారా? దాని మీఁద జరీపోగు నీవెందుకు తీసివేసినావు? ఎవరిదైనా దొంగతనముగా దీసికొని రాలేదుకదా. ఎఱ్ఱతలపాగాల బంట్రోతులు వచ్చి బెక్కలు గట్టి తీసికొని పోదురేమో యని భయము. అందుచేత నడిగినాను. ఏలాగున దొరికినదో చెప్పు నాయనా. తెలియక దొంగతనముగఁ దెచ్చిన పక్షమున వారిది వారికిచ్చి వేయుదము. మామయ్య విన్న పక్షమున మిక్కిలి కోపపడి నిన్నుఁ గొట్టఁగలడు. ఈ గడబిడి యెందుకు? ఉన్నదున్నట్లు చెప్పు. ఈ యూరిదయితే రాత్రివేళ గోడమీఁదనుండి వారి దొడ్డిలో గిరవాటు వేయవచ్చును? పొరుగూరిదయితే మరియొకలాగు సర్దుకోవచ్చును" అని మందలించెను.

నులకకుక్కి మీఁద బండుకొన్న గణపతి దిగ్గునలేచి కూర్చుండి తల్లి కిట్లనియె "అమ్మా! ఎందుకు నీకు భయము. ఇది ఈ గ్రామములో నెవరిదికాదు. కోమటులయింట వివాహమునకు నేను రాజమహేంద్రవరము వెళ్ళినప్పుడు నా యదృష్టవశము వలన

నాకిది దొరికినది. దొంగతనమే చేసినానో దొరతనమే చేసినానో సంపాదించినాను. కొడుకు గొప్ప ప్రయోజకుండై ముద్దీను వస్తువులు సంపాదించుచున్నాండని సంతోషింపక వెఱ్ఱి ముండలాగు విచారించుచున్నావెందుకు? అయినదానికి కానిదానికి విచారించిన దాని బ్రతుకు విచారపు బ్రతుకేయగును. ఈ గ్రామములో నేనెందుకు పనికిరాకున్నాను. గాని రాజమహేంద్రవరంలో నేనంటె యెంతో గౌరవము. అక్కడివారు నన్ను నెత్తిమీద బెట్టుకొన్నారు. ఏ దుకాణములోకి నేను వెళ్ళినప్పటికి వర్తకులు బీరువాలు తెఱచి మూటలు విప్పి ముద్దినుసు గుడ్డలు నాకు చూపించినారు. నన్ను దయచేయమని మర్యాద చేసి దండము పెట్టినారు. నాకీ జోడు దొరికినది. దొరికినది దొంగవస్తువగునా? వీధిలో మనము నడిచి వెళ్ళునపుడు మనకే వస్తువయినా దొరకవచ్చును. అది మనదగునా? కాదా? అలాగే నాకీ జోడు దొరికినది. ఒకరిచేతిలో నుండగా నేను లాగికొనలేదు. ఒకరి పెట్టె బ్రద్దలు కొట్టి నేను దీసికొనలేదు. ఒకరికాలినుండి నే నూడందీయలేదు. నా పుణ్యము వలన నాకు దొరికినది. ఇదే దొంగతనమైతే మనము చేయుచున్న ప్రతి పనియు దొంగతనమె యగును. యజమానునితోఁ జెప్పకుండా మనము దంతధావన కొఱకు చెట్టునుండి యొక పల్లుత్రోముపుడక విరుచుకొందుము. అది దొంగతనము కాదా? చెట్టు నుండి పువ్వులు, కాయలు కోసికొనుచున్నాము. అది దొంగతనము కాదా? కష్టపడి కన్న దూడలకు లేకుండ ఆవులను గట్టిపెట్టి పాలు పితుకుకొనుచున్నాము. ఇది దొంగతనము కాదా? దొంగతనముల మాట నా దగ్గర జెప్పకు. ఎవరికేది ప్రాప్తమో ఆ వస్తువు వారి దగ్గఱ పడును. అది దొంగతనమనుట తెలివితక్కువ. ఇది నా కేలాగు వచ్చినదో రెండవ కంటివాడెఱుంగఁడు. ఇందుకోసము బెంగ పెట్టికొని నీవు చావనక్కఱ లేదు. బంటురోతులు లేదు బంటెరోతులు లేదు. భయపడకు. ప్రపంచమంటే యేమిటో తెలియని యమాయకపు ముండవు కనుక ఎఱ్ఱతలపాగావారంటె నీకు భయం. నాకట్టి భయములేదు. వాళ్ళు నాదరికి వచ్చినారంటె తుపాకిని వేయించగలను.

"రెండుకోట్లు నాకుండనీ! ఆ కోట్లు తొడిగికొని గిరజాలు నున్నగా దువ్వుకొని కుచ్చు తలపాగజుట్టి ముచ్చెలు దొడిగికొని బెత్తము జేతఁబట్టుకొని టక్కు టిక్కు టక్కుటిక్కుమని బయలుదేఱినానంటే ఎఱ్ఱతలపాగాల వాళ్లు, నల్లతలపాగాలవాళ్ళు వీఁడెవఁడురాబాబూ డిప్టీకలెక్టరులాగున్నాండని తోకఁతెంచుకొని పోఁగలరు. నేనేమి, మునుపటి చచ్చు గణపతి ననుకున్నావాయేమి? రాజమహేంద్రవరములో నెన్నిటప్పాలు నేర్చినా ననుకొన్నావు? ఎన్ని తమాషాలు నేర్చినాననుకొన్నావు? గిరిజా లెదిగిన తరువాత కోటు కుట్టించిన తరువాత నాదర్జా యేమిటో మీ కందరకు తెలియగలదు. మా నాయన సంపాదించిన బిందెయేదైన నున్న పక్షమున నాకియ్యి. అమ్మియో తాకట్టు పెట్టియో రెండు కోటులు కుట్టించుకొందును. కోటు లేనివారికీ కలియుగములో గౌరవమేలేదు. కొంపలేక పోయినను భయము లేదు. భూములు లేకపోయినను విచారములేదు. ఉద్యోగము లేకపోయినను కొఱంతలేదు. కాని కోటులేకపోతే యావత్తు వెలితియే కోటులేనివాఁడు చిల్లిగవ్వ చేయఁడు. రాజమహేంద్రవరములో నున్న మగవాళ్ళందఱు కోట్లు వేసికొనబట్టియే మిక్కిలి గౌరవము పొందుచున్నారు.

"రెండు కోట్లున్న పక్షమున నే నీ గ్రామములో శిఖామణినై యుండెదను. అప్పుడు నేను తగవులు దిద్దగల పెద్ద మనిషినై యుందును. అప్పుడు అందఱు నా దర్శనమే చేయుదురు. నన్నే యాశ్రయింతురు. నన్నే పిలుతురు. నాకే దండములు పెట్టుదురు. పూర్వకాలములో జడలు వుంచుకొన్న మునీశ్వరులకే గౌరవము. ఈ కాలములో గిరజాలు పెంచుకున్న పడుచువాండ్రకె గౌరవము. పూర్వకాలములో మంచి కాషాయ వస్త్రాలు కట్టుకొన్న వాళ్ళే పూజ్యులు, ఇప్పుడు కోట్లు తొడగికొన్న వాళ్ళే పూజ్యులు, పూర్వకాలములో దండము చేతిలో దాల్చిన వారికి మర్యాద. ఇప్పుడు బెత్తము చేతితోఁ బట్టుకొన్న వారికి మర్యాద. పూర్వము పావుకోళ్ళఁదొడిగిన వాళ్ళది గొప్ప. ఇప్పుడు ముచ్చెలు చెడావులు తొడిగికొన్న వాళ్ళది గొప్ప.

"కాలము మారిపోయినది. గౌరవమునకుఁ గావలసిన నాలుగు వస్తువులో నేను మూఁడు సంపాదించుకొన్నాను. అవేవనఁగా గిరజాలు, ముచ్చెలు, చేతికఱ్ఱ నాలుగవది కోటు, రెండుండుట మంచిది. అథమ పక్ష మొకటియైను నే గుట్టించి తీరవలెను. మామయ్య చూడకుండ మన బిందె యీవల పడవేస్తివా నా గౌరవము కాపాడినదాన వగుదువు. తల్లంటె నీవే తల్లివి. ఈ యుపకారము చేసితివా వేయి జన్మములకైన నీ కడుపుననే పుట్టవలెనని కోరుదును. ఇప్పుడు మనకు బిందె యెందుకు? మామయ్యగారు వాడుకొనుచున్నారు. మనకవసరమున్నప్పుడు వారెందుకు వాడుకోవలయును? రెండు కోట్లు కుట్టించుకొని నేను తగు మనుష్యుఁడనైన తరువాత కావలసినన్ని బిందెలు సంపాదింపఁగలను. బిందెలేకావు గంగాళములు గాబులు సంపాదింపఁగలను. గౌరవము కోటులో నున్నది. దేవుఁడు కోటు జేబులో కూర్చుండును. ఆడుదానవు అందులో మాయ మర్మ మెరుగని దానవు. కనుక నీకు తెలియదు. కోటు సంగతి మగవాఁడను చదువుకొన్న వాఁడను ప్రయోజకుఁడను గనుక నాకుఁదెలుసును దాని సంగతి. ఈపట్టున కోటు పురాణము వ్రాయమంటె కావలసినంత గ్రంథము వ్రాయఁగలను." అంతరాయములేని ధోరణితో గణపతి యుపన్యాసము చేయుచుండ నల్లమందు పట్టిచ్చుటచే నామెకు కునికి పాటు వచ్చెను. అందుచే నామె జోగి-జోగి మంచముమీఁద నుండి క్రిందఁబడెను.

"ఓసి! నీ నిద్ర తగులఁబెట్ట. కునికి పాట్లు పడుతున్నావటె? పూట పూటకు కుంకుడు కాయంత నల్లమందు వుండలు మ్రింగి చెడిపోయినావు. సరే యిప్పుడు పడుకో. రేపటి దినము మాటాడవచ్చును" అని గణపతీ పండుకొనెను. తల్లి నిద్రాభారముచేతఁ గన్నులు తెరువలేక ప్రక్క వైచికొనలేక వట్టి నేలపై పండుకొనెను. గణపతి నిద్రించి, బిందె తీసికొని పోయి యమ్మినట్లు రెండు కోట్లు కుట్టించుకొన్నట్లు నవి తిన్నగా నుతకనందుకుఁ జాకలిదానితోఁ గలహ మాడినట్లు స్వప్నములు గాంచెను. మరునాఁడు దయమున లేచి గణపతి బిందె యిమ్మని తల్లిని మిక్కిలి పీడించెను. అమాయకురాలైన యా యిల్లాలు కొడుకు మాట లన్నియు వట్టికోతలని తెలిసికొనలేక యవి సత్యములే యని నమ్మి బిందె తాకట్టు పెట్టియో విక్రయించియో రెండు రూపాయలు తెచ్చి యిచ్చిన పక్షమున తన కుమారుఁడు మిక్కిలి గొప్పవాడై విశేష ధనమార్జించి తన నుద్ధరించునని తలంచెను. అందుచేత బిందె కుదవబెట్టవలెనని యామెకూడ సంకల్పించెను.

కాని సోదరుడు సోదరుని భార్యయు జూచుచుండగా నట్టిపని చేయుట కిష్టములేదు. వారాపని సాగనియ్యరని యెఱుఁగును. అందుచేత నామె మరునాఁడు రాత్రి సోదరుఁడు నిద్రించిన తరువాత గడిచిన రాత్రివలెనే కుమారుని ప్రక్కలో గూర్చుండి యిట్లనియె "నాయనా! బిందె తాకట్టు పెట్టుట నా కిష్టమే కాని నీ మేనత్తయు నీ మేనమామలూ జూచుచుండ నట్టిపని చేయుటకు నాకిష్టము లేదు. అందులో ముఖ్యముగ నీ మేనత్త నిన్ను జూచినప్పుడెల్లా కన్నులలో నిప్పులు పోసికొనును. నీవు పచ్చగా నుండుట యామె కెంతమాత్ర మిష్టము లేదు. నీవు గిరజాలు దువ్వుకొని కోటు దొడిగికొని యల్లారు ముద్దుగా నుండుట దాని కిష్టము లేదు. అది చూచుచుండఁగా బిందె తీసికొనుటకు వీలులేదు. నీవు గిరజాలున్నందుకు నీళ్ళు పోసికొనుటకు వీలులేక సున్నిపిండి కుంకుడు కాయలు పోసుకొనుచున్నావు. అది నేను తీసికొంటినా నీ మామతోఁ జెప్పి తిట్టించును. ఆవిడ నాలుగు దినములలో పురిటి నిమిత్తము పుట్టింటికి వెళ్ళును. మీ మామ పొలము వెళ్ళుచుండును. అప్పుడు మనకు స్వేచ్ఛగా నుండును. కనుక బిందె నేనే తాకట్టు పెట్టి సొమ్ము తెచ్చి యిచ్చెదను. అంతవఱకు వోపికపట్టుము" అన్నప్పుడు గణపతి కోపించి పండ్లు కొఱికి బోడిపెత్తనములు వెధవ పెత్తనములు మన బిందె మనము తీసికొనుటకు వీలులేక వచ్చినది. ఈ కోట్లు కుట్టించుకొన్న తరువాత మనమొకరినండ నుండకుండ హాయిగా స్వేచ్ఛగ నుండవచ్చును. సరే నీ యిష్టము వచ్చినట్లామె పుట్టింటికి వెళ్ళిన తరువాత చేయవచ్చునని పండుకొనెను.

నాఁడు మొదలుకొని గణపతి యెప్పుడు మేనమామ భార్య పుట్టింటికి వెళ్ళినప్పుడు బిందె కుదవఁపెట్టి తల్లి రూకలు తెచ్చి తనచేతఁబడవేయు నప్పుడు కోట్లు తాను కుట్టించుకొనుట కనువు పడునని నడుచుచున్నప్పుడును, స్నానము చేయునప్పుడును భోజనము చేయునప్పుడును జిత్తంబు దాని యందె నిలిపి కాముకుఁడు దన ప్రియురాలి యం దనురాగము నిలుపునట్లు, భక్తుడు తన యిష్టదైవమునందు మనంబు నిల్పునట్లు తదేక ధ్యానపరాయణుడై యుండెను. అంతలో సమీప గ్రామమున నొక బ్రాహ్మణుని తండ్రి మృతినొందగా పదునొకండవ దినమునను బండ్రెండవ దినమునను గణపతి మిత్రులతో శ్రాద్ధభోక్తగా నియమింపఁబడెను. ఈ కాలము నందువలె గాక యాకాలమున గావలసినంతమంది శ్రాద్ధభోక్తలు దొరకుచెండెడివారు. ఒకప్పుడు గావలసిన వారుకంటె నెక్కువ సంఖ్య లభించుటయుఁ గలదు. వారి కీయవలసిన దక్షిణకూడ నిప్పటివలె నధికము కాక నాలుగణాలకు మించకయుండెను. గణపతి తన మిత్ర బృందముతో నచ్చటికరిగి తన చెలిమికాండ్రను దనకుఁ బరిచితులుగాని యితర గ్రామవాసులగు భోక్తలను బిలిచి స్నానపు నెపమునఁ జెరువుగట్టునకుఁ దీసికొని పోయి రావి చెట్టు క్రిందఁ గూర్చుండఁబెట్టి పొగచుట్టలు గాల్చు నభ్యాసము గల వారి కందఱకుఁ దలకొక చుట్టనిచ్చి తానొక చుట్ట వెలిగించి కాల్చుచు నీ క్రింది విధమున మాట్లాడెను.

"మీ కందఱకు నేనొక సలహా చెప్పదలచుకొన్నాను. అది మన కందఱకు మిక్కిలి యుపయోగక మయినది. షోడశ బ్రాహ్మణార్థములు మనమందరము చేయుచున్నాము కదా? కాఁబట్టి మన యవసరము బ్రాహ్మణులకందఱకున్నది. భోక్తలుగా మనము

కూర్చున్నందుకు మనకు వారు నాలుగణాలు రొక్కమో లేక సైనుగుడ్డయో యిచ్చుచున్నారు. ఆ గుడ్డలు చిరకాలము మన్నవు. అవి ప్రేతకళ గ్రక్కుచుండును. అవి కట్టుకొన్న వారికి మునుపున్న కళాకాంతులు కూడ నశించును. మంచిగుడ్డలు వేసికొనవలెనని మనకుఁ గూడ నుబలాటముండునుగదా! అందుచేత మన మందఱ మొక కట్టుకట్టి భోక్తలకు సైను పంచె లిచ్చుటకుమారుగా మంచి కోటు గుడ్డలీయవలసినది. అలాగీయని పక్షమున మేము బ్రాహ్మణార్థములు చేయమని స్పష్టముగా చెప్పవలసినది. మన మందఱ మొకమాటమీఁద నిలుపఁబడిన పక్షమున మనకోరిక సిద్ధించును. కప్పల తక్కెడవలె నౌకరితో నౌకరు సంబంధము లేకున్న యెడల మనయందు గౌరవ ముండదు. ఒక్కమాట మీఁదనుంటిమా కర్మలు చేయువారు మనకాళ్ళ మీఁద బడుదురు. ఏమిటి మీ అభిప్రాయము? మీకందఱికిష్టమా? అయిష్టమా?”

ఆ పలుకులు భోక్తలుగా వచ్చినవారిలో గొందఱకు సంతోషకరములయ్యెను. మంచి మంచి కోటులు దొడిగికొని తిరగవచ్చునని వారా సలహా బాగున్నదనిరి. కోటు గుడ్డలెట్టివో యెఱఁగని కొందరు అందుండిరి. వారందఱా సలహా సమ్మతింపక “ఛీ కోటుగుడ్డలేమిటి పెద్దల నాఁటినుండి సైను గుడ్డలిచ్చుటే యాచారమై యున్నది. కోటు గుడ్డ లిచ్చుట పుచ్చుకొనుటగూడ మిక్కిలి యనాచారము. ఇది విన్న పక్షమున శంకరాచార్యుల వారు మనలనందఱు వెలివేయుదురు. ఈ కట్టు కట్టితిమా దేశములో మనకు పైసా బుట్టదు. కాబట్టి మీ జట్టులోనికి మేము రా”మని భిన్నాభిప్రాయులయిరి. “ఇందు స్వాములవారు వెలివేయుట కేమున్నదీ? మన మేమియు కార్య కారణము చేసినా”మని గణపతి పక్షము వారు రెండవ పక్షమువారి నడిగిరి. “ప్రాత పద్ధతులు విడిచి క్రొత్త పద్ధతు లవలంభించుటే తప్పు. శ్రాద్ధముల కోటుగుడ్డలేమిటి? ఎవరయిన విన్న పక్షమున మొగము మీఁద నుమ్మి వేయుదు”రని వారు బదులు చెప్పిరి.

మొగము మీఁద నుమ్మి వేయుదురన్నమాట గణపతికి, గణపతి పక్షము వారికి మహాగ్రహము కలిగించెను. తీవ్రములైన మాటలతో వారు కొంతసేపు యుద్ధము చేసిరి. ఆ మాటలు క్రమక్రమముగా ముదిరెను. చేతులు కలిపెను. కొందఱు చేతులలో చెట్లు, కొమ్మలు, బెడ్డలు పుచ్చుకొని కొట్టుకొనిరి. కొందరు జుట్టు జుట్టు పట్టుకొని నేలఁబడిరి. ఏడ్చువారు కొందరు, తిట్టువారు కొందరు, పారిపోవువారు కొందరు. మన గణపతి కడపటి గణములోఁ జేరెను. బెడ్డల దెబ్బలు తగిలి కొందఱికి నెత్తురు కారెను. అది నీళ్ళరేవగుటచే నీళ్ళకు వచ్చిన స్త్రీలు స్నానము చేయవచ్చిన పురుషులు చుట్టుంజేరి వివాద కారణమేమని యరసి శ్రాద్ధములలో సైనుగుడ్డలకు మారు కోటుగుడ్డ భోక్తలు పుచ్చుకోవలసిన దను విషయమును గూర్చి వివాదము పొడమి తుదకీ విధముగఁ బరిణమించిందని విని కడుపుచెక్కలగునట్లు నవ్విరి. భోక్తలుగా వచ్చిన వారిరువదిమంది. అందుఁ బదునలుగురు గణపతిపక్షమై యుండిరి. గణపతి పారిపోయి మరియొక రేవున స్నానముచేసి తన పక్షమున్న వారికందఱకు వర్తమానం పంపి వారి వారి కిట్లనియె.

“ఒరే! మనకు వ్యతిరేకముగ నున్న వారికంటె మనమే యెక్కువ మంది యున్నాము. మనము పట్టుపట్టితిమా యజమానుఁడు లొంగిఁతీరును. నేఁడు పదకొండోదినము. కాఁ

బట్టి పదియెనమండ్రుగురు బ్రాహ్మణులు కావలెను. మనము మానివేసితిమా సంఖ్య కుదరదు. శ్రాద్ధము చెడును. అందుచేత మీరు మెత్తబడక నేను చెప్పినట్టుల నడువుండు. సైనుగుడ్డలు వద్దోయి కోటుగుడ్డలు కావలెనోయి యని నేను కనుసంజ్ఞ చేయఁగానే కేకలు వేయుఁడు. అప్పుడు చచ్చినట్లు మనము కోరిన దిచ్చితీరును. నవ రాత్రములలో హాయిగా మంచికోటులు వేసికొని తిరగవచ్చును. బ్రాహ్మణార్థము చేసినప్పటికి మనముకూడ శుభ్రమైన బట్టలు కట్టుకొని యుద్యోగస్థులవలె నుండవచ్చును. చూడండీ! నేను ముచ్చెదొడిగికొని బ్రాహ్మణార్థమునకు వచ్చినాను. ఎవరివృత్తి వారిది. కూటికి పేదలమైనా గుడ్డకు పేదలము కానవసరము లేదు. మనది శరీరమే. మనకు ముచ్చటలున్నవి కాఁబట్టి మనము తప్పక కోటుగుడ్డలే కోరవలెను. జ్ఞాపకమున్నదా? మరచిపోరుగదా?" అనవుడు వారందఱు మరచిపోము జ్ఞాపకమున్నది. మీరు చెప్పినట్లె యుందుమని యరచిరి. వారి మాటలయందు నమ్మికలేక గణపతి వారందఱిచేత గాయత్రీసాక్షి యనియు దైవసాక్షియనియు నిన్ను జంపుకొన్నట్లె నీ పొగజూచినట్లె అమ్మతోడు బాబుతోడని యొట్లు బెట్టించుకొనెను. పిమ్మట నందరు స్నానములు చేసి శ్రాద్ధగృహమున కరిగిరి.

ఈ లోపు రెండవ పక్షమువారిలోఁ గొందరు కర్త గృహమున కరిగి గణపతి చెరువుగట్టుదగ్గర రావిచెట్టు క్రింద భోక్తలనందరఁ జేరఁదీసి కోటుగుడ్డల నడుగుమని యుపన్యసించుటయు దాము భిన్నాభిప్రాయులై యతని యుపదేశంబుల నిరాకరించుటయు మాటలాడుట క్రమక్రమముగా ముదిరి పోటులాడుటగా మారుటయుఁ దమసంఖ్య స్వల్పముగా నుండుటచేతఁ దాము దెబ్బలు తిని యోడిపోవుటయు మున్నగు వృత్తాంతమంతయు నాతని గెఱింగించి తమ గాయములం జూపిరి. శ్రాద్ధ భోక్త కోటు గుడ్డలు కోరుట కలికాల మహిమ యనుకొని యాకర్త దానికిందగు బ్రతివిధానము మనసుతో నాలోచించి సిద్ధముగా నుండెను. అంతలో గణపతి మిత్రబృందముతో వెళ్ళి కూర్చుండెను. రెండు జాములైన తరువాత బ్రాహ్మణుల యధాస్థానములఁ గూర్చుండబెట్టి కర్తయర్చింపఁ దొడఁగెను. అర్చింపఁబడు వారిలో మొట్టమొదటి వాఁడు గణపతి. పసుపు గణపతి పూజయైన తోడనే నిజమైన గణపతి పూజ వచ్చెను. పసుపు గణపతివలె నేమిచ్చిన దానితోనే తృప్తినొందక మనగణపతి బొజ్జనిండా గోరికలు పెట్టుకొని యుండెను.

భోక్తకు వస్త్రమియ్యవలసిన సమయమున తడిసిన సైనుగుడ్డ తెచ్చి కర్త యియ్యా వచ్చినప్పుడు నేనీ గుడ్డ పుచ్చుకోను. మంచికోటు గుడ్డ ఏదైన నా కియ్యవలెను. మరొకటి నేను పుచ్చుకొనననిపలికెను.

కర్త యప్పలుకులు విని మిక్కిలి యచ్చెరువడి గణపతివంక తేరిచూచి "ఏమీ! కోటుగుడ్డలే కాని పుచ్చుకొనవా? కోటుగుడ్డ లిది వరకెన్నడైన పుచ్చుకొంటివా? కలికాలముచేత నేటి కాలమునకు నీ వొకఁడవు వింత కోరికలు కోర మొదలిడినావు. నీకీబుద్ధులెవరు గరపినా"రని మందలించెను. అనపుడు గణపతి "అయ్యా! నేనొక్కఁడనేకాదు. మావాళ్ళ కందఱు కట్టి కోరికలే యున్నవి. అడిగి చూడండి! ఓరీ! ఏమిరా మీకేమి కావలెనురా" యని యరచెను. అరచుటయు గణాధిపతి మాటననుసరించు

ప్రమథగణము వలెఁ దక్కిన పదమువ్వురు నైక కంఠ్యముగ "మాకు సైనుగుడ్డలు వద్దోయి కోటు గుడ్డలు కావలెనోయి" యని యింటిమీఁది యాకులెగిరిపోవు నట్లరచిరి. అది యెల్ల గణపతి చెప్పిన పాఠమే యని కర్త నిశ్చయించి కార్యవాదమెకాని ఖడ్గవాదము కర్తవ్యముగాదని క్షణమాలోచించి శ్రాద్ధము చెడకుండునట్లు మనసులో నొక యుపాయము పన్నుకుని యిట్లనియె. "సరే! మీకందఱకు సైనుగుడ్డ లిష్టము లేకపోయినపక్షమున మీకేమి కావలయునో యవేతెచ్చి యిచ్చెదను. కాని యా గుడ్డలిప్పుడు మా గ్రామములో దొరుకవు. కాకినాడకైనను రాజమహేంద్రవరముకైనను మనుష్యునొక్కని బంపి యా బట్టలు తెప్పించవలెను. రేపు సాయంకాలమునకెట్లో తెప్పించెదను. ప్రస్తుతము కథ కానియ్యండి. సైనుగుడ్డ లెవరికిష్టమో వారే పుచ్చుకోవచ్చు"నని యనునయించెను. గణపతి ప్రశాంతుఁ డయ్యెను. అతని శిష్యగణమంతయుఁ బ్రసన్న మయ్యెను. అతని ప్రతిపక్షులు సైనుగుడ్డలు స్వీకరించి సంతుష్టులైరి. గణపతియు శిష్యులును రెండు దినములు కూడ నేమియు స్వీకరింపక కోటు గుడ్డకై నిరీక్షించుచుండిరి.

పదునొకండవ ప్రకరణము

పదునొకండవ నాఁటి రాత్రి గ్రామచావడి యరుఁగుమీఁద గణపతి మిత్ర బృందసమేతుఁడై పండుకొని నెచ్చెలులతో నిట్లు ప్రసంగించెను.

"ఒరే! యజమానుఁడు కాళ్ళబేరమునకు వచ్చినాఁడు. కాని యతఁడేదో నాలుగు తుక్కుగుడ్డలు తెప్పించి యివే కోటుగుడ్డలు పుచ్చుకోండి యనునేమో? అందుచేత మనము మంచిగుడ్డలు కోరుకొనవలెను. ఏరకము గుడ్డలు బాగుండునో మన మాలోచించు కొనవలెను. చలికాలములో తొడుగు కొనుటకు మంచి బణాతుల గుడ్డలు కావలెనని కోరుకొందమా, లేకపోయిన మంచి పట్టుబట్టలు కోరుకొందమా? అతలష్ గుడ్డ అడుగుదమా? ఏ రంగు గుడ్డలడుగుదము? చాఱల గుడ్డలున్నవి. అందులో తెల్లచారలు, పచ్చచారలు నెఱ్ఱచారలు గల గుడ్డలున్నవి. మనలో ఎవరెవరి కేగుడ్డలు బాగుండునో యవి కోరుకోవలెను. నా మట్టుకు నాకే గుడ్డ బాగుండునో మీరు చెప్పండి!" అనుటయు "ఒరే! గణపతి నీకెఱ్ఱబణాతుగుడ్డ బాగుండునురా" యని యొకఁడు నల్లబణాతు బాగుండునురా రంగు రంగులో కలిసిపోవు" నని యొకఁడు "ఒరే చాఱల గుడ్డ బాగున్నదిరా పెద్దపులిలాగ నుండఁగల"వని వే ఱొకఁడు పలికెను. "ఛీ మీ సలహాలు నాకు బాగులేవు. నేను పట్టుగుడ్డ కోటు కుట్టించుకొందును. వంగపండు చాయ పట్టుగుడ్డ మీఁద నాకెంతకాలము నుండియో మనసుగా నున్నది. ఆ గుడ్డ నిమ్మని నేను కోరెదను. మీరే మందురు?" అని గణపతి వారి నడిగెను. "సరే! యదే కోరు" మని వారైక్యకంఠముగా బలికిరి. ఎవరి గొంతెమ్మ కోరిక వాఁడు కోరెను. మాటలాఁడుచుండఁగానే యొక్కొక్కరి కన్నులు మూతపడెను. అందఱు గుఱ్ఱుపట్టి నిద్రించిరి.

అందఱు తమ కిష్టములైన గుడ్డను కోట్లుకుట్టించుకొని ధరించుకొని తిరిగినట్లు స్వప్నములు గాంచిరి. తాను కుట్టించుకొన్న వంగపండుచాయ కోటు తన స్నేహితులలో నొకఁ డెరువు పుచ్చుకొన్నట్లు మరల దానిందెచ్చి యీయక యపహరించినట్లు కలగని

కోపముతో కలలోనే స్నేహితుని మీఁద చేయి విసరెను. కోటు నపహరించుట కలలోని వార్తయైనను చేయి విసరుట వలన దన ప్రక్కనె నిద్రించుచున్న మిత్రునకు మాత్రము చెంపకాయ గట్టిగాఁదగిలెను. దానితో నతఁడులికిపడిలేచి "యెవఁడురా నన్ను కొట్టినా" డని బిగ్గరగా నఱచుచు నల్లరిజేసెను. గణపతికి మెలఁకువ రాలేదు. తక్కిన వారందరు లేచిరి. మేలుకొన్న వారందరు ప్రయత్నము మీఁద గణపతిని మేల్కొల్పనతఁడు తాను నిద్రలో సల్పిన దుండగ మెఱుఁగక నతనికిఁ దగిలిన దెబ్బకు గారణమేమి యని పలువిధముల విచారించి యెట్టకేల కిట్లనియె. "ఒరే! అప్పుడప్పుడు దయ్యములు వచ్చి మనుష్యులు నిద్దుర పోవుచున్నప్పుడు బాధ పెట్టుచుండును. ఒకప్పుడు రాత్రులు మనము పండుకొనఁబోవునప్పటి కేమియు లేక తెల్లవారు నప్పటికి మన చేతులు వాచును. నిద్రలో నన్నెవరు బరికినారు? ఎవరు రక్కినారు? ఎవరు చేతులు విరిచినారు? దయ్యము వచ్చి యా పనులు చేయుచుండును. నిన్నుకూడ దయ్యమే కొట్టియుండును. దయ్యమని భయపడవలసిన పనిలేదు. ఇవి ప్రతిదినము జరుగుచున్న ముచ్చటలే. అవి కొంటె తనముకోస మిటువంటి పనులు జేయును కాని హాని చేయుటకుఁగాదు. చిన్నపిల్ల లెవరైన మనకు ముద్దుగాఁగనఁబడినప్పుడు మనము వాళ్ళ బుగ్గ గిల్లియో చిన్న చెంపకాయ కొట్టియో చేతిలో నున్న వస్తువు లాగికొనియో వారిని మన మేడిపించుచుందుముకదా! తమాషాకే మన మాపని జేయుచుందుము గాని బిడ్డల నేడిపించాలని యుద్దేశమున్నదా? అలాగే దయ్యములుగూడ మంచి యుద్దేశముతోఁ జమత్కారముకోస మిటువంటి పనులు చేయును. కాఁబట్టి భయపడనక్కర లేదు." ఆ యుపన్యాసము విని దెబ్బ తిన్న యతఁడు సంతుష్టుఁ డయ్యెను.

అప్పుడు తెల్లవారు జామగుటచే మేలుకొన్న వారిలో గణపతి దక్క తక్కిన వారు మరల నిద్రింపరైరి. అంతలో నాల్గవ జాము కోడి కూసెను. కొంతసేపటికిఁ దెల్లవారెను. కాలకృత్యములు దీర్చికొని గణపతి సపరివారముగ యజమాని కడకుఁ బోయి "అయ్యా! కోటుగుడ్డలలో మీ యిష్టము వచ్చినవి దెప్పించుటకు వీలులేదు. మేము మా కోరికలు చెప్పెదము. ఆ ప్రకారము దెప్పించవలెను. నాకు వంగపండు చాయ పట్టుబట్ట కావలెను. తక్కినవాండ్రు తమకు గావలసిన గుడ్డలు తామే చెప్పుదురు రండి"! యని చెప్పెను. యజమానుఁడు ముందు మాటలాడక యప్పలుకులు విని గణపతివంక తేఱి చూచి "సరే! మీమీ కోరికల ప్రకారమే చేసెదను లెండి" యని బదులు చెప్పెను. తక్కినవాండ్రుఁ గూడఁ దమతమ మనోరథములు దెలిపిరి. అనంతరము గణపతి వారినందఱను వెంటఁ బెట్టుకొని చెఱువునకుఁబోయి స్నానముచేసి వచ్చెను. ఆ దిన మేడుగురు భోక్తలే కావలసినను యజమానుఁడందరు భోక్తల కన్నము బెట్టి సంతుష్టులఁజేసెను.

భోజనానంతరము మాకు సెలవు దయచేయుఁడని గణపతి ప్రముఖులు యజమాని నడిగిరి. "మీరు కోరిన బహుమానము లీరాత్రి దెప్పించుచున్నాను. రేపుదయము మీరు వెళ్ళవచ్చు"నని యజమానుఁడు బదులు చెప్పెను. సంతుష్ట హృదయులై వారందరచట నారాత్రి నిలువఁదలంచిరి. గణపతి యాకారముచేతఁ గాకపోయినను గొప్ప యాకలిచేనైనా వృకోదరుండగుటచే నతనికి నారెండు దినములలో రాత్రి మిక్కిలి యాకలి బాధ కలిగెను.

ఉదయమున జల్దికూడు లేకపోవుటొకటి, రాత్రి మజ్జిగన్నమైన దొరకకపోవుట యొకటి ఈ రెండు లోపములచేత నతఁడు మధ్యాహ్నమునఁ గుడుములతోడను గూరలతోను సుష్టుగా భుజించినను రాత్రి పేరాకలికి నకనకఁబడి తెల్లవారునప్పటికి వాడి వత్తి యయ్యెను. పండ్రెండవ నాఁటి రాత్రి క్షుధానలము యొక్క దండయాత్ర కాతని గర్భకోశక్లేశ మాగఁజాలకపోయెను. అందుచే నతఁ డుదరశాంతికై ప్రయత్నములు చేయఁజొచ్చెను. ఒక్క నిముష మాలోచించునప్పటి కుపాయము దోఁచెను. ఆ గ్రామమున నతనితల్లికి దూరపుజుట్టమైన యొక ముసలమ్మ యుండవలెనని యతనికి జ్ఞప్తికి వచ్చెను. రాఁగానే తన మిత్రబృందమును విడిచి యాయవ్వబస యెక్కడని గ్రామమున భోగట్టచేసి తెలిసికొని యామెయింటికిఁ బోయి పలుకరించి తన్నెఱిఁగించుకొనెను. ఆ యవ్వయు నతనిని గౌరవించి వచ్చినపని యడిగి యతఁడు భోక్తగా వచ్చినవాఁడని యతనినోటనే విని బ్రాహ్మణార్థపు మైల సోకినందున దూరముగాఁ గూర్చుండు మని నాలుగు మాటలాడి "నాయనా! పొయ్యి మీఁద రొట్టె వైచినాను మాడిపోవుచున్నదేమో" యని లోపలికిఁ బోయెను. గణపతి పడమటింటి గుమ్మము ముందరనే గూర్చుండెను. రొట్టె కాలిన తరువాత ముసలమ్మ పడమటియింటి హద్దుగోడవద్ద రొట్టెతో నున్న బూరెల మూఁకుడు పెట్టి బిందెడు నీళ్ళు తోడి తెచ్చుకొనుటకు దొడ్డిలోని నూతి కడకుఁబోయె. ఆ బూరెల మూఁకుడు చూచినది మొదలుకొని గణపతి కన్ను లారొట్టెమీఁదనే యుండెను. నోరూరఁ జొచ్చెను. ఎంతకాలము నుండియో తినుటకేమియు లేక మలమల మాడుచున్నవారి వలె నతఁడెట్లయిన దానిని గ్రహించి తిని ప్రాణము నిలుపుకొన సంకల్పించెను.

పొట్ట యుపాయముల పుట్ట యగుటచే నాలస్యము లేకయే యతని కుపాయముఁ దోచెను. కుక్క యచ్చటికి రాకపోయినను గణపతియె తత్కాలమున శునక రూపమెత్తి మూఁకుడు జరజరలాగి "చీచీచీ లేలేలే కర్రదే కర్రదే" యని కేకలు వైచెను. ముసలమ్మ బిందె యెత్తుకొని వచ్చుచుండగాఁ నీమాట లామెచెవిని బడెను. పడుటయు విసవిసనడిచి "నాయనా కుక్క వచ్చినదా యేమిటి? దాని తల బ్రద్దలైపోను. ఆ నల్లకుక్క నా నెత్తురు పీల్చివైచుచున్నది. కొంపత్రవ్వి రొట్టె ముట్టుకోలేదుగదా" యని బిందె దింపెను. అనపుడు గణపతి యిట్లనియె "అయ్యో! అవ్వా నేను పరధ్యానముగా నటువైపు కూర్చుండగా మూఁకుడు జరజరలాగినట్లు చప్పుడైనది. ఇట్టె తిరిగి చూడఁగా నల్లకుక్క లాగున్నది. వెంటనే దానిని కొట్టితిని. ఈ దారినె పాఱిపోయినది పెద్ద గుర్రము లాగున్నది. పాపము సిద్ధముగానున్న రొట్టె పోయినది. నూతికి వెళ్ళునప్పుడు కుక్క బాధయున్నది. జాగ్రత్తగాఁ చూచుచుండమని చెప్పినావు కావు. పాపము! నీ వీరాత్రి యూరక పండుకోవలెను గాఁబోలు! కొంచెమటుకులైన నానవైచికొని తిను" అనుచుండ నా ముసలమ్మ యిట్లయినె. "నాయనా! అటుకులున్నవి. అటుకులు నానవైచికొని తినఁగలను. కాని రొట్టె పోయినందుకే విచారము లేదు. ఇప్పుడీ కుక్క యెంగిలి ముట్టుకొని స్నానము చేయలేను. పెద్దదానను, జబ్బుగా నున్నది ఏలాగాయని యాలోచించుచున్నాను." అన్నప్పుడు గణపతి చివాలునలేచి "అవ్వా! నేను పరాయివాఁడనా? నేను నీ మనమఁడనె అనుకో? నేను మైల భోజనము చేసినాను గనుక రేపు వుదయమున స్నానము చేయవలను. ఈ రాత్రి నాకు భోజనములేదు,

ఈ బూరెల మూఁకుడు చెరువు గట్టునకు దీసుకొనిబోయి రొట్టె యే కాపుల కుర్రవానికో బెట్టి మరల మూకుడు దెచ్చి నీ కప్పగించి యీ స్థల మలికి వెళ్ళెదను" అని యామె మైలపడకుండునట్టి యుపాయము జెప్పెనుఁ. రొట్టెపోయినందుకు కామె విచారింపక కుక్క యెంగిలి ముట్టుకొనకుండ దనఁపాలిట దైవమువలె గణపతి వచ్చి తనకు సహాయము చేసినందుకు సంతసించి "నాయనా! ఈ పని నేనే నీకుఁ జెప్పుటకు సందేహించి యూరకుంటిని. కావలసినవాఁడవు గనుక మనస్సులో నరమరిక లేక యీ పని కొప్పుకొంటివి. ముసలమ్మ మీద నెంతో యభిమానము. ఎక్కడున్నావో యని వెదకికొనివచ్చి నాకీ పూట సాయము చేసితివి. రేపు శుద్ధిస్నానము చేసి మాయింట పట్టెడు మెతుకులు దిని వెళ్ళునాయనా!" యనెను.

"రేపు గ్రామములో నున్న పక్షమున నాలాగే చేసెదనులే. ఇదిగో బూరెల మూకుడు తీసుకొని పోవుచున్నాను. వెంటనే వచ్చెద"నని చెప్పి యాబూరెలమూకుడు చెఱువు గట్టునకు

దీసుకొని పోయి పాలుగోరుచున్న మిత్రుల కీమాట చెప్పక రావిచెట్టు క్రిందఁ బెట్టుకొని రొట్టరవంతయయు మిగులకుండఁ దిని నీళ్ళు ద్రాగి గబ్బున త్రేన్చి యా మూకుడు తానే తోమి కడిగి యవ్వకప్పగించి కుక్కముట్టుకున్న చోట గోమయముతో నలికి శుద్ధిచేసి ముసలమ్మను వీడ్కొని వెన్నెలరాత్రి యగుటచేతను రెండు గడియల ప్రొద్దుకంటె నెక్కువ కాకపోవుటచేతను నిర్భయముగ మిత్రులున్న చోటికి వెళ్ళి పండుకొనియెను.

మరునాడు తెలతెల వాఱుచుండఁగా భోక్తలు పండుకున్న చోటికొక బ్రాహ్మణుడు వచ్చి గణపతిని లేపి యజమానుఁడు పిలుచుచున్నాఁడని చెప్పెను. గణపతి కన్నులు నులుముకొనుచులేచి తన మిత్రులంజూచి “ఓరీ! కోటుగుడ్డలు వచ్చినవి కాబోలు. అందుకే నా నిమిత్తమై యాయన వర్తమాన మంపించినారు. నేను వెళ్ళి యిప్పుడే వచ్చెదను. మీరిక్కడుండండి. యని చెప్పి యాతని వెంట నడుచుచు “ఏమయ్యా! ఎందుకు నా కోసము వర్తమనా మంపించినారు? “నే నెరుఁగను. మంచి మంచి గుడ్డలు వచ్చినవని చెప్పుకున్నారు. అందులో మీకు మిక్కిలి ప్రశస్తమైన బహుమానము చేయఁదలచుకున్నారని విన్నాను” అని చమత్కారముగా బ్రత్యుత్తరము జెప్పెను.

అప్పుడు గణపతి మనస్సెట్లున్నదో వర్ణింపఁదరమా? యజమానుడు తాను కోరినగుడ్డలిచ్చినట్లు తానది జంగము చేతికిచ్చి కుట్టించుకున్నట్టు, తొడుగుకున్నట్లు షికారుచేసినట్లు గూడ నతని కప్పుడే తోఁచెను. ఏ జంగముచేతి కిచ్చి కోటు కుట్టింతునా యని యాలోచింపఁదొడంగెను. స్వగ్రామమం దున్నకుట్టుపనివాండ్రు పల్లెటూరి వాండ్రుగుటచే కత్తిరింపులు సరిగా జేయలేరనియుఁ గుట్టు నాజూకుగా నుండదనియుఁ దలంచి యాగుడ్డ బట్టుకుని రాజమహేంద్రవరము వెళ్ళి యచట మిక్కిలి సొగసుఁగా గుట్టగల జంగము చేతికిచ్చి కుట్టించుట మంచిదని నిశ్చయించుకొనెను. తక్కిన శ్రాద్ధభోక్తలవలె తాను సైనుగుడ్డను పుచ్చుకొనక తోడి బ్రహ్మచారులచేత గట్టికట్టు కట్టించి తనకోరిక ప్రకారము కోటుగుడ్డలే పుచ్చుకోఁగలిగినందుకు దనపంతము నెగ్గించుకున్నందుకు మిక్కిలి సంతోషించుచు గణపతి యతని వెంటఁబోయెను. ఆ బ్రాహ్మణుఁడతనిని యజమానుని యింటిలో మిక్కిలి లోపలి గదిలోనికిఁ దీసికొనిబోయెను.

యజమానుఁడు మంచము మీఁద గూర్చుండెను. ఆయన యొద్ద మెరియలవంటి వంటబ్రాహ్మణ లిద్దఱు నిలిచియుండిరి. గణపతి రాఁగానే యజమానుఁ డతనిని జూచి “ఏమయ్యా! కోటుగుడ్డలు రాలేదు. సైను గుడ్డలు తీసికొందువా లేదా” యని యడిగెను. “నాకు సైనుగుడ్డ లక్కఱలే”దని కోపమును గ్రక్కు మొగముతో నిట్లు ప్రత్యుత్తరమిచ్చెను. “అట్లయిన నీవిప్పుడేమి చేసెదవు? చేతులు నలుపుకొనుచు వెళ్ళిపో” యని యజమానుఁడు పలికెను. “అబ్బ! చేతులు నలుపుకొనుచు వెళ్ళిపోవలెనే? ఈ మాత్రపు దానిని మమ్మెందు కాపవలెను! తప్పక యిచ్చెదనని చెప్పి శ్రాద్ధము సరిగా జరిపించుకుని యేరుదాటి తెప్ప తగులవైచిన ట్లవసరము తీరినపిదప చేతులు నలుపుకొనుచు వెళ్ళమందురా? సరే! యీ మాటు అవసరము దాటినదిగదా యని మీరు సంతోషించుచున్నారు గాబోలు! ఇంతటితో నైపోయినదా? ఈవేళ కాకపోతే రేపైనా తిరిగి అవసరము రాదా? మీరు చావరా? మీ బందుగులు చావరా? అప్పుడు భోక్తలతో

నవసరముండదా! అప్పుడే మీ పని చెప్పగలను. తొందరపడకండి. ఇల్లలుకగానే పండుగ కాలేదుఁ దొందరపడకండి. తద్దినపు మంత్రము జెప్పెడువాండ్రతోను, భోక్తలతోను నవసరము లేనివాఁడు లోకములో లేడు గదా" యని గణపతి క్రోధావేశంబున నౌచిత్య మెరుఁగక నోటికి వచ్చినట్లు ప్రసంగించెను.

యజమానుని మనసులో నదివఱకే రవులుచున్న కోపాగ్ని నా పలుకులు మండించెను. కోపాగ్ని ప్రజ్వరిల్లుటయు యజమానుడు "ఊరకున్నారేమిరా"! యని ప్రక్కనిలిచిన వంటవాండ్రతో ననియెను. అనుటయు నావంటవాం డ్రిరువురు గణపతిని బట్టికొని కొల్లాయిగుడ్డతో నతనిని పందిరి పట్టెమంచపు కోడుకిఁ గట్టివైచిరి. యజమానుడు క్రొత్తఁగా జెట్టునుండి తెచ్చిన పొడుగుపాటి యీతజువ్వ తీసికొనిఁ "భడవా! తుంటరి వెధవా! శ్రాద్ధ బ్రాహ్మణార్థములు చేసి పదిమంది నాశ్రయించి బ్రతుకవలసినకుంకవు. నాలుగు కొల్లాయిగుడ్డల కట్టుకుని కాలక్షేపము చేయవలసిన చచ్చుపీనుగవు. నీకు కోటులు నీటులు కావలెనా! పోకిరీ వేషములు వేయఁదలచి భోక్తగాఁ గూర్చుండి యర్పించిన తరువాత గొంతెమ్మ కోరికలు గోరి శ్రాద్ధము భంగము చేయుదువా? ముందెన్నడైన నిటువంటి పనులు చేయవుగదా!" యని యాజువ్వతో వీపుమీద రెండు దెబ్బలు కొట్టెను.

పాపము గణపతి "స్థానబలిమిగాని తనబలిమిగాదయా విశ్వదాభిరామ వినురవేమా" యనినట్లు గణపతి పూర్వపు బింక మంతయు వదలి "బాబోయి బాబోయి! యికముందెన్నడు చేయనండి! రక్షించండి! బుద్ధి తక్కువొచ్చింది నావల్ల" యని యేడ్చుచు వేడుకొనెను. వైదిక బ్రాహ్మణుని అందులోఁ దనయింటికి శ్రాద్ధ భోక్తగా వచ్చియున్న వానిని నంతకంటె – నెక్కువగా శిక్షింపఁగూడదని యారెండు దెబ్బలతోనే శిక్ష చాలించి కట్లు విప్పించి యిట్లనియె. "జాగ్రత్త! బుద్ధికల్గి బ్రతుకు. మన దేశములో బ్రాహ్మణులంటే మిక్కిలి భక్తిగనుక బ్రాహ్మణుఁడేమి చేసినను జెల్లు ననుకొంటివి కాఁబోలు! భోజనము దగ్గఱ నీ వాగడము చేయుటయేగాక మీరు చావరా మీ బంధుగులు చావరా యని మొదలు పెట్టితివి. ఈలాగున మఱియొకసారి ప్రేలితివా త్రవ్వి పాతిపెట్టించెదను. చర్మమొలిపించెదను. నీ ఋణము నేనుంచుకొన దలఁపలేదు. ఒక్కొక్క భోక్తకు రెండేసీ సైనుగుడ్డలు మే మీయదలచుకొన్నాము. నీకు నీ జట్టుపిల్లలకు కావలసిన సైనుగుడ్డ లివిగో! ఇవి మూట కట్టుకుని తీసుకునిపోయి వారి కిచ్చి తిన్నగా నీ దారిని పో"యని గుడ్డమూటఁ జూపెను.

గణపతి కిక్కురుమనకుండ నెంతో బుద్ధిమంతుఁడై యామూట పట్టుకొని కన్నుల నీరచ్చటనే తుడిచికొని తన మిత్రులున్న చోటి కరగెను. గణపతి మిక్కిలి సొగసైన గుడ్డలు తెచ్చుననుకొని వాటినిఁ జూడవలయునని మిత్రులెంతో ముచ్చటపడుచు వాని యాగమనమునకు నిరీక్షించుచుండిరి. అంతలో గణపతి గుడ్డలమూట తీసికొని వెళ్ళుటయు మూటల నున్నవి ముద్దినుసు కోటు గుడ్డలనుకొని పండ్ల గంపచుట్టు పిల్లలు మూఁగి నట్లు వారాతనిచుట్టూ మూఁగి మూట క్రిందకు దిగలాగి విప్పి చూచి విస్మితులై "ఇదేమిరా గణపతీ! చిట్టచివరకు సైనుగుడ్డలే పట్టుకొని వచ్చినావు. వ్రతము చెడినను ఫలము దక్కవలయునుగదా! మనము రెండు విధముల భ్రష్టులమైతిమి. నలుగురిలో మనకుగూడ

నీగుడ్డలే యిచ్చునప్పుడు పుచ్చుకొనక తెగ నీల్గితిమి. కోటు గుడ్డలు కావలెనని గోల చేసితిమి. ఇప్పుడాసైనుగుడ్డలే రహస్యముగాఁ బుచ్చుకొనుచుంటిమి. మాచేత - నీవు కట్టుగట్టించి మమ్మల్లరిబాలు చేయుటకా యీ గొడవ. నిన్ను నమ్ముకొనుట కుక్కతోఁక పట్టుకొని గోదావరీఁదుట. ఇటువంటిపని యేల చేసితివి? ఈ గుడ్డలు పుచ్చుకొమ్మని నీతో మేము చెప్పితిమా? మా యిష్టము లేకుండ నీవేల తేవలెను" అని యిష్టము వచ్చినట్లతనిని మందలించిరి.

కారణమేదో చెప్పకపోయిన పక్షమున వారు సంతుష్టిచెందురు. గావున గణపతి నిమేషమాలోచించి వారి మనస్సులు తృప్తిపొందించుటకై యిట్లు చెప్పెను. "ఓరి! వెట్టికుంకలారా! దండుగబేరములో దిగుటకు నేనంత పిచ్చివాఁడనా; దీనికొక కారణమున్నది చెప్పెదను వినుఁడు పాప మా యజమానుడు మిక్కిలి మంచివాఁడు కాని డబ్బు లేదఁట! సంసారము మేడిపండు వాటముగా నున్నదఁట. ఆయన నన్ను రప్పించిన పని నేమనుకొన్నారు? పాపము! సంపన్న గృహస్థుఁడు నన్ను బిలిపించి నారెండు చేతులు బట్టుకొని నాయనా! గణపతి! యివి చేతులు కావు కాళ్ళు సుమీ! నా పరువు కాపాడవలెను. నేను వట్టివ్యర్థుఁడను. ఋణముల పాలై యున్నాను. ప్రస్తుతము కోటుగుడ్డలు నీకియ్యలేను ఇప్పటికీ సైను గుడ్డలు పుచ్చుకొని సంతోషించవలసినది. మీ స్నేహితులు నీవు చెప్పినట్లు నడుచుకొందురు. నీకున్న పలుకుబడి నిజముగా మహారాజుకైన లేదు. నీ స్నేహితులతో మాట్లాడి వారి వొడఁబరిచి నన్నొకదరికిఁ జేర్చవలెనని వేఁడు కొనుచున్నాఁడురా! అంతఁవాడు నా చేతులు పట్టుకుని ఎంతో వినయముతో వేఁడుకోఁ గానె నామనసు కరిగిపోయినది. నేను రెండవమాట జెప్పలేక పోయినాను. మీ చేత తిట్టుపడినను సరేకాని యాయన కోరిక ప్రకారము చేయవలెనని యీ మూట బట్టుకొని వచ్చినాను. మీ యిష్టము వచ్చినట్టు చేయండి. మీరు తిట్టినను సరే కొట్టినను సరే నాకిష్టమే. నేను స్వలాభము చూచుకొనలేదు. ఆ బ్రాహ్మణున కుపకారము చేయవలయునని యిట్లు చేసినాను" అని సత్యమును గప్పిపుచ్చి దన పరాభవము వారికిఁ దెలియకుండ మాటువేసి యిచ్చవచ్చిన తెలఁగున దంభములు కొట్టెను.

వారు యథార్థస్థితి నెరుఁగరు కావున నిది సత్యమని నమ్మిరి. అంత దీనముగా బతిమాలుకొన్నప్పుడు మన మొప్పుకోవలసినదే యని కొందఱనిరి. అంత చేతగానివాఁడు మొదట మనము కోరిన కోరికల దీర్చెదనని యేల ప్రజ్ఞల కొట్టవలెనని కొందఱనిరి శ్రాద్ధము చెడిపోవునని యాప్రకారము చేసెనని మఱికొంద ఱనిరి. "ఇంతకు మన యదృష్టములు బాగుగలేవు. మనము కోటు తొడిగికొనునట్టి యోగము మనకుఁ బట్టలేదు. మన మొగముల కటువంటి భాగ్యము గూడానా" యని యొకఁడనెను. "తొందరపడకండి! ఆ భాగ్యము నేఁడు పట్టకపోయిన మఱియొకనాఁడు పట్టదా"యని గణపతి పలికెను.

ప్రథమ భాగము సమాప్తం

గణపతి

• ద్వితీయ భాగము •

పన్నెండవ ప్రకరణము

గణపతి మేనమామ భార్య గర్భముఁ దాల్చెను. ఆమెకు నెల మసలినది మొదలుకొని గణపతి తల్లికి మనస్సులో నెన్నెన్నో కోరికలుదయించెను. ఆమె కడుపున నాడుపిల్ల పుట్టవలయునని యామె యిష్ట దైవముల వేయి విధముల వేఁడుకొనుచుండెను. ఇల్లు వాకిలిలేక మడులు మాన్యములులేక విద్యాబుద్ధులులేక రూపములేకయున్న తన కుమారునకుఁ బిల్లనిచ్చి వాని నొక యింటివానిని జేయుటకు లోకములో మేనమామ తప్ప మఱియెవ్వరు లేరని యామె యూహించి స్వలాభపరాయణయై యట్టి కోరికలఁ గోరఁ జొచ్చెను. ఈమె మనోబలమెట్టిదో కాని యామెకాఁడు బిడ్డయే కలిగెను. "బిడ్డ పుట్టఁగానే నాకు కోడలు పుట్టినది. కోడలు పుట్టినది" యని యామె యఱచి యానందాతిశయమున గంతులు వైచెను. పురిటాలిం జూడవచ్చిన యమ్మలక్కలందరు గణపతికిఁ బెండ్లాముపుట్టిన దన సంతోషించిరి. ఆ మాట చెవినిఁబడినప్పుడెల్ల గణపతి మేనమామ మొగము చిట్లించుకుని "అయ్యో! నాకూఁతురు నీ నిర్భాగ్యునకా యిచ్చి పెండ్లి చేయునది?" యని తనలో ననుకొనుచుండును. పురుడు సుఖముగా వెళ్ళిపోయెను.

గణపతి తల్లికి సోదరుని భార్య మీఁదను నామె బిడ్డమీఁదను మునుపెన్నడుఁ లేని మహానురాగము నెలకొనెను. బాలింతరాలిని మంచము మీద నుండి దిగనీయక పథ్యపానములు జాగ్రత్తతోఁచేసి పెట్టుచు బిడ్డకు నీళ్ళుపోయుట మొదలగు నంగరక్షలు తానే స్వయముగాఁ జేయుచుండెను. బిడ్డకాఱుమాసములు గడిచెను. అన్నప్రాశన మయ్యెను. విద్దెములు చేయఁజొచ్చెను. అత్త తాత యను మాటలు వచ్చెను. తనకు భార్య జనియించినదను సంతోషము మనంబునఁ గలుగుచుండినను గణపతికిప్పుడొక క్రొత్త చిక్కు సంభవించెను. అతడు సంగడికాండ్రతో యథేచ్ఛముగ దిరుగకుండఁ దరచుగాఁ తన తల్లికి మేనత్తకుఁ బని తొందరలు గలిగినప్పుడు బిడ్డనెత్తికొని యాడించవలసిన పనులతనిమీఁద బడెను. ఇది యతనికెంతో విసుగు బుట్టించుపని యయ్యెను. బాలికను వివాహమాడవలెనను సంకల్పము గణపతికిఁ గలదు గాని యామె నెత్తుకుని యాడించి తనపనులను జెరుపుకొనుట కెంతమాత్ర మిష్టము లేకపోయెను.

ఎంతెంత యుద్యోగములు చేయువారికైనను దీరిక లుండునుగాని యేయుద్యోగములేని గణపతికి నిమిషకాలమైనను దీరికలేదు. ఒకవేళ నింటికడ నతఁ డుండవలసి వచ్చెనేని నట్టికాలము వ్యర్థము కాకుండ నతఁడు గాఢనిద్రపోవుచుండును. ఈ బిడ్డవలన నతనికిఁ నిద్రాభంగము మొదలగునవి కలుగఁజొచ్చెను. అవి యతఁడు సహింపలేక యా విషయమై గట్టిగ నాలోచించి యొకయుపాయము పన్నెను. బిడ్డనెత్తు

కొమ్మని మేనత్తగాని, మేనమామగాని తన చేతికిచ్చి వెళ్ళఁగానే యొక్కనిముష మెత్తికొన్నట్లె యుండి, మెల్లమెల్లఁగా గిల్లనారంభించును. గిల్లినతోడనే బాలిక గ్రుక్కపెట్టి యేడ్చుట సహజముకదా! అంత గ్రుక్కపెట్టి యేల యేడ్చుచున్నదని మేనత్తయో మేనమామయో పరువెత్తుకొని వచ్చి యడిగినప్పుడు గణపతి నవ్వుచు "నేనేమి చేయఁగలను! అది నా దగ్గర నుండదు. నా మొగము చూడగానే యేడ్చుచుండు"నని యుత్తరము చెప్పుచుండును. నోరులేని పిల్ల కావునఁ దన కతనివల్లనే బాధకలిగినదని యా శిశువు చెప్పఁజాలనందున గణపతి యాతంత్రము కార్యసాధన మని పలుమాఱుఁ బ్రయోగింపఁజొచ్చెను. ఈ ప్రయోగమువలన బాలిక గణపతిని జూడఁగానే పెద్దపెట్టున నేడ్వనారంభించెను.

"చూచినారా! అది నున్న జూడఁగానే యేడ్చుచున్నది. నామాట మీరు నమ్మరు" అని గణపతి మేనమామతో, మేనత్తతో ననుచుండును. ఒకటి రెండుసారులు బాలిక మేనెఱ్ఱఁగా గందియుండుటఁ జూచి మేనత్త ఏమోయి గణపతీ! దీని కాలిమీఁద నెఱ్రగా

కందినదేమి? వీపుమీఁద నెత్తురు గమ్ముచున్నట్లున్నదేమి? యని యడిగెను. "కందచీమలు కుట్టినవి కాఁబోలు"నని యతఁడు బదులు చెప్పెను. "నీ చంకనుండగా కందచీమలేలాగున వచ్చి కుట్టినవోయి?" యని యామె మఱల నడుగ "సరి సరి! బాగున్నదిలే. కందచీమలు కుట్టకపోతే నేను గిల్లినాననుకొన్నావా రక్కినాననుకొన్నావా? ఎత్తుకొని యాడించినందుకేవో యక్షింత గింజలు నాలుగు నా నెత్తిని వైవదలఁచు కొన్నావా యేమి?" యని పెద్ద గొంతుకతో నఱచి బదులు చెప్పెను. అనవసర కలహము సంభవించునని వానితో వాదింపక లోనికిఁబోయెను. తెనాలి రామకృష్ణుని జూడఁగానె పిల్లి పాఱిపోయినట్లు గణపతి మొగము చూడఁగనే బాలిక పెడమొగము పెట్టుకుని యతనికడకుఁ బోవుటయే మానెను. గణపతి కృతార్థుడయ్యెను.

బిడ్డయెంత గ్రుక్కపెట్టి యేడ్చుచున్నను మేనత్తగాని, మేనమామగాని దాని నెత్తుకొమ్మని మేనల్లునితో ననుట మానిరి. గణపతి బిడ్డను గిల్లినట్లో యేదో బాధ పెట్టినట్లో యనుమానపడి మేనత్త సూటిపోటు మాటలనుచుండ గణపతి తల్లి యవి సహింపక యిట్లనుచుండును. "మాయబ్బాయి పిల్లను కొట్టినాఁడో తిట్టినాఁడోయని నీ కనుమానమున్నది కాఁబోలు! వాఁడాలాటివాఁడు కాడు. వాఁడెత్తికొనుట దీనికిష్టము లేదు. ఎందుకంటే దానికి సిగ్గు. మావాఁడు దాని మగఁడు గనుక మగఁడెత్తికొని యాడించుట దానికిష్టము లేదు. చిన్నపిల్లకేమి సిగ్గని మీరనుకోవద్దు. దేవుఁడు వారిద్దఱిని మగఁడు పెండ్లాములుగా నేర్పాటు చేసినపుడు సిగ్గు దానంతటదే లోపలినుండి బయలుదేఱును. లేనిపోని పాపము మాటలాడుకోవద్దు. నీకేమోగాని మా యబ్బాయి మీద లేనిపోని కోపము గలిగింది. మేనమామపిల్లనిచ్చి యా యబ్బాయినొక యింటివానిఁ జేయదలచుకొన్నాఁడని తెలిసి పిల్లను వాని కియ్యకుండఁ జేయవలెనని నీవీ పన్నాగము పన్నుచున్నావా. ఈలాటి బుద్ధులు నీకు కూడవు. నీకు గిట్టకపోతే గిట్టనట్టే యుందువుగాని యిటువంటి లేనిపోని నిందలు వేయకమ్మా."

ఇట్టి మాటలచేత మనస్సులోనున్న కోపాగ్ని రగిలి మండక మానునా? ఈ బిడ్డ మూలమున వారికిఁ దఱచుగా కలహములు సంభవించుచు వచ్చెను. ఆ తగవులు తీర్చలేక గృహయజమానుఁడు విసిగికుని మొత్తుకుని యన్నము తినక పస్తుండి తన్ను దిట్టికొని యొకప్పుడు భార్యను గొట్టి రెండు మూఁడు దినములింటికి రాకయుండును. పిమ్మటఁ గ్రమక్రమముగా వారికి సఖ్యత గలుగుచుండును. గణపతి మేనమామ నేమియు ననజాలక పోయినను దరచుగా మేనత్తను మేనమామలేనప్పుడు సూటిపోటు మాటలని నొప్పించుచుండును. ఇట్లుండ శివరాత్రికి మేనమామ కోటిపల్లె తీర్థమునకేగ సమకట్టెను. గణపతి తల్లియుఁ దన్ను వెంటబెట్టుకొని పొమ్మని సోదరుని వేఁడుకొనెను. ఆ వేఁడుకోలు నంగీకరించి యతఁడామెం దోడ్కొని కోటిపల్లెకు వెళ్ళెను. ఇంటియొద్ద భార్యను బిడ్డను నిలిపి వారికి సహాయముగా నింటనే పండుకొమ్మని గణపతితోఁ జెప్పి యెన్నో బుద్ధులు చెప్పి మేనమామ జనియెను. కాని యీ బుద్ధులు మేనల్లుని కుడిచెవిలోఁ బడి క్షణమాత్రమైన మనసులో నిలువక యెడమచెవిలో నుండి యావలకు బోయెను. ఒక్కనాఁడైనా వేళ కతఁడు భోజనమునకు రాలేదు. ఒక్క రాత్రియైన నింటఁ బండుకొనలేదు.

అట్లు రెండు దినములు చేసిన తరువాత మేనత్త గణపతిం బిలిచి "యేమోయి! సరిగా వేళకు భోజనమునకు రావు. చిన్నపిల్లను పెట్టుకొని నేనింట నొక్కర్తను పండుకొనఁ జాలకున్నాను" అని మందలించెను. మునుపే మేనత్తపై ద్వేషభావమూనియున్న యాతని మనస్సున కాపలుకులు ములుకులవలె నాటి నొప్పి కలిగించెను. ద్వేషము ద్విగుణమయ్యెను. అంతమాటన్నామెయన్నందుకు మరల నామె కేదైన పరాభవము జేయవలెనని సంకల్పము కలిగెను. ఆ విషయమై కొంతసేపతఁడాలోచింపఁ జొచ్చెను. ఉపాయము పొడకట్టెను. ఆ యుపాయము భోజనసమయమందతఁడు ప్రయోగింపఁ దలఁచెను. మధ్యాహ్నము భోజనమునకు గణపతికి మేనత్త విస్తరినిండా నన్నము వడ్డించెను. ఉపాయప్రయోగమున కదే సమయమని గణపతి చివాలున పీటమీఁద నుండి లేచి విసవిస నడిచి వీథిలోనికిఁ బోయి దారిం జనుచున్న యొక బ్రాహ్మణుని బిలిచి లోనికిం దోడ్కొనిపోయి "అయ్యా! చూడండి. ఈవిడ నా మేనత్త, ఎంతన్నము పెట్టినదో చూడండి! నేను కుఱ్ఱవాఁడను కదా! అమ్మవారికి కుంభము పోసినట్లు విస్తరినిండ రాసెడన్నము పెట్టినది. ఇంతన్నము నేను తినఁగలనా? ఇది నా మీద గిట్టక చేసినపని కాని ప్రేమచేత చేసినపనియా? అన్నము తినలేక పాఱవైచిన పక్షమున తిన్నంత తిని పాఱవైచినంత పాఱవైచెనని నా నెత్తిమీఁద లేనిపోని నిందలు వేయుటకును, పెట్టినయన్నము దిగబెట్టుట మంచిదికాదని యేలాగో యొకలాగు తిన్న పక్షమున మా మేనల్లుడు పూటకు తవ్వెడు బియ్యపన్నము లకోటాకు మెతుకు లేకుండ తినునని వాడుకలు వైచుటకు యీామె నీ పని చేయుచున్నది. ప్రతిదిన మీలాగుననే జరుగుచున్నది. ఒకసారి మీ వంటి పెద్దల కీచిత్రము చూపించిన పక్షమున బాగుండునని నేను మిమ్ము దీసికొని వచ్చితిని. నేను మాత్రం అమ్మవారినా, పోతురాజునా? నాది మాత్రము కడుపుగాక మడుగా యేమిటి?" అని యా యన్నముఁ జూపెను.

సాక్షిగా వచ్చిన బ్రాహ్మణుఁ డాయిల్లాలిం జూచి "అమ్మా! యితఁడు పదునెనిమిది సంవత్సరములలోపు పిల్లవాఁడు కదా! అంత యన్నముఁ తినఁగలడనే మీరు పెట్టినారా, లేక పొరబాటుచేత పెట్టినారా? కొంచెమన్నమే మొదట వడ్డించి కావలసిన పక్షమున మరల మారు వడ్డింపరాదా? రెండుసారులు తిరుగుట తప్పిదమా? పాప మా కుఱ్ఱవాఁడు మీరు పెట్టిన యన్నపు ప్రోగుచూచి యడలిపోయినాఁడు. ఇదెంతమాత్రము బాగులేదు. మీ పెనిమిటిమాత్ర మిటువంటి పని కొప్పుకొనునా" యని మందలించెను. అనవుడు బ్రాహ్మణుని కామె తలుపుచాటున నొదిగి యుండి మెల్లగా నిట్లనియె. "అయ్యా! మీరెఱుఁగరుగాని మా గణపతి మామూలుగ తినగలంత యన్నమే నేను పెట్టినానుగాని యెక్కువ పెట్టలేదు. అతని సంగతి మీకు తెలియదు. నామీఁద నేమో కోపమువచ్చి నలుగురిలో నన్ను కట్టుపెట్టుట కిట్లు చేయుచున్నాఁడుగాని నేను జేసిన తప్పులేదు. ఆ యబ్బాయిని కంటగించుటకు నేనీలాగునలేను. పోనీ నేనొకవేళ నిజముగా నన్నమెక్కువ పెట్టినాననుకొన్నప్పటికీ అత్తా! యన్న మెక్కువ పెట్టినావు తియ్యమనరాదా. మేనమామ నాలుగురోజులు లేకపోగానే నన్నల్లరి పెట్టతలఁచినాడు" అని పలుక నా బ్రాహ్మణుఁడు "ఓరీ గణపతి! నీ తల్లి వచ్చు వఱకు నీవెట్లో గడుపుకొ"మ్మని సలహా చెప్పి వదలిపోయెను.

గణపతి కోపావేశమున భోజనము చేయక యొక స్నేహితుని యింటికిఁబోయి యన్నము దినెను. మిత్రుని యింటికి వెళ్ళినవాఁడు తల్లి వచ్చువఱ కచ్చటనె భుజియించునని మేనత్త యనుకొని రాత్రి యతని నిమిత్తమై బియ్యము పోయలేదు. గణపతి రాత్రి భోజనమునకు సిద్ధమయ్యెను. నీవు రావనుకొని నీకోసము, బియ్యము పోయలేదు. వండి పెట్టెద నుండుమని మేనత్త ప్రత్యుత్తరము జెప్పఁ జుట్టుప్రక్కలనున్న యాఁడువాండ్ర మగవాండ్రఁ బిలిచి “చూచినారా, రెండు రోజులు మాయమ్మ గ్రామములో లేకపోగానే నాకీమె యన్నము పెట్టుట మానినది. వీళ్ళ కొంపలో నేను పొట్టకూటి కున్నానని యావిడ యభిప్రాయము కాఁబోలు. నేనన్నములేక మాడి చచ్చిపోవలసినదేనా? ఈ గ్రామములో నా కన్నము పెట్టువారెవరు?” అని కల్లబొల్లి యేడ్పు లేడువఁజొచ్చెను. ఈ యేడ్పు వినఁగానే చుట్టుప్రక్కలమ్మలక్కలకు జాలిచేత మనస్సులు కరిగిపోయెను. “మా యింటికి రా నాయనా! పట్టెడన్నము మా యింట్లో తిను నాయనా” యని ముసలమ్మలు కొందఱనిరి. “నేను వండి పెట్టెదనమ్మా! మీ యింట కెందుకు రావలె”నని గణపతి మేనత్త వారితోఁ బలికెను. అందులో నొక్క ముసలమ్మ గణపతిఁజూచి నాయనా! మేనమామ భార్య మేనత్తకాదు. పినతండ్రి పెండ్లాము పినతల్లికాదు. నీ సంరక్షణము నీ తల్లికి విధాయకముగాని మేనత్తకేమి విధాయకమురా? ప్రేమచేత పేగు పెరపెర కోసికొని పోవుచున్నదాయేమి? రా నాయనా, నీ కెంతన్నము కావలె? నాలుగు మెతుకులు. నీవన్నము తినకుండ యీ రాత్రి పండుకున్నావన్న మాట. మీ యమ్మవింటే, గొల్లున యేడ్చి మొత్తుకొనును. లేక లేక వరప్రసాదిలాగ నొక్కడవు పుట్టినావు. నీమీఁద గంపెడాశ పెట్టుకొని ఆముండ యున్నది. అన్నము తినక చచ్చిపోకు. మా యింటికిరా” యని చేయి పట్టుకొని నాలుగడుగులు వెనుకకుఁ దీసికొనిపోయెను.

అదిచూచి మేనత్త కోపించి “నా మేనల్లునిఁ దీసికొని పోవుటకు నీవెవతవు? అనుకొన్నప్పుడు నాల్గుమాట లనుకోఁగలము. లేనప్పుడు కలియఁగలము. మాకు మాకు విధాయకము “సత్తిరాజు వారింటికి నీ వొక్కతొత్తు” నన్నట్లు నడుమ నీవెవ్వరమ్మా! అన్న మీ రాత్రి పెట్టగలవుగాని యెల్లకాలము పోషింపగలవా? మేనమామ పెళ్ళాము మేనత్త గాదని నోటికి వచ్చినట్లన్నావు. నీ వాయబ్బాయికి మేనత్తవా, తల్లివా, పెత్తల్లివా యెవతెవని పిలిచినావు? చాలు చాలు నోరు మూసుకో” యని కఠినముగాఁ బలికెను. మాటమీఁద మాట వచ్చెను. మాటలు తిట్లుగా మారెను. బారలు చాపుకొని వారిద్ద రొండొరులను దూషించుకొనుచుఁ దల్లిదండ్రులను చుట్టాలను బ్రతికియున్నవారిని చచ్చినవారిని నన్యోన్య మాతృ పితృవంశముల నేడుతరములవారిని నిందించి దెప్పుకొని గొంతులు పోవునట్లఱచి పోరాడి కలహమాడుట కోపికలేక లోపలికిఁ బోయిరి.

గణపతి తన పక్షము వహించిన ముసలమ్మను వెనుక వైచికొని మేనత్తను నాలుగుమాటలని యెట్టకేల కారాత్రి ముసలమ్మ గృహమందే భుజించి పండుకొనెను. గణపతి మరునాఁడు కూఁడ ముసలమ్మ యింటనే భోజనము చేయఁదలచెనుగాని గణపతి భోజనము వైఖరి రాత్రి చూచిన తరువాత ముసలమ్మ గుండెబాదుకొని యటఁమీద వానినెట్లయిన వదలించుకొనవలెనని తలంచి యుదయముననే గణపతిం జేర బిలిచి

“నాయనా! ఈ పూట వెళ్ళి నాకు బియ్యము పోయవలసినదని చెప్పు. పోయనంటే మా యింటి యొద్ద తినవచ్చును. ఎందుకు పెట్టదో చూడవలె. దీని బాబుగారి ముల్లె తెచ్చి పెట్టుచున్నదా యేమి? నీ మేనమామ సొమ్మే కదా నీకు పెట్టుచున్నది. వెళ్ళి చెప్పిరా, యేమనును చూతా” మని మెల్లగా నుపదేశించెను. “సరే” యని చివాలున లేచి గణపతి యింటికిఁబోయి “ఇదిగోనమ్మా! యీ పూట మనయింటికి భోజనమునకు వత్తును వంట చేయవలసినది” యని చెప్పెను. “సరే” యని మేనత్త యూరకుండెను. ఆ మాట ముసలమ్మతో మరల జెప్పెను. ముసలమ్మ తన కొంపలో నుండి గణపతి వెడలిపోయి నందుకు మనస్సులో మిక్కిలి సంతోషించి ప్రేమ యుట్టిపడునట్లుఁ బైకిట్లనియె. “ఓరీ! గణపతి నీవు గుప్పెడన్నము మా యింట తిన్నంత మాత్రమున నాకు లోటులేదు. నీ యిష్టము ఎక్కడతిన్నా సరే. యా యింటికి వెళ్ళుటకు నీకిష్టము లేకపోయిన పక్షమున మా యింటనే తిను. కాని దానింటికి వెళ్ళి దాని పొగరణచవలె. రాఁగానే యీ సంగతులు మీ యమ్మతో చెప్పి మీ మేనమామతో చెప్పి చావగొట్టించు. ఒక్కమాటు జాతరైతేనే గాని బుద్ధిరాదు. పొగరెక్కి యున్నది. కట్టుపొగరుబోతు. గిద్దెడుప్పు నేను బదులు పుచ్చుకొన్నాను. ఇరువదిసార్లు తిరిగి నిలువబెట్టి పుచ్చుకొన్నది. ఉప్పు బదులు తీర్చక దీని ఋణమున నుండిపోదునా? దాని బుద్ధి యది చూపించుకొన్నది గాని, మీ మామతో నేను కూడ చెప్పి ధూపము వేయ తలంచుకొన్నాను. నీవుకూడ గట్టిగా చెప్పు, మేనల్లుఁడంటే యింత గిట్టకపోనా? గిట్టనివాళ్ళున్నారు. అన్నము పెట్టనివాళ్ళెక్కడ లేరు. దాని సాంప్రదాయ మేలాంటిది. దాని బామ్మ పెనిమిటి కన్నము పెట్టక వెళ్ళకొట్టింది. ఆ ముసలివాఁడు హోరున నేడ్చి కాశీరామేశ్వరాలు వెళ్ళి యెక్కడనో చనిపోయినాఁడు. ఇందుకే ఆఁడపిల్లను తెచ్చుకొనేటప్పుడు సాంప్రదాయాలు చూచి తెచ్చుకోవాలన్నారు. మనము తగిన ప్రాయశ్చిత్తము దీనికి చేయవలె. సరే నాయనా నేను మడికట్టుకోవలె. నీవు వెళ్ళు. అన్నానికి మట్టుకు యిబ్బంది పడకు నాయనా! ఎప్పుడు లేకపోయినా నేనున్నాను” అని చెప్పి పంపెను.

గణపతి యిట్టట్టు దిరిగి రెండు జాము లగునప్పటికి స్వగృహమున కరిగి యన్నము పెట్టుమని మేనత్త నడిగెను. వెనుకటి దినమున నన్నమెక్కువ పెట్టినందుకు గొప్ప యల్లరి చేసినాఁడని మేనత్త యీ దినమున గణపతికి విస్తరినిండఁబెట్టక యన్నము కొంచెము తక్కువగాఁ బెట్టెను. అదిచూచి గణపతి చివాలున పీటమీఁద నుండి లేచి విసవిస వీథిలోనికి నడచిపోయి దారిని వెళ్ళుచున్న బంధువు నొక్కనిఁ బిలిచికొనిపోయి తన విస్తరిలో యన్నముఁజూపి “చిత్తగించినారా! యీ దురన్యాయము. సరిగాఁబెట్టక కడుపుమాడ్చి చంపుచున్నది చూడండి! విస్తరిలో నాలుగు మెతుకులు పెట్టినది. ఈ నాలుగు మెతుకులతో నా యాకలి తీరునా! పట్టెడన్నము పట్టెడు కూర తినఁగల ముండాకొడుకును కదా! ఈ లాగున డొక్క మాడ్చి చంపవచ్చునా? నోరెత్తి మాటాడితే తంటా. ఎక్కువ పెట్టినావే మంటే నాలుగు మెతుకులే పడవైచుచు తక్కువ పెట్టినావేమంటే గ్రామ దేవతకు కుంభము తోడినట్లు తోడును. ఇంతకు నా తల్లి ముండ కోటిపల్లె వెళ్ళి కొంపదీసింది” అనెను. చెప్పవచ్చిన చుట్టమామె నుద్దేశించి యిట్లనియె. “అమ్మాయీ అర్ధాన్నము పెట్టుట

మహాదోషమని పెద్దలు చెప్పినారు. ఇలా గెప్పుడు చేయకమ్మా, కావలసిన దేదో పెట్టి మాటదక్కించుకో, తల్లి వచ్చినదాకా" యని 'ఓరీ గణపతి! నేనిక్కడనే కూర్చుందును నీవన్నము తిను. కావలసినదేమో యామె వడ్డించకపోతే యామెను నేనే చీవాట్లు పెట్టెదను" అని గణపతిని గూర్చుండఁబెట్టి తాను ప్రక్కన గూర్చుండెను. గణపతి మేనత్త యా చుట్టము నదివఱకే యెఱిఁగి యుండుటచేత జాటున దాగక యెట్టయెదుటికి వచ్చి "అయ్యా, ఎగతీసిన గోహత్య దిగఁదీసిన బ్రహ్మహత్య, యన్న సామెత నిజమైనది. మామూలుగా నతండు తినగలిగినంత యన్నమే నేను నిన్న విస్తరిలో పెట్టినాను. అమ్మవారికి తోడినట్లు కుంభము తోడినానని కోపపడి యెవరో బ్రాహ్మణుని తీసికొనివచ్చి కనుపఱచి నన్నల్లరి పెట్టినాఁడు. కావలసిన పక్షమున మారుపెట్టవచ్చునుగదా యని నేనీ రోజు తక్కువయన్నము పెట్టినాను. నాలుగుమెతుకులే పెట్టి కడుపు మాడ్చఁదలచుకొన్నానని మిమ్ము తీసుకొని వచ్చి గొడవపెట్టినాఁడు, ఇతనితో నేను వేఁగలేను. ఏదో మనస్సులో పెట్టుకొని పూటపూటకీలాగున నానాబాధలు పెట్టుచున్నాడు. అన్న మెక్కువుంటే తీయవచ్చును. తక్కువుంటే పెట్టమనవచ్చుగాని వడ్డించిన విస్తరి వదలిపెట్టి వీథిలోనికి వెళ్ళి దారిని వచ్చువారినిఁ దీసికొనివచ్చి నన్ను రభస పెట్టవచ్చునా? నా వల్ల తప్పుంటే మేనమామగారితో చెప్పి నన్ను శిక్షవేయించవచ్చును. తన తల్లితో చెప్పి చీవాట్లు పెట్టించవచ్చును. అంతేగాని పూటకూళ్ళ దానిని దాసి దానిని యల్లరిచేసినట్లు ఈలా గల్లరి చేయవచ్చునా?" అని కంటఁదడి పెట్టికొని గద్గదస్వరముతో మాటాడెను.

అనవుడు బంధువుఁ డిట్లనియె. "అమ్మా! గృహకృత్యములలో నొకరు తగవు చెప్పుట కష్టము. అయినదేమొ అయినది. ఆ మాట మీరు తలఁచుకోవద్దు. ఈ రాత్రియో రేపో అతని తల్లి వచ్చును. వచ్చిన తరువాత మఱే గొడవ లుండవు. చిన్నతనముచేత వాఁడు చేసిన తెలివితక్కువ పనులు పాటింపక సర్దుకోవచ్చును. సరే ప్రస్తుతము వానికి కావలసిన వస్తువు లొడ్డించండి. అన్నము తిన్నదాకా యుండి తరువాత నా వెంట తీసుకుని పోవుదును." అనపుడు నామె మంచిదని కావలసిన వస్తువులు వడ్డించెను. గణపతి మారుమాటాడక భుజించి వెళ్ళిపోయెను. గణపతి భోజనము చూచిన తరువాత చుట్టము గణపతి తిండి పుష్టిగలవాఁడనియు నతనికిఁ గొంచె మన్నము మాత్రమే పెట్టుట మేనత్త లోపమనియు గణపతి చేసిన యల్లరికి గొంతకారణము లేకపోలేదనియుఁ దలంచెను. గృహకలహములలోఁ పూర్వాపరములు విచారింపక నొకపక్షము మాత్రమే వినువారికి కిట్టి యభిప్రాయములు దోఁచుట యాశ్చర్యము గాదు గదా!

ఆ సాయంకాలము కోటిపల్లినుండి గణపతి తల్లియు మేనమామయు వచ్చిరి. రాఁగానే గణపతి యాడిన విచిత్ర నాటక వృత్తాంతమంతయు మేనత్త తన యాఁడుబిడ్డతోడను, భర్తతోడను బూసగ్రుచ్చినట్లు చెప్పి తనకతఁడు గావించిన పరాభవమును దలంచుకొని వలవల యేడ్చెను. ఆ విషయమున భార్య నిర్దోషురాలని భర్తమనంబునకు వచ్చెను. వచ్చుటయు గణపతినిఁ జూచినంత మాత్రముననే మ్రింగివేయవలె నన్నంత కోప మాయన మనస్సులో నుదయించెను. కాని గణపతి తల్లికి మాత్రము సోదర భార్య చెప్పిన నేరములు తల కెక్కలేదు. ఆమె యేదో

గొప్పయనాదరము చేసియుండఁబట్టి మిక్కిలి బుద్ధిమంతుడైన తన కుమారుఁడిట్టి గొడవఁ జేసియుండునేగాని యూరక మేనత్తకు నిష్కారణ పరాభవము గలిగింపఁడని యామె యభిప్రాయపడెను.

అంతలో నంతకు ముందు జరిగిన గొడవలలో గణపతి పక్షమూనిన ముసలమ్మ తీర్థయాత్రలు చేసికొని వచ్చిన గణపతి తల్లింజూడవచ్చి కోటిపల్లి వెళ్ళి సోమేశ్వరస్వామి వారి దర్శనము చేసి ధన్యులైనందు కామెను శ్లాఘించి చెవిచెంతఁ జేరి మెల్లఁగా "నా తల్లి! నీవు లేని నాలుగు రోజులలో మీ వదినెగారు నాలుగు భాగవతములాడినది. అది యెంతకైన సాహసురాలే. నీ కొడుకుకు సరిగా నొకపూటైన అన్నము పెట్టలేదు. నాలుగు రోజులు నాలుగు యుగములైపోయినవి. అన్నము లేక బిడ్డ ఆకలి పోయినాఁడు. ఒకపూట మా యింటికి తీసుకునివెళ్ళి పట్టెడన్నము పెట్టినాను. వాడివల్ల రవంతయైన దోషమే లేదు. అది కొంపలు మార్పఁగల కొఱవి. దాని మొగము చూచితే పంచమహాపాతకములు చుట్టుకొనును. నీ కొడుకు చాలా మంచివాఁడు కనుక నాలుగు రోజులు ఎంతో ఓపికపట్టి బాధలు పడినాఁడు. నా బోటిదానినైతే కొంపంటించి లేచిపోవుదును. నీ బిడ్డను మాత్రము నీ వేమి తిట్టకు కొట్టకు" మని చెప్పి వెళ్ళెను.

తాను పడిన యభిప్రాయమే సరియైనదనియుఁ దన కుమారుఁడు నిర్దోషి యనియు నామె మదియు దృఢముగా నమ్మెను. మేనమామ గణపతిమీఁద మహాగ్రహము కలిగి యిల్లెగిరి పోవునట్టు కేకలు వేయఁజొచ్చెను. ఈ వృత్తాంతము తన మిత్రుని వలన విని గణపతి యాపూట యింటికి రాక మున్ను దన పక్షముబూనిన ముసలమ్మ యింటిలోఁ గూర్చుండి మేనమామ యొక్క నరసింహావతార చేష్టలన్నియుఁ గనిపెట్టుచుండెను. అతఁడిక్కడున్న వార్త యా ముసలమ్మ తల్లి కెరుకఁజేయఁగా నామె వచ్చి కొడుకుఁ గౌఁగిలించుకొని గట్టిగా నేడ్చిన పక్షమునఁ దనసోదరునికి వినఁబడునని శంకించి మెల్లగా నేడ్చెను. తల్లినిఁ గౌగలించుకుని కుమారుఁడు కూడ నేడ్చెను. అన్యోన్యాలింగన పురస్సరముగా మాతా పుత్రులు కొంతసేపు రోదనము చేసిన తరువాత దల్లి కుమారున కిట్లనియె.

"నాయనా! నీ కెంత కష్టము వచ్చిందిరా. అన్నము లేక నీవెంత మలమల మాడిపోయినావో, నీకెంత యాఁకలైనదో. అలాటప్పుడు నన్నుఁదలచికొని నీవెంత యేడ్చినావో నీవు. ఆ వగలాడి కొంచెమైన జాలిలేక పెనిమిటితో నీవడ్డమైన మాటలన్నావని చెప్పినది. దానివలలోఁ బడిపోయి వాఁడు నిన్ను చంపివేయవలెనని యున్నాడు. నేనేమి చేతునురా తండ్రి" అనవుడు గణపతి తల్లికిట్లనియె.

"అమ్మా! విచారించకు. నావల్ల లోపము లేదు. మామయ్య పెండ్లాము చెప్పిన మాటలు తథ్యముగా గ్రహించి నామీఁద గంతులు వేయుచున్నాఁడు. ఆదుదాని మాటలు విని నన్ను చావఁగొట్టుటకు సిద్ధమగుచున్నాడు. అతని యింటిలో మనముండవద్దు. ముష్టియెత్తియైన నిన్ను పోషించగలను పోదాములే, 'పెండ్లాము బెల్లము, తల్లి దయ్యా' మన్నట్టి సామెత నిజమయినది. ఇతనెంత, యితని యన్నమెంత, యితని యిల్లెంత? నూరుతిట్లు తిట్టి పట్టెడన్నము పెట్టినంత మాత్రమున లాభమేమిటి? నాకా అన్నము

వంట బట్టుటలేదు. రేపుదయము వెళ్లిపోదములే" అనపుడు నామె "నాయనా తొందరపడకు మామయ్యతో మనకెన్నో పనులున్నవి అతని దగ్గఱ పిల్ల ఉన్నది. పెండ్లాము కిష్టము లేకపోయినప్పటికి అతని నెలాగో మెడలు వంచి పిల్లను మనము చేసికొనవలెను. కోపపడకు. తమాయించుకో నిదానించు, తొందరపడకు. కార్యము సాధించుకోవలెనుగాని చెడదీసుకోగూడదు" అని మందలించెను.

సరేయని గణపతి యొప్పుకొని తల్లిని బంపి తానొకటి రెండు దినములక్కడక్కడ భోజనముచేసి తరువాత మేనమామ లేనప్పుడు చాటుగాఁ బోయి తినుచుఁ బిమ్మట మెల్లమెల్లగ మేనమామ కంటఁ బడుచు నెప్పటియట్ల నుండెను. మేనమామయుఁ గ్రమక్రమముగఁగోపపు వేఁడి చల్లనగుటచే గణపతి నూరకుండెను.

పదమూడవ ప్రకరణము

తోఁబుట్టువు మేనల్లుడు దనగృహమునందె యుండుటచేత నాదాయముకంటె వ్యయ మెక్కువై నాగన్నకు నలువది వఱహాలప్పయ్యెను. మేనల్లుడైన గణపతి కుటుంబమునకుఁ జేయునట్టిది కలహాదాయమేగాని యన్యము లేదు. ఋణప్రదాతలు నాగన్నకు ఋణము దీర్చుమని పలు మారులు వేధింపఁజొచ్చిరి. అప్పు వడ్డీతో నేబది వఱహాలయ్యెను. ఈ ఋణము దీర్చునట్టి యుపాయము నాగన్నకుఁ గనబడదయ్యెను. ఒకనాఁటి సాయంకాల మప్పులవాఁడు వ్యాజ్యము వేయుదుమని మిక్కిలి తొందరసేయ నాగన్న విషాదభరిత మనస్కుఁడై సరిగా భోజనము చేయక మంచం మీఁదఁ బండుకొని యుండ గంగమ్మ భర్త యవస్థఁజూచి ఋణవిమోచనమున కుపాయముఁ జెప్పఁదలచి యిట్లనియె.

"ఈలాగున బెంగపెట్టుకొని అన్నము తినక నిద్దరపోక విచార పడినంత మాత్రాన ఋణము తీరునా? దీనికి నాకొక్క యుపాయము తోచినది. అది చెప్పుచున్నాను వినండి. నా యుపాయము మంచిదైతే నే చెప్పినట్లు చేయండి, లేకపోతే మానండి. మా పినతల్లి కొడుకు రాయప్పను మీరెరుగుదురుకదా! మన బుచ్చి పుట్టింది మొదలుకొని వాఁడు దానిని తనకిమ్మని నన్నడుగుచున్నాఁడు. ఆ మధ్య వాడిక్కడికి వచ్చినప్పుడు 'ఓసి! గంగమ్మా మీ బుచ్చిని నాకిచ్చి పెండ్లి చేసి నా బ్రహ్మచర్యము వదల్పవే నా వంశము నిల్పినదాన వగుదువు' అని యెన్నో విధముల బతిమాలినాఁడు. వాడు పునహా వెళ్ళి ఐదారువందల రూపాయలు సంపాదించుకొని వచ్చినాఁడు. ముసలివాడు కాఁడు ముక్కవాడు కాదు. నోటికి చేతికి యెంగిలిలేని సంబంధము. మనకు చేలోకువైనవాడు. మన బుచ్చిని వాడికిచ్చి పెండ్లి చేసిన పక్షమున మన ఋణము దీరిపోవును. నాలుగేండ్ల పిల్ల గనుక నాలుగువందలు వాఁడివ్వగలడు. ఒక వంద రూపాయల వస్తువులుకూడ పెట్టుమని నేను చెప్పి పెట్టించగలను. ముప్పదేండ్లు కంటె యెక్కువ లేవు. కాలునొచ్చినా కడుపు నొచ్చినా కాకిచేత వర్తమాన మంపితే రెక్కలు కట్టుకొని వచ్చి వాఁడిక్కడవాలి మన పనిచేసి వెళ్ళిపోవును. మా నాయనకూడా మన పిల్లను రాయప్పకే యిమ్మని రెండుమూడు సారులు నాతో చెప్పినాఁడు. మాయమ్మ సరేనని మూడుసారులు చెప్పింది. మనకు నూరువరహాలు

చేతికిచ్చి పిల్లకు నూరు రూపాయలు నగలు పెట్టి ఉభయ ఖర్చులు తానే పెట్టుకొని పెండ్లి చేసికొని వెళ్ళునట్లు మా నాన్న ద్వారా నేనేర్పాటు చేయగలను. పెండ్లి యిక్కడ చేసినను సరే మా నాన్నగారి యింటి దగ్గర చేసినను సరే వాఁడొప్పుకొనును. ఈ సంగతి మీరు గట్టిగా ఆలోచించుకొని నాకేదో సమాధానము చెప్పండి. తరువాత మా నాన్నను సమాధానపరచెదను."

భార్య చెప్పిన యుపాయము నాగన్నకు నచ్చెను. రాయప్పకుఁగాని మఱియొకటికిఁ గాని నాలుగువందలు పుచ్చుకొని పిల్లను వివాహము చేసిన పక్షమునఁ దనకు ఋణవిమోచన మగునని యొకదారి యతని మనస్సునకుఁ బొడగట్టెను గాని

పుత్రికావివాహము తలంపునకు రాఁగానే తోఁబుట్టువు మాట యతనికి జ్ఞప్తిరాఁగా సతీపతుల కీ క్రింది సంభాషణము జరిగెను.

"మా గణపతికి పిల్ల నీయకపోయిన పక్షమున నా చెల్లెలు దుఃఖ పడునని మనస్సులో సందేహము కలుగుచున్నది."

"గణపతికి పిల్ల నిచ్చుటకంటె పెద్ద గోదావరిలో దింపుట మంచిది. అతని దగ్గఱ ఒక్క గుణమైన నాణెమైనది లేదు. పిల్లవాఁడు మరుగుజ్జు. బుద్ధులు పాడుబుద్ధులు; ఇల్లులేదు, వాకిలి లేదు, భూములు లేవు, పుట్ర లేదు. తినబోతే అన్నములేదు. కట్టబోతే గుడ్డలేదు. ఏమిచూచుకొని పిల్లనివ్వను?"

"ఇల్లు వాకిలి భూమిపుట్ర విద్యాబుద్ధులు వుంటే పిల్ల నెవరయిన యివ్వగలరు. లేనివాఁడు కనుకనే మనమియ్యవలసి వచ్చినది."

"మేనల్లుడని జాలిదలఁచి పిల్లగొంతుక కోయఁదలతురా? పెండ్లాము బిడ్డలకు అన్నము పెట్టుటకైన శక్తి యుండవలెనా లేదా! దాని మాటటుండనీయండి! మనకు ఋణముక్తి కావలెనుగదా! గణపతి దగ్గఱ నాలుగువందల రూపాయలు కాదు గదా, నాలుగు రూపాయలుకూడా లేవు. మనకేమియ్యగలడు? పిల్లను మేనల్లున కుచితముగా నిచ్చి వివాహము చేసిన పక్షమున అప్పులవాళ్ళు మనయిల్లు వాకిలి అమ్ముకొనిపోదురు. నిలువ నీడలేక మనము చెట్టుమీది పక్షులులాగు దేశములు పాలైపోవలెను. అందుచేత గణపతికి పిల్ల నియ్యవలెనన్న మాట తలచుకోవద్దు. నే చెప్పినట్లు మా రాయప్పకే యివ్వండి."

"నీవు చెప్పిన మాటలు సరిగ్గానే యున్నవి కాని ఆడపడుచు దుఃఖపడి పోవునని నాకాలోచనగానున్నది లేకలేక దాని కొక్క పిల్ల వాఁడు కలిగినాడు. ఎలాగైన వాని నొక యింటివాని చేయవలెనని దాని సంకల్పము. వాడు బుద్ధిలేని వాడన్న మాట నిజమే. అది నన్నే నమ్ముకొని యున్నది."

"పిల్లనియ్యకపోతే అదేడ్చిపోవును. ఇచ్చినపక్షము నేనేడ్చి పోదును! ఇన్ని మాటలెందుకు? గణపతికి మీరు పిల్ల నియ్యదలచుకొన్న పక్షమున నేనే గోతిలోనో దిగఁ దలఁచుకొన్నాను. ఇది నిశ్చయము."

"లేనిపోని సాహసపు మాటలాడకు తప్పు"

"మీ యిష్టము నేనాలాగున జరిగించఁదలఁచుకొన్న మాట నిజము." అంతటితో సంభాషణ ముగిసెను. నిద్రపట్టెను. తెల్లవారు జామున నాగన్న మేలుకొని భార్య చేసిన హితోపదేశము యొక్క పూర్వాపర్వములు స్థిమితముగా మనస్సులో విచారించి గణపతికిఁ దన కూఁతురు నిచ్చి వివాహము చేయుట వలన లాభములకంటె నష్టము లెక్కువ యున్నవని తెలిసికొని యిల్లాలు చేసిన హితోపదేశమె సమంజసమై యున్నదని గ్రహించి తన యభిప్రాయము భార్యకెరిఁగించి తన మనో నిశ్చయమును మామగారికిఁ దెలియఁ జేయుటకై జాబు వ్రాసెను. ఆ జాబు చూచుకొని యతని యత్తమామలు పెండ్లి కొడుకైన రాయప్పను వెంటఁబెట్టుకుని వచ్చిరి.

ఈ బంధువు లేలవచ్చిరో నాగన్న తోఁబుట్టువునకుఁగాని గణపతికిగాని స్పష్టముగఁ దెలియలేదు. కాని భార్యాభర్తలు పలుమారు గుసగుసలాడుటంబట్టియు గణపతియుఁ దల్లియు వచ్చునప్పు డూరకుండుటం బట్టియు నత్తమామల రాకం బట్టియు వారనుమానపడిరి. కాని స్పష్టమగువఱకు నోరెత్తఁగూడదని యూరకుండిరి. గంగమ్మ చెప్పిన ప్రకారముననె రాయప్ప నాలుగువందల రూపాయలు రొక్కమిచ్చుటకును నూరు రూపాయలు నగలు పెట్టుటకు బాజాభజంత్రీలతోఁ దరలివచ్చి వివాహము చేసికొనుటకు నొడంబడి ఋణము దీర్చుకొనుటకు ముందుగా నేబదివరాలు అనఁగా రెండువందల రూపాయలు నాగన్నకిచ్చెను. నాగన్న ఋణము దీర్చి బాధానివారణయు చేసికొనెను. అనంతరము నాగన్న యొక్క యత్తమామలును రాయప్పయు వారి స్వగ్రామమగు పలివెలకుఁ బోయి ప్రధానము చేసికొనుటకు ముహూర్తము నిశ్చయించుటకు రమ్మని నాగన్నకు జాబువ్రాసిరి. నాగన్నయు మంచిదినము చూచుకొని పలివెల వెళ్ళెను. మేనమామ ఋణము దీర్చిన సంగతి గణపతికిఁ దెలిపెను. అతఁడా వార్త తల్లికిఁ జెప్పెను. తల్లి చుట్టుప్రక్కల నున్న యమ్మలక్కల కెరిగించెను. అమ్మలక్కలందరు సభజేరి భూమి విక్రయింపకుండ గృహ మమ్మకుండ నాగన్న రెండువందల రూపాయలు సంపాదింప సమర్థుఁడు కాదనియుఁ దనకూఁతురు రాయప్పకిచ్చి వివాహము చేయనొడంబడి యాతని యొద్దనే రెండు వందల రూపాయలు పుచ్చుకొని ఋణము తీర్చుకొని యుండుననియు నిశ్చయించి మేనల్లుడుండగా మేనమామ పిల్లను పైవాని కిచ్చుట యధర్మమని నిర్ధారణముచేసి పిల్ల నిమ్మని గట్టిగా నడుగవలసినదనియు నల్లరి చేయవలసినదనియు బదిమందిని బిలిచి తగవు పెట్టవలసిన దనియు నాలోచన చెప్పిరి. ఆ యుపదేశము మాతాపుత్రులకు నచ్చెను. నాగన్న పలివెల వెళ్ళి ప్రధానము చేసికొని వచ్చిన తరువాత నొకనాఁడు రాత్రి భోజనానంతరమున సోదరునిఁ బిలిచి తోఁబుట్టు విట్లనియె.

"అన్నయ్యా! మనబుచ్చి పుట్టింది మొదలుకొని తప్పకుండ దానిని నీవు గణపతికిచ్చి పెండ్లి చేయుదువని గంపంత ఆశపెట్టుకొని యున్నాను. నీవేమో రాయప్పకు పిల్లనియ్యఁ దలచుకున్నావని గ్రామములో చెప్పుకొనుచున్నారు. ఇది నిజమేనా?"

"ఆహా! నిజమే, నేను మన బుచ్చిని రాయప్పకిచ్చి పెండ్లి చేయదలఁచుకొన్నాను. ఈ వేళో రేపో నేనే ముందుగా నీతోఁ జెప్పదలఁచుకున్నాను. నీవే అడిగినావు గనుక చెప్పుచున్నాను. ఆ మాట నిజమే. ప్రధానము చేసికొని వచ్చినాను. ముహూర్త నిశ్చయము గూడ అయింది. పెండ్లి నెల్నాళ్ళున్నది. మాఘశుద్ధ దశమినాడుఁ సుముహూర్తము."

ఆ మాట చెవిని బడగానె యామె మహాపద వచ్చిన తెఱంగున గుండెబాదుకొని మొత్తుకొని "అయ్యో, అయ్యో! నాయనా! యెంతపని చేసినావురో. నా కొంప తీసినావురా అన్నయ్యా! నన్ను చంపివేసినావురా అన్నయ్యా! నా వంశము నాశనము చేసినావురా అన్నయ్యా "నా కొడుకును ఘోటకపు బ్రహ్మచారిని చేసినావురా అన్నయ్యా!" అని యంతతో నిలువక "ఓ అమ్మా! ఓ నాయనా! యనుచు మృతి నొందిన తల్లిఁదలచుకొని కొంతసేపు తండ్రిని దలంచుకొని కొంతసేపు మగనిం దలఁచుకొని కొంతసేపు పెద్దపెట్టున రోదనము

చేసెను. ఏమో కీడు మూడినదని చుట్టుప్రక్కల వారందఱుఁ జేరిరి. ఆ యమ్మలక్కల మొగములు గనఁబడఁగానే యామె దుఃఖము మఱింత యధికమగుచు నామె దుఃఖపరవశయై "ఓ పుల్లమ్మత్తా! ఓ నరసమ్మ పిన్నీ! ఓ సీతమ్మవదినా! ఓ మాచమ్మక్కయ్యా! విన్నారటె మీరు. మా అన్నయ్య మా బుచ్చిని నా గణపతిగాడికివ్వక యెవరికో యిచ్చుకోదలచుకొన్నాడట. మా వదినకు నెల తప్పిన మొదలుకొని ఆడపిల్ల పుట్టవలెనని అది నా కోడలు కావలెనని యెంతో ముచ్చటపడి పుట్టెడాశ పెట్టుకొని యున్నాను. నా యాస అడుగంటిపోయినదే పుల్లమ్మత్తా! నా కొడుకు దిక్కుమాలిన పక్షి అయినాడు పుల్లమ్మత్తా! ఎవడో దిక్కుమాలిన ముండాకొడుకు వచ్చి పిల్లనెత్తుకొని పోదలచుకొన్నాడు పుల్లమ్మత్తా! ఇక నేనేం చేతును పుల్లమ్మత్తా! పల్లకిలో గణపతి, బుచ్చి కూర్చుండగా ముచ్చటగా చూడవలెననుకొన్నానే అమ్మా! బుచ్చి బుల్లి చేతులతో గణపతి నెత్తిమీద తలంబ్రాలు పోయగా రెప్పవేయకుండా చూడవలెననుకొన్నానే యమ్మా! తలుపులు దగ్గర పేరులు చెప్పించి వినవలెననుకొన్నానే అమ్మా! గంధాలు పూయించవలె ననుకొన్నానే అమ్మా! నా కన్నులు కాలిపోయినవే అమ్మా! నేనెంత పాపిష్టిముండనే అమ్మా!" యని పరిపరి విధముల వన్నెలు చిన్నెలు పెట్టి యేడ్చెను.

ఆ యేడ్పు విని జాలినొంది చూడవచ్చిన యిరుగుపొరుగు పడతులు "మేనరికమంటే ఆడపడచు ఆశపడకపోదు కదా. దాని కొడుకు బ్రహ్మచారియై పోవలసి వచ్చింది గనుక దానికంత బాధగా నున్నది. మేనల్లుడేలాటి వాడైనప్పటికీ మేనమామ పిల్లనిచ్చుట న్యాయ" మని కొందరు. 'అల్లరి చేయక అతని కాళ్ళ మీద బడి మెల్లగా బతిమాలుకోవే నీ యన్నగారు ఎల్లవారువంటివాడు కాడు. ఎంతో మంచివాడు. నీ పెనిమిటి పోయినప్పటి నుంచి నిన్ను నీ కొడుకును కడుపులో పెట్టుకొని ఆదరించి వేయి విధముల కనిపెట్టినాఁడు కదా' యని యొకతె, 'ఏమి జూచుకొని పిల్లనిమ్మన్నావమ్మా' అని మరియొకతె తోఁచిన భంగి పలుకఁజొచ్చిరి. ఆమె యేడుపు కొంత యణిగిన తరువాత నాగన్న తోఁబుట్టువున కిట్లనియె.

"ఓసి! నీవు గయ్యాళితనము జేసి నన్నల్లరిపెట్టఁదలఁచుకొన్నావా యేమిటి? నేను సుఖముగా బిడ్డ వివాహము జేసుకోఁదలఁచుకొని ప్రధానము చేసికొని వచ్చినానుగదా! నా యింటిలో నెవరో చచ్చినట్లు నీవు ఏడవవచ్చునా? శుభకార్యము దలఁచుకొన్నప్పుడు అశుభముగా మాటలాఁడ గూడదు. నోరుమూసికో! నీ కొడుకుకు పిల్లను ఏమి చూచి యిమ్మన్నావు? గోష్పాదమంత భూమిలేదు. గిద్దెడు గింజలు వచ్చుట కాధారము లేదు. పెండ్లి చేసిన తరువాత రేపు నీ కొడుకు చచ్చిపోతాడనుకో! మనోవర్తికైనా భూమి ఉండవలెనా? తలదాచుకొనుటకు కొంపైన లేదు. ఇక నీ కొడుకు గుణముల మాట చెప్పనక్కరలేదు. ఎన్ని దుర్గుణము లుండవలెనో అన్ని దుర్గుణములు నీ కొడుకు దగ్గరినే యున్నవి. అటువంటి నిర్భాగ్యునకు పిల్లనేలయియ్యగలను? గుణములమాట లటుంచు. నాకిప్పుడు రెండువందలు ఋణమున్నది. ఆ ఋణము తీర్చికోవలెను. నాకు నీవు నాలుగువందల రూపాయలివ్వగలవా పిల్లమీద? బుట్టగొరిగించుకునేందుకు గూడ ఏగాణియైన దగ్గరలేక చిక్కుపడుచున్న ముండవు. నీవు నాలుగువందల రూపాయలు

నాకిచ్చి పిల్లకు ముచ్చట తీరుటకు వందరూపాయలు నగలు పెట్టి పెండ్లి చేసుకోగలవా? మేనల్లుఁడు గనుక తండ్రి చచ్చినప్పటి నుంచి అన్న వస్త్రము లిచ్చి పోషించినాను. నేనంత కన్న చేయవలసినదేమీ లేదు. నీ వేడ్చినప్పటికి మొత్తుకొన్నప్పటికి నేను పిల్ల నియ్యను."

అనవుడు సోదరి సోదరున కిట్లనియె. "అన్నయ్యా! యిల్లులేని మనుష్యులు భూమిలేని మనుష్యులు బ్రతుకుట లేదా చచ్చిపోయినారా? మగవాడుకదా నాలుగూళ్ళు తిరిగి ముష్టెత్తి భార్యను పోషించుకోలేక పోవునా? లోకములో అందరకు భూములున్నవా? పుత్రలున్నవా? గుణములు మంచివి కావన్నావు. చిన్నతనము కనుక అల్లరి చిల్లరిగా తిరిగినాడేకాని పెద్దవాడైన తరువాత కూడ నీలాగేయుండునా? పై వేషాలేకాని గణపతి మనస్సంత మంచిమన స్సెవరిదిగాదు. వాడు జాలి గుండెవాఁడు. ఎంతో బుద్ధిమంతుఁడు నీ పెండ్లాము మా మీద గిట్టక మమ్ములేవగొట్టించవలెనని నీతో అయినప్పుడు కానప్పుడు కొండెములు చెప్పి నా మీద మా అబ్బాయిమీద నీకు కోపము తెప్పించినది. దానిమందులు నీకు తలకెక్కినవి. దానిమాటలు సత్యమైనవి. అది నా వుసురుపోసికొన్నది. నావలెనే అదికూడ హోరున యెప్పుడేడ్చునో, దాని యాశలడుగంటిపోనో, దాని పుట్టింటివారు బుగ్గయి పోవునో, నన్ను పెట్టినవుసురు తగులకపోదు. ఆడపడచు నుసురు పెట్టిన వాళ్ళు అక్కరకురారు. ఆడపడచుల వుసురు ఒక్క నాటితో పోదు. ఏడేడు తరాలు కట్టికుడుపకపోదు. ఆడపడచు నేడిపించినవారి వంశము నిర్వంశమైపోకమానదు. ఆ దిక్కుమాలిన రాయప్ప యెక్కడ దొరికినాడురా నాయనా! వాని మొగము మండ. వాని మొగాన ప్రేతకళేగాని మంచికళ లేదురా నాయనా! పెండ్లి యోగమెక్కడున్నదో మొగానికి నాకు తెలియదు" అని రెండవసారి రుద్ర పారాయణము చేసెను.

గంగమ్మను నామె పుట్టినింటివారికి జామాత కావలసిన రాయప్పను నోటికి వచ్చినట్లు తిట్టుటచేత గంగమ్మ కోపించి యాతిట్ల ఋణ మాడుబిడ్డకు వడ్డీతో దీర్చెను. ఇద్దరు కలియఁబడి కొట్టుకొన్నట్లు కయ్యమాడిరి. అంతట నాగన్న కోపావిష్టుఁడై సోదరిం జూచి "నీ యిష్టం వచ్చినట్లు కారుకూఁతలు కూసి నన్ను నా భార్యను నా యత్తవారిని నా యల్లుని నోటికి వచ్చినట్లు తిట్టుచున్నావు. సుఖముగా నేను పెండ్లి చేసుకోఁదలంచుకోగా నీవు అమంగళము లాడుచున్నావు గనుక నీవు నా యింటిలో నుండవద్దు. నీవు నీ కొడుకు ఈ క్షణం లేచిపోండి. ఒక్క నిముషమున్నారంటే నేనోర్చను. పోండి మీ సామాను లేమున్నవో తీసుకొనిపోండి"యని కఠినముగాఁబలికెను. మేనమామ తన విషయమై పలికిన పలుకులకుఁ దల్లినాడిన మాటలకుఁ దగిన ప్రత్యుత్తరము జెప్పవలెని గణపతి రెండుమూఁడుసార్లు ఉటంకించెను. కాని బదులు చెప్పినచో మేనమామ బుఱ్ఱ వంగఁ దీసి చావగొట్టునని భయపడి నోరెత్తక "అమ్మా! రావే. అతఁడింటిలో క్షణ ముండఁ గూడదని యతఁడనుచున్నప్పుడు సిగ్గులేక మనముండఁగూడదు. అన్నము లేకపోతే నాలుగూళ్ళు ముష్టెత్తుకు తినవచ్చునురా, మాటలు మనము పడకూడదు. లే"యని చేయిబట్టుకొని లేవఁదీసి కొనిపోయెను. ఆమె గొల్లు మని యేడ్చుచు వీధిలోనికిఁ బోయి "దేముఁడా! దేముఁడా! నా తోడబుట్టిన వాడు చచ్చిపోయినాడమ్మా! నా పుట్టింటికి

నాకు ఋణము తీరినదమ్మా! నా పుట్టిల్లు బుగ్గిఅయిపోయిందమ్మా” యని కేకలు వేయుచు నేడ్చుచు దోసెడు మన్నుతీసి యన్నగారి గుమ్మము మీఁద పారబోసి రవంత మట్టి తన నోటవేసికొని తలమోదుకొని గుండె బాదుకొని లబలబ మొత్తుకొని మున్ను గంగమ్మకు విరోధురాలైన యవ్వయింటికి గణపతి యీడ్చుకొని పోగా వెళ్ళి పెద్ద పెట్టున రోదనము చేసెను.

పదనాలుగవ ప్రకరణము

భగవంతుఁడు గణపతికి గావలసినంత యభిమానమును ప్రసాదించినేగాని యైశ్వర్యమును బ్రసాదింపలేకపోయెను. మేనమామ మీది కోపము చేత వేరింట కాపురము చేయవలయునని తల్లిని దోడ్కొని పోయి పొరుగింట నిలువఁ గలిగెనే గాని, తన భుక్తిఁ దల్లి భుక్తికి నొక పూఁటకు సరిపడునంత బియ్యమైన దేఁజాలకపోయెను. గణపతికిఁ దల్లికిఁ నాగన్న మీఁదను గంగమ్మమీదను గ్రోధమెక్కించే పుల్లవిఱుపుమాట లనియెడు సమిధలచేత ద్వేషవహ్ని రగుల్కొలిపిన యవ్వయుఁ దక్కిన యమ్మలక్కలును మాతాపుత్రులను రెండు మూఁడు పూటలు పోషించునప్పటికే కష్టమయ్యెను. దల్లి కొడుకులని లెక్క కిద్దరైనను రమారమి యే యెనమండ్రుగురు మనుష్యులు గల కుటుంబమునకుఁ గావలసినంత సామాగ్రి వారికిఁ గావలసెను. గణపతి ప్రాయమున నిరువదేండ్లలోపు వాఁడైనను జూపులకు వామనమూర్తియైనను జఠరాగ్ని వృకోదరుని జఠరాగ్ని వంటిదని యీ గ్రంథమునందే స్థలాంతరమున వర్ణింపబఁబడియెఁగదా! గణపతి భోజన ప్రమాణమును బట్టి యతని తల్లి భోజన ప్రమాణము జదువరులు మీ రూహించుకొనవచ్చును. అందుచేత సామాన్య గృహస్థులు వారిని భరించుట కష్టమని వేఱే చెప్ప నవసరము లేదు. దినమునకు మూఁడుసేరులు బియ్యమున్న పక్షము వారికొక విధముగా సరిపోవును. అది వచ్చునట్టి దారి పొడవకట్టదయ్యెను. తల్లికొడుకులు తన కొంపమీదఁ బడి తిందురేమో యను భయమున బస యిచ్చిన యాయవ్వ గణపతినిఁ దల్లిఁ గూర్చుండబెట్టుకొని మూఁడవనాఁ డిట్లనియె.

“ఓరీ గణపతి! మీ తల్లిని బోషింపవలసిన భారము నీది. గుప్త దానముపట్టి కుటుంబము పోషించుమన్నాఁడు. కనుక నీవు యాయవారము చేసి మీకు సరిపడిన బియ్యము తీసుకొనిరా! గ్రామములో నున్న పెద్దమనుష్యులను నల్గురను జూచి మేనమామ నన్ను నా తల్లిని లేవఁగొట్టినాఁడని చెప్పు. ఏ ధర్మాత్ములకైనా జాలి పుట్టవచ్చును. తలకొక కుంచెడు ధాన్యము వారివ్వవచ్చును. దానివలన మీ కుటుంబ పోషణకు వచ్చును. ముందుగా యాయవారమారంభించు. మావారు రామేశ్వర యాత్ర వెళ్ళినప్పుడు కొని తెచ్చిన పెద్ద కుంభకోణపు చెంబున్నది. అది మానెడు బియ్యము పట్టవచ్చును. రేపటినుంచి నీవభిమానపడక అలాగున చెయ్యినాయనా” యని యుపదేశించినది. గణపతి యాయుపదేశమునకు సమ్మతింపక యిట్లనియె.

“ఛీ నేను బ్రాహ్మణార్థములే మానివేయదలచుకొన్నాను. యాయవారము వృత్తినొప్పుకొందునా? అటువంటి మాటలు నాకు పనికిరావు. అమ్మా! నాకొక

యుపాయము తోచింది విను. కొద్ది రోజులలో మన మీయూరు విడిచి వెళ్ళి పోవుదుము. అంతవఱకు నీవు యాయవారము చేసి బియ్యము తీసుకొనిరా! ఈ గిరజాలతోను ముచ్చెలతోను నేను యాయవారము చేయుట బాగుండదు. నాకది పరువు తక్కువ. రెండు మూఁడు మాసము లాలాగు నీవు గడిపితే నేనేదో యుద్యోగము సంపాదించి యొకరికంటె నెక్కువగా నిన్ను పోషింపఁగలుగుదును. అంతవఱకు మాటదక్కించు"మని ప్రత్యుత్తరము చెప్పెను.

మాతాపుత్రులలో నెవరు భిక్షాటనము చేసినను నుపదేశము చేసిన యవ్వకు సమానమే గనుక యామె యా సలహా నంగీకరించి బిచ్చమున కామెఁ బురికొల్పెను. మరునాఁడుదయమున నుండి యామె యాయవారమారంభించెను. ప్రతిదినముదయము గణపతికిఁ గడుపునిండ జల్దియన్నముఁబెట్టి యామె గ్రామ సంచారమున కరిగి రెండు

జాములైన తరువాత వచ్చి స్నానము చేసి మడి కట్టుకొని వంటచేసి కొడుకునకుఁబెట్టి తాను దినును. గణపతి చలిదికూడు తిని తల్లి తెచ్చిన బియ్యమప్పుడప్పు డమ్మి డబ్బు లేనప్పుడు పొగచుట్టలు కొనుచు, బియ్యమే యిచ్చి యీతపండ్లు, జీడిమామిడిపండ్లు, వెలగకాయలు, రాచయుసిరికాయలు, చెఱకు కణ్ణముక్కలు, నేరేడుపండ్లు మొదలగు చిఱుతిండి వస్తువులు వీధిలోని కమ్మవచ్చినప్పుడు దీసికొనుచు నున్నఁగా గిరిజాలు దువ్వుకొని చుట్టలు కాల్చుచు గ్రామము వెంటఁ దిరిగి దిరిగి రెండు జాములగునప్పుడు టక్కుటక్కుమని ముచ్చెలు చప్పుడగునట్లు గృహమునకు వచ్చి "వం టైనదా? లేదా?" యని గొప్ప యధికారి వంటకత్తె నడిగినట్లు డిగి, యైనదన్నప్పుడు ముందు తనకే పెట్టుమని తిని, 'కాలేదు నాయనా' యని యన్న "దౌర్భాగ్యపు ముండా! పెంటముండా వంట పెందలకడ చేయక గుడ్డి గుఱ్ఱమునకు పండ్లు తోముచున్నావా? నీకు నాలుగు చంపకాయలు తగులవలె. లేకపోతే బుద్ధిరా"దని యొకప్పుడు మాటతోనే పోనిచ్చును. మఱియొకప్పుడు చేయి విసిరి రెండు తగులనిచ్చుచు యధేచ్ఛముగాఁ దిరుగఁజొచ్చెను.

గ్రామస్థులలోఁ గొంద ఱప్పుడప్పుడు గణపతి యొక్క స్వచ్ఛంద వ్యవహారములఁ జూచి నవ్వుచు "యేమిరా యా యన్యాయము. చెట్టంత మగబిడ్డవు. నీవుండఁగా మీయమ్మ బిచ్చ మెత్తుకొనుట న్యాయమఁటరా? ఆ గిరజాలేమిటి? ఆ పొగ చుట్టలేమిటి? ఆ ముచ్చెలేమిటి? ఆ టక్కుటక్కులేమిటి? తల్లి యాయవారమెత్తు టేమిటి సిగ్గులేదా? పెద్దముండ ఆవిడను పోషించుటకు మాఱుగా నిన్నే యావిడ పోషించవలెనా?" యని చీవాట్లు పెట్టఁజొచ్చిరి. అది విని గణపతి రోషము దెచ్చుకొని తల్లిచేత బిచ్చ మెత్తింపఁ గూడదని యామెను మాన్పించి తానే చెంబు దీసికొని యాయవార మారంభించెను.

అదెట్లనఁగా నుదయమున లేచి చలిదికూడు తిని గిరజాలు దువ్వుకొని కోటు దొడుగుకొని తెల్లపంచె కట్టుకొని పొగచుట్ట నోట పెట్టుకొని కుడిచేతితో చెంబు పట్టుకొని యెడమ చేతి తర్జని మధ్య యాంగుళీయముతోఁ బొగచుట్ట నోటినుండి దీసి పట్టుకొని యుమ్మివేయుచు యాయవారము చేయును. ఆ వేషము జూడ గ్రామమందలి స్త్రీ పురుషులు బాలురు పనులు మానుకొని వచ్చి గణపతితో నించుకసేపు పని లేకపోయినను బ్రసంగించి పొట్టలు పట్టుకొని నవ్వుకొని వినోదించుచుండిరి.

గణపతి యక్షయపాత్రము బుచ్చుకొని యెవరి యింటికైనను వెళ్ళినపుడు వారు లోపలనుండి బియ్యము దెచ్చుట యాలస్యమైన పక్షమున నచ్చట నిలిచి యుండక వారి వాకిట మంచ మున్నయెడల మంచము మీఁదఁ గూర్చుండి యాలస్యముగ బిచ్చము తెచ్చినందుకు "ఇంత సే పెందు కాలస్యమైనది? ఎల్లకాలము మీ యింటి దగ్గర నేను పడియుందు ననుకొన్నావా యేమిటి? మీరు నాకు నిలువు జీతమిచ్చినట్లున్నారు. నేను మీ వాకిట్లో నిలిచి యుండుటకు మీ నౌకరును కాను! పెద్దమనుష్యుఁడు వచ్చినప్పుడు వెంటనే పంపక యా యాలస్యమేమిటి?" యని మందలించు చుండును. గణపతి మందలింపులు స్త్రీ పురుషుల కాగ్రహము తెప్పించుటకు మాఱు మందహాసము సంతోషము గలిగించుచు వచ్చెను. ఈ తెఱఁగునఁ దల్లి కొన్నినాళ్ళు కొడుకు కొన్నినాళ్ళు యాయవారము చేసి పొట్ట బోసుకొనుచుండిరి. అంతలో నాగన్న కూఁతురు వివాహము సంభవించెను.

వివాహమునకు విఘ్నము లాపాదించవలెనని గణపతియుఁ దల్లియు బహువిధోపాయములు వెదుకఁ జొచ్చిరి. గణపతి కంటికిఁ గనఁబడినవారినెల్ల వివాహము కాకుండఁ జేయుట కుపాయము జెప్పుమని యడుగుచుండును. మేనమామైన నాగన్నకు సన్నిహితజ్ఞుడు యొక డుండెను. అతని పేరు పుల్లయ్య. పుల్లయ్యకు నాగన్నకు సరిహద్దు గోడలగూర్చియు, పొలములలో గట్ల గూర్చియు, నీళ్ళబోదెలఁ గూర్చియు మనస్పర్థలు పొడమి విరోధములు ప్రబలినందున వారికి మాటలుగాని శుభకార్యములందు భోజన ప్రతిభోజనములుగాని లేవు. సక్యమైన యెడల నాగన్న కపకారము చేయవలెనని పుల్లయ్యయు, పుల్లయ్య కపకృతి చేయవలెనని నాగన్నయుఁ జూచుచుండిరి. అట్టి సమయములలో నొకనాఁడు గణపతి పుల్లయ్య యింటికిఁబోయి నాగన్న కూఁతురు యొక్క వివాహము కాకుండఁ జేయుట కుపాయము చెప్పుమని యడిగెను.

పుల్లయ్య ముహూర్తమాలోచించి "వహవ్వ మంచి యుపాయము దొరికిందిరా గణపతి! ఇది సాగెనా బుచ్చి రాయప్పకుఁ దక్కకుండ నీకేదక్కు" నని యుత్సాహముతోఁ బలికెను. పిల్ల తనకే దక్కునన్నమాట వినఁబడగానే గణపతి సంతోషముచే హృదయ ముప్పొంగ "పుల్లయ్య మామ! ఉపాయమేదో త్వరగాఁ జెప్పు. నాగన్నగాఁడి రోగము మన మందులము చేరి కుదర్చవలె" ననియెను. అనుటయు పుల్లయ్య యిట్లనియె "బుచ్చిని నీవు తీసుకొనిపోయి రహస్యముగా నేదోయొక గ్రామములో దేవాలయములోఁ బెండ్లి చేసుకో. దానితో నాగన్న రోగము రాయప్ప రోగము కూడ కుదురును. రాయప్పగాడికి రెండు వందల రూపాయలు తిరుక్షవర మన్నమాటె. నీకు దమ్మిడి ఖర్చులేకుండ బెండ్లియగును. ఒకసారి పెండ్లియయిన పిల్లకు తిరిగి పెండ్లి చేయఁగూడదని మన శాస్త్రము. ఏడువనీ మొత్తుకోనీ తిట్టనీ! పెండ్లి మాత్రము చేయుటకు వీలులేదు. ఎప్పటికైనను బుచ్చి నీ బెండ్లాము. తప్పదు. ఈ పని నీవు చేసితివా మన గ్రామములో జనులేకాక చుట్టుప్రక్క గ్రామములవాఁడ్రు కూడ గణపతిగాడు బహద్దురురా మంచిపని చేసినాఁ డని మెచ్చి సంతోషింతురు. కనుక నీ వీ విషయములో గట్టిపని చేయవలెను. ఇసుక తక్కెడకు వెంటనే పేడతక్కెడ ఉండవలెను. కుక్కకాటుకు చెప్పుదెబ్బ తగలవలెను" అని యుపదేశము చేయుటకు, గణపతి సంతోషించి "పుల్లయ్య మామ నీ యుపాయము బాగున్నది. కాని యిది యేలాగు నెరవేరఁగలదు. ముందు మనకు పిల్ల స్వాధీనమగు టేలాగు? అది యొంటిగా మనకు దొరకునా? దొరికినప్పటికిఁ దల్లిదండ్రులను విడిచిపెట్టి మనతోనది పొరుగూరు వచ్చునా? బలవంతమునఁ దీసికొనిపోతిమా యది యేడ్చి గోల చేయదా? ఆ గోల విని పదిమంది చేరరా? అప్పుడు మన ప్రయత్నము చెడిపోదా? అదిగాక యే గ్రామములో వివాహము చేసిఁకోగలను? ఎవరికిఁ దెలియకుండ ముందక్కడ బ్రయత్నము చేయవద్దా? డబ్బు కావలె గాఁబోలు, నా దగ్గర డబ్బు లేదు. వీట కన్నిటికి నీవే యేదో యాలోచన చెప్పవలె"నని పలికెను.

అడుగుటయు నతనికి పుల్లయ్య యిట్లనియె. "ఆ గొడవ నీకక్కరలేదు. కావలసిన సొమ్ము పెట్టుబడి పెట్టగలను. నీ తల్లి మా యింటి యాడుపడుచు. నీవు నాకు మేనల్లుడవు. నా దగ్గర నలుసంత ఆడపిల్లే ఉన్న పక్షమున నేనే నీకు పిల్లనిచ్చి పెండ్లి చేయవలసిన

వాఁడను. వేయేండ్లు తపస్సు చేసినను కలిసిన సంబంధము దొరకునా? నిర్భాగ్యుడు గనుక నాగన్న సంబంధము చెడఁగొట్టుకొన్నాఁడు. దానికేమి? డబ్బు గొడవ నీకక్కరలేదు. వానపల్లి దేవాలయములో నీకు నేను వివాహము చేయించఁగలను. పిల్లనేదోవిధముగా నేను తీసుకుని రాఁగలను. అప్పుడప్పుడా పిల్ల మా యింటి ప్రక్కన నున్న కందర్పవారి యింటికి వచ్చి యాడుకొనుచుండును. ఏదో మచ్చికవేసి పిల్లను తీసుకుని రావచ్చును. నేను ముందుగా వానపల్లి వెళ్ళి పురోహితునిఁ గుదిర్చి ముహూర్త మేర్పాటుచేసి పూజారితోమాటలాడి భజంత్రీలను గుదిర్చి వచ్చెదను. బుచ్చి పెండ్లి దశమినాడు గదా తండ్రి యేర్పరచినాడు. ఈలోపుగా షష్టినాడో, సప్తమినాడో మనము తలఁచుకొన్న పని చేసి తీరవలెను. నీవు పంచమినాడే వానపల్లి వెళ్ళి యుండు. నేను ఱేపుదయమున బయలుదేరి వానపల్లి వెళ్ళి వచ్చెదను. పాతికరూపాయలు సొమ్ము మేనల్లుడవు కనుక నీ నిమిత్తమై ఖర్చు పెట్టెదను. ఈ సంగతి మట్టుకు నీ వెవరితోను జెప్పవద్దు. మీయమ్మకుఁ గూడ తెలియనీయవద్దు. ఆడుదాని నోటిలో రహస్యము దాగదు. పూర్వము ధర్మరాజులవారు ఆడుదాని నోటిలో రహస్యము దాగఁగూడదని కుంతికి శాప మిచ్చినారు. అప్పటినుంచి యాడుదానితో చెప్పిన యేకాంతము లోకాంతమగును. ఇది మనకిద్దఱకేగాని, యీ గ్రామములో మరెవ్వరికిఁ దెలియగూడదు సుమీ!" అనవుడు గణపతి తనకాపూట వివాహ మైనట్టె మహానందము నొంది లేచి "పుల్లయ్యమామ! నిజముగానే నీవు నా మేనమామవు. నాగన్నగాఁడు నా మేనమామ కాడు. నీకున్న యభిమానము మరెవరికి లేదు. ఈ దెబ్బతో నాగన్నగాడిఁరోగము కుదిరిపోవును. బ్రహ్మాస్త్రమువంటి యుపాయమిది. ఇక నేను వెళ్ళెదను. నీవు వానపల్లి వెళ్ళి వచ్చిన తరువాత మనము తిరిగి కలుసుకొందుము" అని వెళ్ళెను.

పుల్లయ్య వీధివఱకు వానిని సాగనంపి చిరకాలమునుండి నాగన్న మీఁద తనకుఁ గల క్రోధము దీర్చికొనుటకుఁ దగిన యవకాశము లభించినదని మనంబున మిగుల సంతసించెను. నాగన్నమీఁది కోపముచేత పాతిక ముప్పది రూపాయలుకూడ నతఁడు ఖర్చుపెట్టఁదలచెను. క్రోధ మే పనిఁజేయింపదు! పుల్లయ్య మరునాడు తెల్లవారు జాముననే లేచి వానపల్లె వెళ్ళి యచ్చటనున్న విష్ణుదేవాలయము యొక్క పూజారిని కలుసుకుని రెండు రూపాయలు వానిచేతిలోఁ బెట్టి రహస్య వివాహము జరుగునని యతనితోఁ జెప్పి సాయము చేయవలెనని కోరి పిల్లతండ్రిపేరు మొదలైనవి చెప్పక తనకుఁ జిరకాలమిత్రుడైన ద్రావిడ బ్రాహ్మణుని మంథా మహాదేవ శాస్త్రిని గలిసికొని తన సంకల్ప మాయనతోఁ జెప్పి యాయనసమ్మతిం బడసి పురోహితునిగా నుండవలెనని యతనినే గోరి రెండు రూపాయలు ముందాయనకిచ్చి మాఘశుద్ధ షష్ఠినాడు ముహూర్తము పెట్టించి బాజాభజంత్రీలను గుదుర్చుమని యతనితో చెప్పి తిరిగి వచ్చునప్పుడిట్లనియె "మహాదేవుడు బావ! పిల్లను షష్ఠినాడు వీలైతే షష్ఠినాడు తీసికొనివచ్చెదను. సప్తమినాడు వీలైతే సప్తమినాడు తీసికొని వచ్చెదను. అందుచేత రెండు రోజులుకూడ ముహూర్తముపెట్టి మీరుంచవలెను. నేనుత్తరము వ్రాసియిచ్చి పెండ్లి కొడుకును మీ యింటికి పంచమినాడే పంపెదను. అతనికి మీ యింటిలోనే భోజనము పెట్టండి. దేవాలయములో రాత్రి వివాహములు

చేయఁగూడదని పెద్దలన్నారు. మీరు రాత్రి ముహూర్తము పెట్టినారేమి?" అని పలికెను. రాత్రులు దేవాలయములో వివాహము చేయఁగూడదని నేనెరిగినంతవఱ కేశాస్త్రములోను లేదు. అందుచేతనే రాత్రి ముహూర్తము పెట్టినాను. ఇటువంటి పిచ్చి పిచ్చి సందేహములు పెట్టుకొనక పిల్లను తీసికొనిరా! మూఁడు నిముషములలో వివాహము చేఁయించెద"నని మహాదేవశాస్త్రి బదులు చెప్పెను.

పుల్లయ్య సంతుష్టుడై వానపల్లి విడిచి స్వగ్రామమునకుఁ బోయెను. అతఁడు వచ్చునప్పటికి గణపతి వాని వీధి యరుగుమీఁద గూర్చుండెను. గణపతిని జూచి పుల్లయ్య మీదఁ జేయివైచి తట్టి "గణపతీ! నీవదృష్టవంతుడవురా! నీ పేరుఫలమేమోగాని యెక్కడికి వెళ్ళితే అక్కడ దిగ్విజయమె. పురోహితుఁడు కుదిరినాడు. పూజారి యనుకూలముగా నున్నాడు. సమస్తము నేటివరకు శుభప్రదముగానే యున్నది. నీకు తప్పక కళ్యాణ కాలము వచ్చినట్లు కనఁబడుచున్నది. కక్కువచ్చినప్పుడు, కళ్యాణము వచ్చినప్పుడు ఆగదన్నారు పెద్దలు. ఇంతకు నీ దినములు మంచివి" యని ప్రశంసించెను "మామ ఇది నీ చలవగాని నాప్రజ్ఞయేమున్నది? నన్నొక యింటివానిం జేసినాడన్న ప్రతిష్ఠ నీకుఁ దక్కవలసియున్నది. నా మేనమామ బ్రతికియున్నప్పటికిఁ జచ్చిన వారిలో జమ! నీవే నామేనమామవు" అని గణపతి ప్రత్యుత్తరమిచ్చెను. అపుడు "పంచమి యెల్లుండేకదా! యెల్లుండి యుదయమున నీవు నా దగ్గరకురా. ఉత్తరము వ్రాసి యిచ్చెదను. అది పుచ్చుకొని మహాదేవ శాస్త్రి దగ్గరకు వెళ్ళుదువుగాని. వివాహమగువఱకు నీ వక్కడనే యుండవలెను. జాగ్రత్త సుమా! నోరు జాటి యెవరితోనైన రహస్యము బయట పెట్టెదవేమో?"యని హెచ్చరించి పుల్లయ్య వానిఁపంపెను.

గణపతి పరమ సంతోషముతో నింటికిఁ బోయి మరునాఁడుదయమున వానపల్లి కరిగెను. బుచ్చమ్మ పెండ్లి పలివెలలో శ్రీ కొప్పులింగేశ్వర స్వామివారి యాలయములోఁ జేయవలెనని నాగన్న తలంచెనుగాని, రాయప్ప దేవాలయములోఁ జేసికొన్న వివాహమువలన వధూవరులకు ముచ్చటలు తీరవని గుడిలో పెండ్లి వల్లకాదనియు, నైదుదినములు యధావిధిగా వివాహము జేయవలసినదనియు వ్యయమంతయుఁ తానే చేయుదువనియు నాగన్న యొక్క యత్తమామలతోఁ జెప్పి వారి నొడంబఱిచెను. అత్తమామ నొప్పుకొనఁగాని నాగన్నయుఁ నొప్పుకొనెను. పుట్టింటనే తన కూతురు వివాహము జరుగుచున్నప్పుడు గంగమ్మ నిరుపమానందముతో నొప్పుకొన్నదని వేఱుగా వ్రాయ నక్కఱలేదు కదా!

పలివెలలోనే వివాహము జరుగును. కావున నాగన్న స్వగృహమందు వివాహప్రయత్నమేమియుఁజేయనక్కఱ లేకపోయెను. అప్పడములు వడియములు పెట్టించుట యటిసలు వండించుటఁ యటుకులు కొట్టించుట పందిళ్ళు పాకలు వేయించుట మొదలగు సమస్త ప్రయత్నములు రాయప్ప తన పినతల్లి యొక్కయుఁ బినతండ్రి యొక్కయు పెత్తనము క్రింద జేయించెను. నాగన్న పుత్రికను, భార్యను దీసికొని మాఘశుద్ధసప్తమినాఁడు పలివెల వెళ్ళ నిశ్చయించెను. పెండ్లికూతురైన బుచ్చమ్మ నాలుగేండ్లపిల్ల యగుటచే లక్కపిడతలు, లక్కబొమ్మలు, కర్రబొమ్మలు మొదలగునవి

తీసుకొని కందిపప్పు, బెల్లపుముక్క మొదలగునవి పట్టుకొని తనయీడు పిల్లలతో తఱుచుగా నాడుకొనుటకుఁ బోవుచుండును. షష్ఠినాడు సాయంకాల మాబాలిక పుల్లయ్యగారి యింటి ప్రక్కనున్న యొక బ్రాహ్మణ గృహమున నాడుకొని నాలుగు గడియల ప్రొద్దువేళ మరల నింటికిఁ బోవుచుండెను. ఆ బాలిక యొక్క రాకపోకలను మిక్కిలి జాగరూకతతోఁ గనిపెట్టుచుండిన పుల్లయ్య యామె యొంటరిగాఁ బోవుచుండుటఁ జూచి యదివఱకే తాను గొనియుంచిన ఖర్జూరపుపండు పొట్లము విప్పి యామె చేతికిచ్చి "అమ్మాయి! ఈ పండు తిని మా యింటికి రా! ఆడుకొందువుగాని" యని యెత్తుకొని ముద్దు పెట్టుకొనెను. బుచ్చమ్మ ఖర్జూరపుపండుయొక్క యెఱలోఁబడి యది తినుచు మాటాడక యూరకుండెను. పుల్లయ్య యాబిడ్డనెత్తుకొని "అమ్మాయి! మీ యమ్మదగ్గరకు దీసికొని వెళ్ళనీ, రా" యని చల్లగా మాటలు చెప్పుచుఁ దా నదివఱకు గుదిర్చియుంచిన బండిమీఁద నెక్కించి బండి కీప్రక్క నా ప్రక్క రెండు గుడ్డలు కట్టి మిక్కిలి వేగముగా బండితోలుమని బండివానితోఁ జెప్పి "బుచ్చమ్మ! నీకు లక్కపిడతలు కొనియివ్వనా? బొమ్మలు కావలెనా? మంచి పరికిణిగుడ్డలున్నవి. నీవు కుట్టించుకుని కట్టుకొంటావా?" యని యిచ్చకములాడుచు ఖర్జూరపండు తినినవెంటనే మిఠాయి పొట్లము చేతికిచ్చి యేదోవిధముగా నేడవకుండ రాత్రి నాలుగుగడియలగునప్పటికి వానపల్లి తీసికొనిపోయి మహాదేవశాస్త్రి యింటి దగ్గర బండి దిగెను. పూజారి గుడిలో సిద్ధముగా నుండెను. మహాదేవశాస్త్రియొక్క యేర్పాటుచేత రెండు కాగడాలు సిద్ధముగ నుండెను. భజంత్రీలు వచ్చి కూర్చుండిరి. మహాదేవశాస్త్రి యానాఁటి యుదయముననే గణపతిని దనయింటనే పెండ్లి కుమారుని జేసెను.

బుచ్చమ్మ బండిలోనే నిద్దురపోయినందున నామెను భుజముమీఁదఁ పండుకొనఁ బెట్టికొని పుల్లయ్య మహాదేవశాస్త్రియింటికిఁబోయి యతనిఁబిలిచెను. గణపతియు మహాదేవశాస్త్రియు నత్యంత సంతోషంతో నాతనినెదుర్కొని నిర్విఘ్నముగా బాలికం దోడి తెచ్చినందుకు వానిని గడుంగడుఁ బ్రశంసించిరి! అప్పుడు పుల్లయ్య మహాదేవశాస్త్రిఁ జూచి "ఏమోయి కన్యాప్రదాన మెవరు చేయుదురు? ఆ మాట నీతోఁజెప్పమఱచితిని. అందు కెవరినైనఁ గుదిర్చితివా లేదా" యని యడిగెను. "నీవు మరచిపోయినావు గాని నాకా మాట జ్ఞాపకమున్నది. కన్యాధార పోయుటకు దంపతులను సిద్ధము చేసి యుంచినా" నని యతండు బదులు చెప్పెను. "వహవ్వా! మహాదేవశాస్త్రియంటే సామాన్యుడా? బృహస్పతి వంటివాఁడవు. నీవుండగా మాకు లోటు జరుగునా? ఇంతకు మీరు పెట్టిన ముహూర్తము మంచిది. ముహూర్తబలిమిచేతఁ బిల్ల దొరికినదిగాని, లేకపోతే సామాన్యముగా దొరకునా? కాని, కన్యాప్రదానమునకు సిద్ధమైన దంపతులెవరు?" అని పుల్లయ్య యడిగెను. మహాదేవశాస్త్రి యిట్లనియె.

"ఎవరేమిటి? మా గ్రామములో మంగలపల్లి నర్సయ్య అనే యొక బ్రాహ్మణుఁ డున్నాడు. ఆయనది కృష్ణాతీరము. కాపురము మునుపు కొన్నాళ్ళమలాపురంలో నీళ్ళకావిళ్ళు మోసినాఁడు. అక్కడుండఁగా నరసాపురమునుంచి బ్రాహ్మణ వితంతువొకటి లేచివచ్చినది. అది తల వెండ్రుకల వెధవ. అమలాపురములో నున్నప్పుడే దానిని వీఁడుంచుకొన్నాడు. దానికి కొంతకాలమునకు కడుపైనది. బిడ్డను చంపివేయుటకిష్టములేక ఆ గ్రామము

విడిచి దంపతులమని చెప్పుకొని కుంకుమబొట్టు పెట్టుకొన నారంభించినది. వాళ్ళకిప్పుడిద్దరు పిల్లలున్నారు. వారు దంపతులే యని మేముకూడ మొదట నమ్మినాము. తరువాత నాకీ రహస్యమంతయు నమలాపురపు బ్రాహ్మణుఁడొకఁడు చెప్పినాడు. అది విని నరసయ్యను పిలిచి యడిగినాను. లేదు లేదని మొదట బొంకినాఁడు కాని చివరకు నారెండు కాళ్ళుపట్టుకొని యేడ్చి బ్రతిమాలుకొన్నాడు. స్వాములవారి పేర వ్రాసి ఆంక్షపత్రిక తెప్పించి డొక్క బ్రద్దలు చేసెదనని నేను వాని దగ్గర పదివరాలు సొమ్ము గుంజుకొని రహస్యము బయటపెట్టక కాపాడినాను. వాఁడిప్పుడు లగ్నప్రచ్ఛాదనలు చుట్టుప్రక్కల పది పన్నెండు గ్రామములో పట్టుచున్నాడు. నా మాటంటె చాల గౌరవము. నేను గీచిన గీటు దాటఁడు. వాఁడు నేను చెప్పినట్టు చేయఁగలడు. ఆ దంపతులిద్దఱుఁ గూర్చుండి కన్యాదానము చేయనొప్పుకొన్నారు.”

"సరే! చాలా బాగున్నది. వారికిఁ ద్వరగా వర్తమానమంపండి. పిల్ల నిద్రపోయినది. ఈ సమయములోనే గణగణ ముడివేయవలెను. లేనిపక్షమున నేడ్చునేమో, రండి దేవాలయములోనికి" అని పుల్లయ్య వారిం ద్వరపెట్టెను.

గణపతికి మెడలోఁ పెద్ద జందె మొకటి పడుటే ప్రధానముగాని కన్యాప్రదానము తల్లిదండ్రులే చేయవలెనను పట్టింపులేదు. అప్పుడు వారందఱు దేవాలయమునకుఁ బోయిరి. తొలుత గ్రహించిన రెండు రూపాయలకుఁ దోడుగా మఱిరెండు రూపాయలు వచ్చునను నాసతో నర్చకుండచ్చుటనే గూర్చుండెను. మంగలపల్లి నరసయ్య పుత్రకళత్ర సమేతుఁడై వచ్చి కన్యాప్రదానమునకు సిద్ధముగఁ గూర్చుండెను. భజంత్రీలు మేళము సేయనారంభించిరి. మహాదేవశాస్త్రి పుల్లయ్యచేసిన తంత్రము సఫలము చేయుటకై మంత్రములు చదువ నారంభించెను. అంతలో బుచ్చమ్మ బాజాచప్పుడు వలన మేలుకొని "మా అమ్మేది? నన్ను మా అమ్మదగ్గరికి తీసికొని వెళ్ళు" అని పెద్ద పెట్టున నేడ్వ నారంభించెను. పుల్లయ్య మిఠాయి పొట్లమిచ్చెను. అఱఁటి పండిచ్చెను. బెల్లపుముక్క జూపెను. కాని యవి యామె యేడ్పును నివారింపలేకపోయెను. బ్రతిమాలెను, బెదరించెను, ప్రాణము విసికి రెండు చెంపకాయలు కొట్టెను. ఎన్ని చేసినను బుచ్చమ్మ యేడ్పు మానలేదు.

విఘ్నేశ్వరపూజ నిమిత్తము పళ్ళెములోఁ బోసిన బియ్యము బుచ్చమ్మ క్రిందఁబడి దొర్లి యేడ్చునప్పుడు కాళ్ళతోఁదన్ని పాఱబోసెను. ఈ యేడ్పువల్ల జూడవచ్చినవారు పిల్లను దొంగతనముగా దీసికొని వచ్చినట్టు తెలిసికొని వివాహము చెడగొట్టెదరేమో యని గణపతి గుండెలు పీచుపీచుమనెను. తనకేదైన చిక్కు వచ్చునేమోయని పుల్లయ్య భయపడెను. కుశాగ్రబుద్ధియైన మహాదేవశాస్త్రి సమయోచితముగా నాలోచించి దేవాలయముయొక్క వీధితల్పులు గట్టిగా మూసివేయించి పిల్లదాని యేడు పెవ్వరికి వినఁబడకుండ గట్టిగా మేళము చేయమని భజంత్రీతోఁజెప్పెను. వారు గట్టిగా వాయించి యొకరి మాటొకరికి వినఁబడకుండఁ జేసిరి. పిల్లయేడ్పుగాని, మహదేవశాస్త్రి మంత్రములుగాని యెవరికి విన్నబడలేదు. ఏడ్చి యేడ్చి పిల్లనేలఁబడుకొని నిద్రబోయెను. కదిపిన యెడల మరల లేచి గోల చేయునేమో యను భయమున దానిని లేపక పఁడుకొనియుండగానే గణపతి చేత మహాదేవశాస్త్రి మంగళ సూత్రములు కట్టించెను. నిద్రించుచుండఁగానే గణపతి బుచ్చమ్మ తలమీఁద తలంబ్రాలు పోసెను. కాని బుచ్చమ్మ తలంబ్రాలు తనమీద పోయునట్టి భాగ్యమబ్బలేదని యతఁడు విచారించెను. ఏలాగో యొకలాగు వివాహమయ్యెను.

మూఁడుపోచల జందెము వదలిపోయి దూడకన్నె వంటి పెద్దయజ్ఞోపవీతము మెడలోఁబడెను. మంగళ స్నానము చేయించినట్లు కనబడదేమని పూజారి ప్రశ్నము వేయఁగా మహాదేవశాస్త్రి "మా యింటి దగ్గఱ మంగళస్నానములు చేయించి తీసికొని వచ్చినానయ్యా! మంగళస్నానములు లేకుండ నేను వివాహము చేయింతునా? "యని యతఁడు తిరస్కారభావముగాఁ బలికెను. "జడ జడపాళముగనే యున్నదే. మంగళస్నానము లెట్లు చేయించితి" వని యతఁడు మరలఁబ్రశ్నచేవేయంగా "జడ విప్పకుండగనే చేయించితిని"నని బదులు చెప్పి యతని రెండు రూపాయలతని కిప్పించి వాగ్బంధనము

చేయించెను. వివాహము సంపూర్ణమయ్యెను. బాలిక నడుమ నడుమ "అమ్మా" యని యేడ్చుచు మరల నిద్రావశమునఁ గన్నులమూయుచుండెను. బిడ్డను భుజముమీదఁ బెట్టికొని పుల్లయ్య మహాదేవశాస్త్రి యింటికి వెళ్ళి యక్కడ నొక మంచముమీఁద దానినిఁ బడుకొనఁబెట్టి తాను గణపతియు మహాదేవశాస్త్రియు మంగలపల్లి నరసయ్యయుఁ గలసి భోజనము చేసిరి. భోజనమగునప్పటికి రెండుజాముల రాత్రియయ్యెను. గణపతిని రెండు మూడు దినములవఱకక్కడనే యుండమని చెప్పి పుల్లయ్య బుచ్చమ్మను దీసికొని బండికట్టించుకొని మరల స్వగ్రామమునకుఁ బయనమైపోయెను.

అక్కడ దీపాలవేళకు బిడ్డయింటికి రానందున గంగమ్మ చుట్టుప్రక్కల యిండ్లకుఁ బోయి "మా పిల్ల మీ యింటికి వచ్చినదా మీయింటికి వచ్చినదా" యని యడిగెను. మా యింటికి రాలేదని కొందఱు, వచ్చియాడుకొని నాలుగు గడియల ప్రొద్దువేళనే వెళ్ళిపోయినదని మఱికొందఱు చెప్పిరి. అంతకంతకు గంగమ్మకు భయమయ్యెను. కన్నుల నీరు పెట్టుకొనుచు నాలుగు మూలలు వెదకెను. ఎవ్వరింటను బిడ్డ కనఁబడలేదు. నాగన్న కావర్తమానము తెలిసి యఁతడు పరుగు పరుగునవచ్చి గ్రామమందలి గృహము లన్నియు వెదకుటయేగాక దొడ్లు, పొలములు, తోఁటలు, నూతులు వెదకెను. ఎక్కడ వెదకినను బిడ్డ కనబడలేదు. బిడ్డ నెవ్వరో ద్వేషముచేతనో కాళ్ళనున్న చిన్న యందెల కాసపడియో చంపిపాఱవైచి యుందురని నిశ్చయించి యాలుమగలు మిగల దుఃఖింపజొచ్చిరి. చుట్టుప్రక్కల వారందరు వారి నూరడింప వచ్చిరి. అన్నము వండుకొనక పొరుగువారు తమ యింటిలోఁ దినమని బలవంతపెట్టినను దినక మూఁడుజాముల రాత్రివఱకు శోకించి దుఃఖభారము చేతను నిద్రాభారముచేతను తెల్లవారుజామునఁ గన్నుమూసిరి.

ఆప్తబంధువులు మృతి నొందుదురుగాక! సర్వస్వము నష్టమౌఁగాక మనుష్యుఁడు క్షుత్పిపాసా నిద్రలకు మాత్రము లోఁబడక తప్పదు గదా! నాలుగు గడియలు వారికి గాఢమగు నిద్రపట్టెను. అప్పుడు పుల్లయ్య బుచ్చమ్మను భుజముమీఁదం బండుకొనఁబెట్టుకొని యెవ్వరు జూడకుండ నామెను నాగన్న గారి వీధియఱుఁగుల మీఁద బండుకొనబెట్టిపోయెను. బుచ్చెమ్మ నిద్రావశమున నొడలెఱుఁగక యా యరుగు మీఁద గొంతసేపు పండుకొని మెలకుఁవవచ్చి 'అమ్మా' యని పిలిచి గట్టిగా నేడువఁ జొచ్చెను. అప్పుడు నాగన్నకు మెలకువ వచ్చెను. అతఁడు తలుపు తెరచి చూచునప్పటికి వెదకఁబోయిన తీగ కాళ్ళకుఁ దగిలినట్లు తనబిడ్డ తన యరుఁగు మీఁదనే కనఁబడెను. "పిల్లదొరికినది పిల్లదొరికినది లేవవే!" యని కేకలు వేయుచు బిడ్డ నెత్తుకొని "అమ్మాయి! యెక్కడికి వెళ్ళినావు? ఎవరు తీసికొని వెళ్ళినారు?" అని యడుగుచు లోపలకుఁ దీసికొని పోయెను. గంగమ్మ భర్త కేకవిని కలవరపడుచు లేచి "ఏదీ నా చిట్టితల్లి? వచ్చిందా వచ్చిందా?" యని విసవిస భర్తకడకుఁబోయి యాతని చంకనున్న బిడ్డను దా నెత్తుకొనెను. తల్లినిఁగౌఁగిలించుకొని బిడ్డయు, బిడ్డను గౌఁగిలించుకొని తల్లియు నేడ్చిరి. అంతలోఁ జుట్టు ప్రక్క వారందరుఁ జేరిరి.

అప్పుడు తూర్పునఁ దెల్లవారెను. కాకులు కూయఁజొచ్చెను. బుచ్చమ్మ మెడలో మంగళసూత్రము లగుపడెను. "ఇవిగో దీని మెడలో మంగసూత్రములు ఉన్నవి. ఎవరో

తీసికొని వెళ్ళి దొంగపెండ్లి చేసికొన్నారు కాబోలు! ఎవరో గాదు. ఆ మాయచచ్చినాఁడు గణపతిగాఁడే యింతపని చేయగలవాఁడు. వీడి పెళ్ళి పెటాకులు గాను, ఎంత పనిచేసినాఁడు. ఇవిగో చూడండి పుస్తెలు" అని గంగమ్మ మంగళసూత్రములు భర్తకుఁ దమ్ముఁ జూడవచ్చిన వారికిఁ జూపించెను. చూచి నాగన్న "ఔనౌను. ఇదిగో కాళ్ళకు పసుపుకూడ కనఁబడుచున్నది కన్నుల కాటుక గూడ కనఁబడుచున్నది. పిల్ల యేడుపు వలన కొంతవరకు కాటుక కరిగిపోయినది. పాప యెంత యేడ్చినదో యెంత బెంగపెట్టుకొనినదో. అమ్మా! నిన్నెవరు తీసుకువెళ్ళినారు" అని కూఁతురు నడిగె. మూఁ డేండ్ల పిల్లయగుటచే బుచ్చమ్మ మాటలు సరిగా రాక "వోరోబ్బి బన్నిమీఁద తీసుకెళ్ళాడు" అని బదులు చెప్పెను. ఆమెను గణపతియే తప్పక తీసుకొనిపోయి దొంగపెండ్లి చేసికొనియుండునని యచటి వారందఱు నిశ్చయించిరి. నాగన్నకు దుఃఖము కోపము మనంబున మల్లడిగొనినందున నవి యాపుకొనలేక పండ్లు పటపటఁ గొరకుచు "నోరెరుఁగని బిడ్డను దొంగతనముగా తీసికొని పోయి పెండ్లి చేసికొని వీఁడు గృహస్థుఁ డు కాఁదలఁచుకొన్నాడు కాఁబోలు? వెధవ పెండ్లి బోడిపెండ్లి, ఆవెధవ బ్రతుక్కు గృహస్థాశ్రమముకూడానా? ఆపాడుముండ కొడుకు ఘోటక బ్రహ్మచారియై చావవలసిందేకాని పెండ్లి కానిత్తునా? ఈ పెళ్ళి పెళ్ళికాదు. ఆవెధవ కిది పెండ్లాము కాదు. ఇదిగో పెండ్లి పెటాకులు చేసినాను. నాకూతురికిఁ నేను తిరిగి పెండ్లి చేయక మానను" అని మంగళసూత్రములు పుటుక్కున ద్రెంచి పారవైచెను.

అక్కడఁ జేరినవారిలో వద్దు వద్దాపని చేయవద్దని కొందరు, తుంటరిపని చేసినందున కావెధవకా శిక్ష కావలసినదే యని కొందరు, శాస్త్ర మొప్పదని కొందరు, శాస్త్రములేదు చట్టుబండలు లేవు దొంగ పెండ్లికి శాస్త్రమున్నదా యని మఱికొందరుఁ దోచిన చొప్పునఁ బలుకఁజొచ్చిరి. ఆ పలుకులు విని నాగన్న యిట్లనియె. "ఆ శాస్త్రము చెప్పఁగలవాడెవఁడో రమ్మను: నా కడుపు మండిపోతున్నప్పుడు శాస్త్రమెందుకు? మీశాస్త్రాలు గీస్త్రాలు తుంగలో పూరదొక్కుతాను. శాస్త్రాలు దొంగపెళ్ళి చేసుకోమని చెప్పినవా యేమిటి? స్వాములవారు వెలివేసినప్పుడు చూచుకుందాములే. ఇదివరకు నేను నా పిల్ల నెవరికియ్యదలచుకున్నానో యతనికే యిచ్చివేసెదను. చూడు నా దెబ్బ. నాకూఁతురికి తిరిగి పెండ్లిచేయుటేకాదు, గణపతిగాడు కంటికగపడ్డాడా – చంపి నెత్తురు బొట్టు పెట్టికొంటా ననుకోండి. నరసింహమూర్తి హిరణ్యకశిపుని చంపి పేగులు మెడలో వేసికొన్నట్లు వాడి పేగులు నేను జందెముగా వేసికొనక మానను. సర్కారువారు నన్నురిదీసినను సరే. ఆ వెధవను నేను చంపకమానను, ఈయూరు వచ్చినాడంటే "చచ్చినాడన్నమాటే". అతఁడఁలా గనుచుండ గంగమ్మ కంటతడి పెట్టుకొని గద్గద స్వరముతో నిట్లనియె "ఒక్కగానొక్క పిల్ల గదామ్మా! అచ్చటా ముచ్చటా దీనివల్ల మాకు తీరు ననుకున్నాము. సుఖముగా మేమిద్దరము పీటలమీఁద గూర్చుండి చేతులారా బిడ్డను కన్యాదానము చేసికోవలె ననుకొన్నాము. ఇంతలో మాయచచ్చినాఁడు మారీచుడిలాగా వచ్చి వాడి పెండ్లి పెటాకులు గాను, వాడి దుంప తెగిపోను! వాడి కళ్యాణం నేలబడ, నా పిల్ల కోసం నేను నిన్నరాత్రి యేడ్చినట్లు వాడితల్లి వాడికోసం యెప్పుడేడ్చునో, వాడు

గూనదింప, వాడితల్లి కడుపుమాడ, వాడింట పీనుఁగువెళ్ళ, మా కండ్లలో దుమ్ముపోసి మాణిక్యములాగు ఆడుకొనుచున్న దానిని యెత్తుకొనిపోయి పుస్తికట్టినాడమ్మా. వీడితాడు కోటిపల్లి రేవులో పుటుకుపుటుకుతెంప. వాడిపిండాకూడు పిల్లులు తినిపోను. వాడివంశము నిర్వంశము కాను. అంతంత మాటలాడకూడదంటారేమో మీరు, మేము వాడిచేత వాడితల్లి చేత మహాకష్టాలు పడిపడి యున్నాము. అందుచేత నా ప్రాణం విసిగిపోయినది. ఆ చండాలపు ముండాకొడుకు నేనేమన్నప్పటికి తప్పులేదు".

అనుచు గంగమ్మ గంగా ప్రవాహము వంటి శాపపరంపరను నోటి నుండి వెలివరచుచుండ నాగన్న తన తిట్లచేత నామె తిట్లకు వన్నె వెట్టుచు గొంతు బొంగురు పోవునట్లు మేనల్లుని చంపుదునని తోడబుట్టిన పడుచుం జంపివేయుదునని ప్రతినలు సలుపుచు వీధి ప్రహ్లాద నాటకములో నరసింహమూర్తి చిందులు త్రొక్కినట్లు చిందుల ద్రొక్కి పరుగులెత్తినట్లు పరుగు లెత్తెను. నరసింహమూర్తిని బట్టుకొన్నట్లు చూడవచ్చినవా రాయనం బట్టుకొని నాటకము సమాప్తమైనదని ప్రేక్షకులొక్కరొక్కరే వెడలిపోయిరి.

అన్నగారి ప్రతిజ్ఞలను, వదినగారి తిట్లను గణపతి యొక్క తల్లి ప్రక్కయింటి దొడ్డిలోనుండి విని తన సోదరుఁడు కొడుకుం జంపివేయునేమోయని భయపడి చప్పుచప్పున సోదరజ్ఞాతియగు పుల్లయ్య యింటికింబోయి "పుల్లయ్యన్నయ్యా! నామా టేమి చెప్పినావురా నాయనా! గణపతిని మావాఁడు చంపి నెత్తురు బొట్టుపెట్టుకుంటానని ప్రతిజ్ఞ చేసినాఁడు. నా బిడ్డను బ్రదికించురా నాయనా! నాకు పుత్రభిక్ష పెట్టరా నాయనా! నేనేమి జేతునోయి పుల్లయ్యతండ్రీ! నా గణపతిని నాకప్పగించవోయి పుల్లయ్య తండ్రీ! ఈ పెండ్లి వాడి ప్రాణము కోసమొచ్చింది గాబోలునోయి నాయనా! పెండ్లి లేక పోయినా బ్రతికిపోదుమోయి తండ్రి! వాడెక్కడున్నాడో చూపివ్వవోయి తండ్రీ! వాఁడు కనబడకపోతే నేను బతుకలేను నాయనా!" యని పలువిధముల విలపించి వానిని రక్షింపుమని వేఁడికొనెను.

ఆమె దీనాలాపములు విని పుల్లయ్య "ఓసి వెఱ్ఱిముండ! నీవింత తెలివితక్కువ దానవు గనుకనే వాండ్లు నిన్నీలాగున యేడిపించినారు. నాగన్న పరవళ్ళు తొక్కగానే సరా చంపుతాననగానే చంపగలఁడా? నెత్తురు బొట్టు పెట్టుకోగలడా? ఈ యవక తవకూతలకు కోతలకు వట్టి వెఱ్ఱిముండవు గనుక నీవు భయపడుచున్నావు కాని యెఱిగిన వారెవ్వరు భయపడరు, 'వెధవనాగన్న కాఁబోలు వెలఁదిమగఁడు' అన్నట్లు నాగన్న సంగతి యెవ్వరెఱుఁగరు? వీడు గణపతిని చంపితే సర్కారువారురితీయక మానుదురా? భయపడకు వెళ్ళు. గణపతి ప్రాణానికి నా ప్రాణమడ్డము వేయగలను. ఏభయములేదు. మంగళసూత్రాలు తెంపివేసినాఁడు గబోలేమి? తెంపనీ తెంపనీ. కోర్టులో వ్యాజ్జముచేసి నాగన్నతాడు నేను తెంపుతాను. నీవు వెళ్ళు భోజనము చేసి మా యింటికి గణపతిని నేను తీసుకొనివచ్చి నీకప్పగింతునులే." యని ధైర్యముచెప్పి యామెను పంపెను.

పంపిన నాఁటి సాయంకాలము బయలుదేఱి పుల్లయ్య వానపల్లి వెళ్ళి మహాదేవ శాస్త్రి యింటి మనుకుడుపు పెండ్లి కొడుకై యున్న గణపతిని జూచి మేనమామ యాడిన నాటకమంతయుఁ దెలిపి యిట్లనియె-

"నీ మేనమామ మోటుముండాకొడుకు. నీవు కంటబడితివా చప్పున దుడ్డుకర్రతో కొట్టఁగలఁడు. నెత్తిపగిలినా ప్రాణము పోగలదు. తల్లి కొక్కడవు. ఆ ముసిలి ముండ నిన్నే నమ్ముకొనియున్నది. కనుక నీవాగ్రామమునకు పది దినములదాఁకా రావద్దు. కానిమీయమ్మ నిన్ను చూడవలెనని యేడ్చుచున్నది. దానినే నీ దగ్గరఱకు పంపించెదను. పిల్లపుస్తెలు తెంపివేసినాఁడని విచారించద్దు. నేనెక్కడో నొకచోట పిల్లను మాట్లాడి నీకు మరల వివాహము చేసెదను. ఒకవేళ నిన్నెవరైనా పిలిచి పిల్లను దొంగతనముగా తీసికొనివచ్చి నీకెవరు పెండ్లిచేసినారని అడిగిన పక్షమున నా పేరు చెప్పకు. నా కొంప ముంచకు. నాగన్న నా కొంపముంచగలఁడు. ఏ పొలమో వెళ్ళి వచ్చునప్పుడు దారిలో నా తల పగులగొట్టఁగలడు. ఈమాట గట్టిగా జ్ఞాపకముంచుకో" అని నొక్కి నొక్కి చెప్పి తన పేరు బయట బెట్టకుండునట్లు జేతిలోఁ జేయి వేయించుకొని మరునాఁడుదయమున నింటికి వచ్చి గణపతి క్షేమముగానున్నాడని శుభవార్త తల్లికెఱిగించెను. తల్లియుఁ గుమారుని జూడఁ గోరినందున నొక కూలివానిని సాయమిచ్చి యామెను వానపల్లి పంపెను. ఆమెయుఁ గూలివాని సాయమున వానపల్లి జేరి, మహాదేవశాస్త్రి గృహమున కరిగి పోతవిగ్రహము వలె వీధి యరుగుమీఁద గూర్చున్న కుమారునిఁజూచి కౌగిలించుకొని యిట్లు విచారించెను.

"నా తండ్రీ! పసుపుపారాణి కాళ్ళకు పెట్టుకొని మొగమున కళ్యాణపు బొట్టు పెట్టుకుని కన్నులకు కాటుకా పెట్టుకుని బుగ్గను చుక్కబెట్టుకుని పల్లకిలో కూర్చుండఁగా చూడవలెనని యెంతో ముచ్చటపడితినిరా నాయనా! నా కన్నులు కాలిపోను. ఆయదృష్టము నాకులేదురా నాయనా! తక్కువ నోములు నోచిన వారికెక్కువ ఫలితములు వచ్చునటరా నాయనా! వంశము నిలుచు ననికొన్నానురా నాయనా! పుల్లయ్య మన కుపకారం చేసినాడుగాని దైవమోర్చలేదురా నాయనా. ఆదుర్మార్గపు ముండా కొడుకు మంగళసూత్రాలు తెంపివేసినాడు. వాడి చేతులు పడిపోను. పోనీ విచారించకు నాయనా! పెండ్లిగాకపోతే బ్రహ్మచారివై యుండువుగాని. నా కంఠములో ప్రాణమున్నట్లయిన నిన్నేదో విధముగ గృహస్థుఁజేయక మానను. నీవు బెంగపెట్టుకోకు" అని యూరటఁ బలికి గణపతిని ముద్దుపెట్టుకొని యతఁడు దోడ్కొని పోవ మహాదేవశాస్త్రిగారి లోపలికింబోయి శాస్త్రియొక్కయు వారి యాడువాండ్ర యొక్కయు సన్మానముపడసి యాపూట నచ్చట నత్తెసరు పెట్టికొని భోజనము చేసెను.

భోజనానంతరమున మాతాపుత్రులు తమ భవిష్యజ్జీవనమును గూర్చి గట్టిగా నాలోచింపఁ దొడఁగిరి ఏనుఁగుల మహలులో నున్న పక్షమున మేనమామ తప్పక చంపివేయునని భయము పెట్టెను. మఱియెకచోట బోయినపక్షమున నక్కడ జీవనోపాధి యెట్లని సంశయము పొడమెను. ఆ పూట వారికాయాలోచనలు తెగలేదు. నాటి రాత్రియు మరునాడును గూడ వారావిషయమై యాలోచించిరి గాని యిదమిద్ధమని నిర్ణయించు కొనలేకపోయిరి.

పదిహేనవ ప్రకరణము

గణపతి మేనమామకూఁతురు నెత్తుకొనిపోయి దొంగ పెండ్లి చేసికొనుటచేత నతఁడు నీచుండని చదువరులు తలంచుచున్నారేమో యని భయమగుచున్నది. ఇతర చారిత్రమును బట్టి యతఁడు నీచుఁడో ఘనుఁడో చదువరులు నిర్ణయింపనగును గాని యీ వివాహముచేతనే నీచుండని నిర్ణయింపరాదు. ఏలయన దమకుఁ గూర్చునట్టి కన్యల దొంగిలించుకొని పోయి పెండ్లియాడిన వారిలో గణపతియే ప్రథముఁడుగాడు. ఈతనికంటెఁ బూర్వులనేకులు గలరు. కలరని చెప్పినంత మాత్రముననే కథకునిపై గౌరవము కలిగి యీతని వాక్యంబులు పరమ ప్రమాణంబులని విశ్వసించునట్టి మంచికాలము గతించుట చేతను దగిన దృష్టాంతములు, నుదాహరణంబులు చూపినంగాని యెట్టివారి మాటలనైనఁ జిన్నపిల్లవాఁడు సైతము నమ్మని పాడుదినములు వచ్చి యుండుటచేతను నట్టివారు పూర్వులనేకులు గలరని రుజువు చేయుటకుఁ గొన్ని యుదాహరణము లిచ్చుట మంచిది. ధర్మ సంస్థాపనంబుజేసి శిష్టజనుల ననుగ్రహించి దుష్టజనుల నిగ్రహించి భూభారమడంచు తలంపు శ్రీమన్నారాయణాంశమున మహీమండలమున యదుకులమున నవతరించి కంసశిశుపాల దంతవక్త్రజరాసంధ ప్రముఖులైన దుష్టులఁబరిమార్చి బ్రహ్మర్షి రాజర్షి దేవర్షి గణముల చేతను, భీష్మాదుల చేతను గొనియాడఁబడిన వాసుదేవుఁడు విదర్భరాజు శిశుపాలున కియ్యదలచిన రుక్మిణీ నెత్తుకొనిపోయి వివాహము జేసికొనుట జగత్ప్రసిద్ధమేకదా!

మహేంద్రుఁడు పుష్కలావర్తమేఘములతో వచ్చినను వాని నొక పూరికైపఁగొనక ఖాండవవన మగ్నిహోత్రున కర్పించిన ధైర్యసాగరుఁడును, నివాతకాలకేయాది దానవులను నిర్జించిన మహాధనుర్ధరుఁడును, ముక్కంటిని గెలిచి పాశుపత మహాస్త్రమును గైకొన్న బాహుశాలియు గాండీవమను తెప్పచేతఁ గౌరవ సేనాసంద్రము నీదిన మేటి జోదును తాను మూర్ధాభిషిక్తుఁడు గాకున్నను దేవేంద్రుని యనుగ్రహమునఁ గిరీటంబు సంపాదించి కిరీటియను సార్థకనామము బడసిన విఖ్యాతుఁడును పాండవ మధ్యముఁడర్జునుఁడు వాసుదేవుని చెలియలగు సుభద్ర నెట్లు వివాహమాడె? శ్రీకృష్ణ బలరాములుఁ దక్కిన యాదవులు నింటలేని సమయంబున సుభద్రను దొంగతనముగాఁ దీసి కొనిపోవలేదా? తన మార్గము నవరోధించిన యాదవులను దండింపలేదా?

కురు శిఖామణి యని చెప్పందగిన దుష్యంతుఁడు కణ్వమహాముని యాశ్రమము జేరి మాయలుమర్మము లెఱుంగని శకుంతలను మచ్చికచేసి, యిచ్చకములాడి మనసు మెత్తపఱిచి పెంపుడు తండ్రి యింటలేని తఱినామెను చేపట్టలేదే? అవి యెవ్వరెఱుంగని రహస్యములు? ఈ పురాణపురుషుల మాట యటుండనిచ్చి సామాన్యుల విషయమించుక విచారింతము. వత్సదేశమున వధీశ్వరుఁడైన యుదయనమహారాజొకానొక కారణంబున నుజ్జయనీ పురాధీశ్వరుఁడైన ప్రద్యోత మహారాజునింటఁ గొంతకాలముండి యాతని కూఁతురగు వాసవదత్తకు గానము నేర్పుటకై యామెతండ్రిచే నియుక్తుఁడై రాగములు నేర్పుటకు మారుగా ననురాగంబులు నేర్పి యెట్టకేలకు నామెను దనవశము చేసికొని యర్ధరాత్రమునఁ గోటగోడలు దాటించి తీసికొనిపోయి పరిణయము చేసికొనెను.

నరనారాయణాంశ సంభూతులగు పార్థవాసుదేవులు నుత్తమ క్షత్రియుండైన వత్సరాజును, వివాహ నిమిత్తము కక్కుర్తిపడి పిల్ల నెత్తుకొని పోవుట తప్పా? కృష్ణార్జునులు రాక్షస వివాహము చేసుకొనిరనియు, దుష్యంతుఁడు గాంధర్వ వివాహము చేసుకొనెననియు శాస్త్రము లా వివాహము లంగీకరించుచున్నవనియు మీరనవచ్చును. మహాపురుషులు చేసిన పనియే చేసిరి. వారి కార్యములు దోషములైన పక్షమున వీని కార్యములు దోషములగును. వారి వివాహములు నిర్దుష్టులైన పక్షమున వీని వివాహము నిర్దుష్టమగును.

ఇది యటులుండనిండు. గణపతియొక్క భవిష్యజ్జీవితమును గూర్చి విచారింతము. మాతాపుత్రులు మూఁడుదినము లహోరాత్రములు విచారించి, బూర్వాపరములు పరీక్షించి, యౌగాముల నరసి మంచిచెడ్డలు మదిలోఁదర్కించి, మహాదేవశాస్త్రి యొక్క యాలోచనఁ గూడఁగైకొని యేనుఁగులు మహలు విడిచి వానపల్లి గ్రామమున నివాసము చేయుటకు నిర్ధారణము చేసిరి.

తరువాత వానపల్లిలో జీవనమెటులు చేయవలెనని ప్రశ్న వచ్చెను. వచ్చుటయు దల్లి కుమారునిఁజూచి "నాయనా! యాయవారము జేసికొని బ్రతుక వచ్చును, అక్కడ మాత్రమిప్పు దందల మెక్కుచున్నామా యేమిటి? రెండు పొట్టలు గడవకబోవునా? బతికితే బలుసాకేరుకొని తినవచ్చును. ఆ దుర్మార్గుని చేతిలో బడకుండ మరెక్కడున్నను మంచిదే. దుష్టులకు దూరముగా నుండుమన్నారు పెద్దలు" అని చెప్పెను. చెప్పుటయు గణపతి చివాలున లేచి "నేను యాయవారము చేయను. ఎల్లకాలము యాయ వారమేనా? నేను పనికిమాలిన వెధవననుకొన్నావా యేమిటి యాయవారము చేయుటకు? ఈయూరిలో బడిలేదు. ఇక్కడ బడిపెట్టి చదువు జెప్పుదును. నాలుగు రోజుల నుండి నేను చూచుచున్నాను. పిల్లలందరు గాడిదలు లాగున దిరిగి చెడిపోవుచున్నారు. వాళ్ళందఱిని బాగు చేయవలెనని యున్నది. చెంబు మూలఁబడవైచి బెత్తము చేతితోఁబుచ్చికోవలెను: ఇదే నా వృత్తి. ఈ యూరువారు కూడా బడిపెట్టుమని నన్ను బలవంతపెట్టుచున్నారు. మహాదేవశాస్త్రిగారు కూడా ఆ మాటే అన్నారు. ఆయన నాకు వివాహ విషయంలో యెంతో యుపకారం చేసినారు గనుక వారి గ్రామమునకు నేనీయుపకారము చేయక తప్పదు. కనుక నీవు మనయూరు వెళ్ళి సామాను తెప్పించు. ఆనాగన్నగాఁడున్న గ్రామంలో మనముండఁగూడదు. వాఁడు దుర్మార్గుడు. అతని మొగము చూచిన వారి కన్నము దొరకదు. ఈ గ్రామములో మనము హాయిగానుండవచ్చును" అన్నప్పుడు నామె "సరే మంచిది. అలాగే చేయవచ్చు" నని నాటి మధ్యాహ్నము బయలుదేరి యేనుగుల మహలు వెళ్ళెను.

వెళ్ళి పుల్లయ్యను గలిసికొని యతని సహాయమున నొకబండి దెప్పించి దాని మీఁద తన సామానులన్నియుఁబడవైచెను. ఆసామానులెవ్వియో చదువరులు తప్పక యెరుఁగఁగోరుదురు. కాన నందు ముఖ్యమైనవి పేర్కొనుట సమంజసము. పాత్రసామానులు చెప్పఁదగిన వెవ్వియు లేవు. వరతంతు మహాముని శిష్యుఁడైన కౌత్సుఁడను మునికుమారుఁడు యాచించ వచ్చినప్పుడు రఘుమహారాజు వేనిలో నర్ఘ్యపాద్యములు పెట్టుకొని సంభావించెనో యాపాత్రలె వంటకు నీళ్ళకు వారియింట నుపయోగించుటచే నవి పొరుగూరునకుఁ దీసికొని పోఁదగినవి కావని యింటి వారికిఁ

గొన్ని చుట్టుప్రక్కల వారికిఁ గొన్ని దానము చేసి తక్కిన సామానులు మాత్రము బండిలోఁ బెట్టెను. అవి యెవ్వియన చాలచోట్ల తోలూడిపోయి రెండు మూఁడు చిల్లులు గల బోనము పెట్టెయొకటి, మూతలేని తాటియాకుల పెట్టె యొకటి, చెవులు విఱిగిన ప్రాతఱాతిచిప్పలు రెండు, చిల్లు లుండుటచే గూటి మెత్తిన యిత్తడిచెంబులు రెండు, అక్షయపాత్ర చెంబొకటి, ఉప్పుపోసికొను కఱ్ఱతొట్టె యొకటి. అంచుజవ మూడి మూలల చిల్లులు పడిన చేఁటలు రెండు. కఱ్ఱసోల యొకటి ప్రాత జల్లెడ యొకటి. జల్లెడవలె తూట్లు పడిన ప్రాత కంబళి యొకటి. ఒక కోడు విఱిగిపోయిన నులక మంచము కుక్కియొకటి. కాడ సగము విరిగిపోయిన యినపగరిటె యొకటి. గ్రంధి యూడిపోయినపీట యొకటి. బల్లచెక్క యొకటి. ఒక సన్నేకల్లు, పొన్నూడి పోయిన రోఁకలి యొకటి. మఱియు నాలుగు మూఁడు త్రాటియాకుబుట్టలు రెండు మూఁడు వెదురు పేళ్ళబట్టలు గూడ నుండవచ్చును. ఈ సరకు బండిమీద వేయించుకుని యామె తాను సోదరుని గృహము వెడలివచ్చిన తరువాత తనకుఁ గుమారునకుఁ దలదాఁచుకొనుట కిల్లిచ్చి సాయము చేసిన యాయిల్లాలిని పలుతెఱంగుల గొనియాడి యామెను వీడ్కొని పుల్లయ్య చేసిన మేలునకు వానినిగూడ కొంతతడవు ప్రశంసించి వానికడసెలవు గైకొని పుట్టినింటివారిఁదలఁచి వాండ్రు నాయుసురుగొట్టి పోకపోదురా! ఆఁడుపడుచు నేడిపిఁచినవాళ్ళ వంశములు నాశనముగాక మానవు. దాని బుట్టిల్లుగూడ బుగ్గియైపోవలె. నాయాశలాగానే దానియాశలు గూడ అడుగంటిపోవలె అని తోఁచినన్ని తిట్లుతిట్టి, "పుల్లయ్య తండ్రీ? యేనుగుల మహలుకు నాకు ఋణము నేఁటితోఁ దీరిపోయినది. ఈపాటిమీఁదనే చావవలె ననుకొన్నాను. ఈ పాటిమీఁదనే మట్టి కావలెననుకొన్నాను. మా వెధవ నాగన్న మూలమునఁ ఊరికిదూరమై దేశాలపాలై దిక్కుమాలిన పక్షినై పోవలసివచ్చింది. మాసంగతి కొంచెము కనుక్కోనాయనా? అన్నింటికి నీవేమా" కని యేడ్చి బండి యెక్కిపోయెను.

గణపతి వానపల్లి పొలిమేరవద్ద కెదురుగవచ్చి బండి తోలించుకొని మహాదేవశాస్త్రిగారి యింటకరిగి సామాను దింపించి వారిపడమటింటి వెనుక పంచపాళిలోఁ బెట్టించెను. మహాదేవశాస్త్రి వెనుకపంచపాళి వారికి బసనిచ్చెను. సన్యాసిపెండ్లికి జుట్టుదగ్గఱ నుంచి యెరువన్నట్లు గణపతి యొక్క సంసారమునకు వండికొను కుండదగ్గర నుండి యెరువె. వంటకు రెండు మూఁడు కుండలు దాఁకలు మూఁకుళ్ళు కొనుటకైన వారిదగ్గఱ డబ్బులు లేవు. బండి కిరాయి పుల్లయ్య యిచ్చినందున వారు సామాను తెచ్చికోగలిగిరి. మహాదేవశాస్త్రి వారి పేదస్థితి నెఱింగి రెండు మూడు కుండలు తెప్పించి వారికిచ్చి మరునాఁడుదయమున తనకు మిత్రులైన బ్రాహ్మణులను గాపులను జేరబిలిచి యిట్లనియె.

"ఈ గణపతి గారు మన గ్రామములో బడి పెట్టదలఁచికొన్నారు. అలాగున పెట్టుమని నేనే బలవంత పెట్టినాను. మన గ్రామములో బడి లేకపోవుటచేత మనపిల్లలు చెడిపోవుచున్నారు. ఈయన చాల పేదవాఁడు. అందుచేత మన మందఱము ముందుగ గణపతిగారికిఁ గావలసిన ధాన్యమీయవలెను. నామట్టుకు నేను రెండు కుంచాల ధాన్యమిచ్చెదను. మీరందరు తలకొక కుంచెడు రెండు కుంచములు నిచ్చి పాపమా పేదబ్రాహ్మణుని మనగ్రామములో నిలుపండి. ఈలాగిచ్చినందుకు రెండు విశేషములున్నవి.

ముందుగా బ్రాహ్మణునకు సహాయము చేయుటవల్ల గలిగెడు పుణ్యమొకటి, మన పిల్లలకు విద్యవచ్చుట యొకటి. అందుచేత స్వలాభమాలోచించుకొని గాని పుణ్యము వచ్చునని కాని మన మీసాయము చేయవచ్చును. బ్రాహ్మణున కిచ్చుటయనఁగా మనము ముందు జన్మమునకు దాఁచికొనుట" అని యుపదేశించియు అచ్చటఁజేరిన వారందరు యథాశక్తిగ ధాన్యమిచ్చిరి. మహాదేవశాస్త్రి మాత్రము తన రెండు కుంచముల ధాన్యమీయలేదు. కాని మాట సాయముచేసి యిప్పించినందుకు మనము సంతసింపవలెను. మాతాపుత్రులయొక్క భోజన ప్రమాణము వారి యాకారములకు వయస్సునకుఁ దగనిదగుటచే బదికుంచముల ధాన్యము దంపికోగావచ్చిన బియ్యమైదుకుంచములు పదిపన్నెండు దినములలోనే యైపోవును. భోజనము నిమిత్తమేగాక వారికిఁగావలసిన సమస్త వస్తువులు గొనుటకు బియ్యమే యుపయోగపడుచుండును. ఉప్పు, మిఱపకాయ, చింతపండు మొదలగునవి యెల్ల, బియ్యమిచ్చియే కొనవలసి యుండెను. అదిగాక చిఱుతిండి తినుటలో గణపతియుఁ దల్లియు నొకరినొకరు తీసిపోరు. ఈతపండ్లు రేఁగుపండ్లు చెఱకుముక్కలు నేరేడుపండ్లు మామిడితాండ్ర తాటిచాప కొబ్బరికురిడీలు మొదలగున వేవి వీధిలోనికి వచ్చినను తల్లి యరసోలెడు బియ్యము బోసి, కొని తినితీరవలయును. ఈవిధముగ సంసారము చేయుచుండుటచే వారికిచ్చిన ధాన్యమాగుట కష్టమయ్యెను. ఏఁడాదికి గ్రామవాసులు పుట్టెడు ధాన్యము చొప్పున నిచ్చుటకు నిర్ణయము చేసి ముందుగ నొక యేదుము వారికిప్పించి తమ యరుగుమీఁదనే బడి పెట్టించెను.

పదహారవ ప్రకరణము

బడి పెట్టకమునుపె గణపతి కాలవయొద్దునకుఁ బోయి మంచి యీఁత బెత్తములు రెండు మూఁడు విఱిచి యాకులూడఁదీసి నున్నగాఁజేసి యొకటి చేతఁబట్టుకొని బడికివచ్చి కొబ్బరియాకులచాఁపమీద గూర్చుండెను. ఉపాధ్యాయుని రూపరేఖావిలాసములు చూచినతోడన్నే, బెత్తపుదెబ్బ లక్కఱ లేకయె బాలకుల కడలు జనించెను . ఈ బెత్తము చేతఁబూని కూర్చుండిన గణపతి బాలురకు సాక్షాత్తు దండధరుఁడట్లు తోఁచెను. పంతులు దండధరుఁడైనపుడు పాఠశాల యమలోకము నరకలోకము నగుట యొక యాశ్చర్యము లోనిది కాదు. అక్షరములు రానిపిల్లల కక్షరములు బూడిదలో వ్రాసియివ్వవలసినదనియు వ్రాసిన యక్షరములు దిద్దించి నోటఁ బలికించివలసిన దనియు, పుస్తకములు పట్టిన పిల్లలకు గణపతి యాజ్ఞాపించెను. బాలబోధ చదువువారికి రెండవ పాఠ్యపుస్తకము చదువువారిని గురువులుగ జేసెను. ఇంటి దగ్గఱ తల్లిదండ్రుల యొద్ద రుక్మిణీ కళ్యాణము దాశరథి శతకము మొదలైనవి చదువుకొని వచ్చినవారిని వారికంటెఁ గ్రిందివారి కొజ్జలుగ నేర్పఱచెను. తాను కలముఁగాగితము బుచ్చుకొనిగాని యాకుగంటము బుచ్చుకొనిగాని యెన్నఁడు వ్రాసి యెఱుంగడు. వ్రాత వ్రాయవలసివచ్చినప్పుడు పెద్దపిల్లలచేత జిన్నపిల్లలకు వరవళ్ళు పెట్టించెను. ప్రధానోపాధ్యాయుఁడు పాఠశాలఁలో పాఠములు చెప్పకుండ దానొక యువద్రష్టయై సర్వము జక్కఁగా జరుగుచున్నదో లేదో కనుఁగొనవలసినదనిఁ నేటి కాలమున బయలువెడలిన క్రొత్త సిద్ధాంతము మొట్టమొదట కనిపెట్టిన మహాత్ముఁడు గణపతియే యని మీరు నిశ్చయముగ నమ్మవలయును.

గణపతి బడికింబోయినది మొదలుకొని గోడకుఁ జేరఁబడి దౌడలు నొప్పులెత్తు వఱకు బొగచుట్టలు కాల్చును. దౌడలు నొప్పులెత్తిన తరువాత గోడకుఁజేరఁబడి కొంతసేపు చాపమీదఁబండుకొని నిద్రవోవును. పిల్లలయల్లరివల్లగాని దానంతటదిగాని మెలఁకువ వచ్చిన తరువాత రామరావణ మహాసంగ్రామమున బలాత్కారముగా నిద్రనుండి మేల్కొలుపఁబడిన కుంభకర్ణుఁడువలె నల్లరి చేసిన వారిని జేయనివారిని గలిపి దూఁదేకిన తెలగున నేకి విడిచిపెట్టును. బడి కాలస్యముగా వచ్చినవారిని "నీ వింత జాగేలచేసితి" వని బాదును. ముందుగ వచ్చి కూర్చుండిన వారిని "వెధవ నీకేమీ పని పాటలు లేవటరా యింటిదగ్గఱ" యని మోదును. పాఠము తిన్నఁగజదువని వానిని చదువనందుకు శిక్షించును. గబగబ పాఠమప్పగించిన వారిని "వెధవ! వెనుక నించి నిన్నెవరైన దఱుము చున్నారా యేమిటి. అంత తొందరెందు"కని దండిఁచును. పాఠము మెల్లగా నప్పగించిన వారికి "గాడిద! నీవన్నము తినలేదా. లంఘనాలు చేసినావా? మాటహీనస్వరముగ వచ్చుచున్నదేమి?" యని తన్నును. పాఠము బిగ్గఱగఁ జదివినవారిని" మొండివెధవ నేను చెవిటి వాడిననుకొన్నావా యేమిటి? దాలిపిడతలాగున నోరుతెరచి దయ్యపు గొంతుకతో అలాగున నరచెదవెందు" కని దండప్రయోగము చేయును.

ఇన్ని మాటలెందుకు! బడిలోనున్నంతసేపు ప్రతిపిల్లవాఁడు తన వీపుమీఁద నిప్పుడప్పుడనక యిందు కందు కనక బ్రతిక్షణము దెబ్బ పడుచున్నదని తలంపవలసినదే. పంతులవారు చాపమీదనుంచి లేచినారనఁగానే పిల్లలు గుండెలు పీచుపీచు మనుచుండును దినమునకు నాలుగై దీతఁబెత్తములు విరుగుచుండును. బెత్తములు విరిగినప్పుడు కలములతో నెత్తురు వచ్చునట్లు పొడుచును. కలములు లేనప్పుడు గంటము మొనలుగూడ నాయుధము లగును. బందుపలకలు బోడిపలకలు తాటి యాకుపుస్తకములు పుస్తకములను గట్టెడి త్రాళ్ళు, చీపురుగట్టలు మొదలగునవన్నియు ధనుర్వేదపారంగతునకు గడ్డిపరకలు మొదలైనవి యస్త్రము లైనట్టు వానికి బరికరము లగుచు వచ్చెను. అవి దొరకనప్పుడు చేతితోఁ జరచును. స్తంభమునకుఁ గట్టిపెట్టి చింతబరికెలు తెప్పించి వెన్ను నెత్తురు గ్రమ్మనట్లు కొట్టును. కోదండము తీయించును. ఎండలో నిలువఁబెట్టి మీఁద రాళ్ళెత్తును. గోడకుర్చీలు వేయించి వారిపై బాలకులఁ గూర్చుండబెట్టును. కొందఱను వంగబెట్టి కాలికి మెడకు లంకె వేయును.

వెయ్యేల! పాపకర్ముల నిమిత్తమని ధర్మరాజెన్ని నరకముల నిర్మించెనో గణపతి తనశిష్యులనిమిత్తమన్ని దండనలు సృజించెను. తమబిడ్డలయందు మితిలేని ప్రేమగల గ్రామవాసులప్పుడప్పుడు పాఠశాలకుఁ బోయి "యేమండీ పంతులుగారూ! మా పిల్లవాని నంతదారుణముగఁ గొట్టినారేమి. పిల్లవానివల్ల తప్పులుండవచ్చును. ఉన్నంత మాత్రముచేత నింతచేటు కొట్టుదురా? శరీరమంతట వాతలు బెట్టినట్టు దద్దురులు తేలినవి, అంత మొటుతనమా? పసిబిడ్డలు నోరులేని వాళ్ళు చచ్చిపోఁగల"రని మందలింప గణపతి యుగ్రుఁడై తారాజువ్వవలె లేచి కోపావేశమున మాటలు తడఁబడి "మీ పిల్లవాఁడు వట్టివెధవ. ఆ వెధవను నే నేలాగైన బాగుచేయవలెనని భయభక్తులు చెప్పుచున్నాను. ఈలాగున వానిని మీరువెనక వేసికొనివచ్చి నాతో దెబ్బలాడితే యా వెధవకు

భయముండునా? ఛీ పుణ్యమునకుంబోతే పాప మెదురుగ వచ్చినది. ఉపకారమున కివి రోజులుకావు. పిల్లవానిని బాగుచేసినా నని విశ్వాసము లేదు సరిగదా మీఁదుమిక్కిలి దెబ్బలాడుటకు వచ్చినారా నా మీఁదికి! మీ పిల్లవాఁడు నాబడిలోనికి రానేవద్దు. తీసికొనిపోండి. పోరావెధవా" యని లేవగొట్టెను.

ఒక పిల్లవాడు రెండు దినములు బడికిరాక మూఁడవ దినమున వచ్చినందున గణపతి వానికి బుద్ధివచ్చుటకై జుట్టుకు త్రాడువోసి వానిని దూలమునకు గట్టెను. అది ప్రాతచేదత్రాడగుటచేత వెంటనే తెగిపోయెను. పిల్లవాడు క్రిందబడెను. ఆపాటున నొడలెల్ల గాయము లయ్యెను. దెబ్బ తగులకపోయినను దగిలనటు లేడ్చుచున్నావా దొంగవెధవాయని పైగా బెత్తముతో రెండు వడ్డించెను. వాఁడు గోలపెట్టి పెద్దపెట్టున నేడువసాగెను. పదుగురు బడిచుట్టుజేరి దయా దాక్షిణ్యములు లేక పశువును గొట్టినట్లీ విధమున గొట్టవచ్చునటయ్యా యని కొందఱయ్యలు గణపతి ప్రశ్నింప గణపతి యాక్షేపణపూర్వకముగ వారికిట్లనియె. "కుండలోఁ గూఁడు కుండలో నుండవలె, పిల్లవాడు దుండుముక్కవలె నుండవలె నన్నారంట వెనకటికి. మీమాట లాలాగున నున్నాయి. బెత్తము దాచినావా పిల్ల వెధవ లింత పొగరెక్కినారు. నేనూరకుంటినంటే వీళ్ళముందర లోకాలాగుతాయా? అతికాయుఁడు మహాకాయుడువంటి వాళ్ళీ వెధవలు. ఈ మాత్రమునకే మీరీలాగున భయపడు చున్నారు. నా చిన్నతనములో మా గురువు గారు చేసిన శిక్షలలో నిది యెన్నోవంతు! ఒకనాఁడు మా గురువుగారు గరిటెకాల్చి వాతలు పెట్టినారు. ఒకనాఁడు ముంతపొగ పెట్టినారు. గోడదగ్గఱ నేను కూర్చుండఁగా నాతల గోడకు పెట్టికొట్టినారు. ఒక నియోగులకుఱ్ఱవానిని జులపములు పట్టుకుకొట్టఁగా జులపము లూడి చేతిలోనికి వచ్చినవి. ఒక కుఱ్ఱవానికి పాఠము రాకపోతే చమురు కాల్చి పోసినారు. ఒక పిల్లవాఁడు చదువకపోతే కాల్చేకాల్చే చుట్టతో చంటిపిల్లలకు దెబ్బవేసినట్టు వేసినారు. ఇంతచేసినప్పటికి మేమేడ్వవలనుగాదు, నోట్లోగుడ్డలు క్రుక్కేవారు. పోనీచంటిపిల్ల లేడ్చిపోదురని జాలిచేత నేనట్టిపద్ధతుల నవలంబించనే లేదు. పిల్లలంటే నా పిల్లలే. పూర్వపువాళ్ళవలె నంతకఠిన పద్ధతులు మన వలంబించలేము. నేనెంత దయతోఁ జూచుకొనుచున్నప్పటికి మీకు విశ్వాసము లేక నన్నడ్డమైనమాట లనుచున్నారు. ఒకమాటు పాఠము చదవకపోతే కంట్లో కారపుపొడి మిరపకాయపొడి వేసేవారు. ఒక పరియాయము నేను బడికి రాక యాగడము సేయ జుట్టుకు త్రాడుపోసి నూతిలో దింపినారు. అంత శిక్షలు చేసి యాయన నాలుగు ముక్కలు చెప్పబట్టి నేనింతబాగుపడి యక్కఱకు వచ్చినాను. ఆ మహారాజు పెట్టిన దీపమిది. ఈ వృద్ధంతా యాయనిదే. ఆయనకే దీపము పెట్టి మ్రొక్కవలె. ఈ గ్రామములో పిల్లనందఱను నాయంతవాళ్ళను చేయవలెనని తలంచుకోగా మీరాపని సాగనియ్యక బాధ పెట్టుచున్నారు. పోనీ నాదేమిపోయినది. చదువుకున్నారో యింతన్నముదినిబాగు పడ్తారు, లేకపోతే చెడిపోవుదురు. నాకేమి".

అని తానొక మహావిద్వాంసుడైనట్లు తానా విద్యలు బహుపరిశ్రమచేసి గురువు పెట్టెడు బాధలు పడి నేర్చికొన్నట్లు కొన్ని కోతలు కోసెను. అతని పాండిత్య ప్రభావ మెఱింగిన వారు వాని డంభము విని చెడిపోయినాఁడన్నమాటే. ఈ లాగున చిత్రవధ

చేయుచున్నపుడే యీముసిముసి నవ్వులు నవ్వుకొనిపోయిరి. ఒకనాఁడొక గ్రామవాసి వచ్చి "పంతులుగారూ! ఏమండీ యిది. మా పిల్లవాడు మీ బడిలో ప్రవేశించి యాఱుమాసములైనది. ప్రవేశించినపు డెంత చదువువచ్చునో యిప్పుడంతే వచ్చును. మీరు బొత్తిగా పాఠములు చెప్పుటలేదా యేమిటి" యని యడిగెను. ప్రశ్నలకుత్తరము గణపతి యొక్క జిహ్వాగ్రమందు సిద్ధముగానె యుండునుగదా.

"అయ్యా! మీవాఁడు మిక్కిలి యల్లరిపిల్లవాఁడు. ఆ పిల్లవానికి నేను చదువు చెప్పుటకంటె భయము చెప్పుట మంచిదని యాలోచించి చదువు చెప్పుటమాని ముందుగా భయము చెప్పినాను. వెధవచదువు! చదువెంత సేపు వచ్చును. భయము వచ్చుట చాల కష్టము. చదువనఁగా మీ యభిప్రాయమెంతో యున్నదనుకొను చున్నారు కాఁబోలు. అంతచదువు నేను నెల దినములలో చెప్పివేయఁగలను. అదిగాక చదువు మఱియొక

పంతులైనఁ జెప్పఁగలడు. మీ పిల్లవానికి నావలె భయము చెప్పఁగలవారు మరొకరులేరు. మీ పుణ్యముచేత నేనీయూరు రాబట్టి మీ పిల్లవాడు బాగుపడినాఁడు. లేకపోతే వాఁ డెందుకు పనికిరాక పోను. అప్పుడు వానికెంత భయము వచ్చిన దనుకొన్నారు. నా పేరువింటే వానికి గడగడ వణుకు. నేను నడచుచున్న వీధిలో నడవఁడు మొన్నరాత్రి మీ అమ్మగారు చెప్పినారు. అన్న మెక్కువయైనదిఁ నేను తినలేనన్నాఁడట మీఁవాడు. పంతులుగారిని పిలవనా తింటావాయని మీయమ్మగారడిగినారఁట. ఆమాటనఁగానే చచ్చినట్టు కంచములో నున్న యన్నమంతయు కిక్కురు మనకుండ తిన్నాఁడట. భయమనఁగా నాలా గుండవలె. ఏఁదీ పిల్లలకు నావలె భయము చెప్పఁగల పంతులును వేలుమడిచి మరొకని చెప్పండి. వెధవ చదువు. కూర్చున్న గుడ్డిముండ చెప్పగలదు. చదువు చెప్పుట కష్టమనుకొన్నారా యేమిటి? దాశరథీ యని రెండు కూనిరాగాలు తీసిచెప్పగానే సరాయేమిటి. భయము చెప్పాలి. అది ప్రజ్ఞ అది సొగసు. పంతులును చూడగానే గజగజ వణకి మూర్ఛపోవాలి పిల్లవాఁడు, వాఁడే పంతులు. తక్కిన వాడు పంతులు మెంతులు పావుశేరు మెంతులు ఎగరేసికొడితె యేదుమెంతులు. అలాటి పంతులు పనికిరాడు. పంతులంటే నేనే పంతులను" అని ప్రత్యుత్తరము చెప్ప నాఁతడు తెల్లబోయి మాఱుమాటాడక తన పిల్లవానిని బడికంపుట మానెను.

గణపతి బడిలో గూర్చుండునప్పుడు కునికిపాట్లు పడుచు బాలురకడ పాఠము లప్పగించుకొనును. కునికిపాట్లు పడుచునేఁ చెప్పదలఁచుకొన్న ముక్కలు చెప్పును. ఒకప్పుడు కునికిపాట్లు పడుచునేఁ చుట్టకాల్చును. ఒకనాఁడు కునికిపాట్లలో నోటనున్న పొగచుట్ట కట్టుకొన్న బట్టపైఁబడి కాలఁజొచ్చెను. పంతులుగారు బ్రతికియుండఁగనే శరీరము దగ్ధమగు నను భయమున బాలురు కళకవళపాటునొంది పంతులుగారు! బట్టకాలుచున్నదని కేకలువేసి మేలుకొలిపిరి. నాకేకలు విని గణపతి మేల్కొని చేతులతో నలిపి బట్ట యార్పి లేచి బెత్తము పుచ్చుకొని పాడుముండ కొడుకులారా, బట్టంటుకోగానె కాలి చచ్చిపోదు ననుకొన్నారా యేమిటి? మెల్లగా లేపలేకపోయినారా? అంతంత కేకలెందుకు? నిక్షేపమంటి నిద్ర చెడగొట్టినారు వెధవ" లని వరుసగా నొక్కొక్కరికి వీపు బ్రద్దలు కొట్టెను.

మఱియొకనాఁ డీవిధముగాను గణపతి నోటిచుట్ట కునికిపాట్లలో నుత్తరీయము పైఁబడ నది కాలఁజొచ్చెను. లేపిన పక్షమున పంతులుగారు చావగొట్టుదురని పిల్ల లూరకుండిరి. వీధిని వెళ్ళువారెవరో యది చూచి గణపతిని మేలుకొలిపిరి. అతడు మెలకువ తెచ్చుకొని బాలకులఁజూచి "యోరి దరిద్రగొట్టు వెధవలారా! నేను కాలి చచ్చిపోతే సుఖముగ నుండవలెననుకొన్నారా, ఇంతంత దుర్బుద్ధులా మీ" కని బెత్తము విఱుగువఱకు తాళాలు వాయించినట్లు వీపులమీఁద వాయించెను. ఒకనాఁడు లెక్కలు చెప్పుదును రమ్మని బాలకులం దనచుట్టుఁ గూర్చుండఁ బెట్టుకొని యంతలోఁ గన్నులు మూఁతపడ కునుకుచు ముప్పది రూపాయల పందొమ్మిదణాల యిరువది పైసలు దీనిని పదకొండు పెట్టి హెచ్చువేయుండని చెప్పెను. అప్పుడొక పిల్లవాఁడు లేచి "పంతులుగారండి! పందొమ్మిదణాలుండవండి, ఇరువది పైసలుండవండి" యని చెప్పెను. అది విని గణపతి

కన్నులు తెఱచి యా పిల్ల వానివంక తేఱిపాఱఁజూచి "యోరి తుంటరి వెధవా ఉండవేమి? ఎందుకుండవు. నా కన్న నీకెక్కువ తెలుసునా. నాలుగు ముక్కలు వచ్చినవో లేదో యప్పుడే పంతులుగారికే పంగనామాలు పెట్టఁదలచుకొన్నావా? ఈలాటి వెధవవు నీవక్కఱకు వత్తువటరా?" యని యా దినమున బెత్తమదివఱకె విఱిగిపోవుటచే జుట్టుపట్టి వంగదీసి చాకలిఁవాడు బట్టలుదికిన తెఱంగుస వీపుమీఁద చరుపుపడునట్లుగా దనచేయి నొచ్చువరకు గొట్టి. యిటువంటి వెధవలకు లెక్కలేచెప్ప" నని యూరకుండెను "మఱియొకనాఁడు కునికిపాట్లు పడుచు "ముప్పది యాఱురూపాయల డెబ్బది యాఱణాల యరువదియారు పైసలు కలపండి" యను చెప్పెను. "ఒక కచ్చుమే చెప్పినారు పంతులుగారూ? రెండవకచ్చుము చెప్పలేదు. ఏలాగున కలపమండి" యని పిల్లలడిగిరి. అడుగుటయు నతఁడు కోపోద్దీపితుఁడై ఈలాటి వెధవ ప్రశ్నలు వేయకుండ చెంపలు పగులఁగొట్టెద చూడం"డని యొక్కొక్కని నాలుగేసి చెంపకాయలు కొట్టి వారి పలకలు వీధిలో గిరవాటు వైచెను. చాలమంది పలకలు పగిలిపోయెను. పిల్లల తండ్రులు సంరక్షకులు వచ్చి పలకలేల పగలఁగొట్టినారని గట్టిగా నడుగ గణపతి మీ పిల్లలే పగులఁగొట్టినారు కాని నేను పగలఁగొట్టలేదని యబద్ధమాడి యొట్టుపెట్టుకొని ప్రమాణము చేసి యా యాపద తప్పించుకొనియెను. ఒట్లు ప్రమాణములు గణపతికి లెక్కలోనివి కావు. అతని దృష్టిచేత యన్నియు గాలికి పోవు మాటలు. కావున వాని కనృతభయ మనునది లేదు.

గణపతి యొక్క పాండిత్య ప్రభావము బోధనాసక్తి యెట్లున్నదో తెలిసికొని యానందింపవలెనని చదువరులు కుతూహల పడుచుందురు. కావున నట్టి విశేషములు కొన్ని యుదాహరించుట సమంజసము. ఆబడిలోఁ జదువుకొనని క్రొత్త బాలుఁడొక నాఁడు పాఠశాలకు వచ్చి గణపతి యొక్క వికారరూపమును వికృత చేష్టలను విపరీతపు బ్రసంగమును విని యాతని చేత మాటలాడించి యానందింపవలయునని నిశ్చయించి దాశరథి శతకములోని శ్రీరఘురామ చారుతులసీ దళధామ" యను పద్యము చదివి "పంతులుగారూ! దీని యర్థము మీ ముఖతః వినవలయునని యున్నది. మీరు బహు సరసముగఁ జెప్పఁగలరని విన్నాను. కావున సెలవియ్యవలయు"వని యడిగెను. అటువంటి ప్రశ్న పాఠశాలలోని బాలుఁడడిగన పక్షమున వానివీపు పుల్లమజ్జిగపోసి కాల్చిన రొట్టెవలె దెబ్బలతో నుబికి యుండును. అడిగిననాఁడు పాఠశాలా విద్యార్థిగాక పైవాఁడగుటచే గణపతి యేమియుందోఁచక పచ్చివెలగకాయ గొంతులోపడినట్లు ఏమాటయు రాక క్రిందుచూచి మీదు చూచి నలుప్రక్కలు జూచి తనబుద్ధినుపయోగించి ఈ యిధముగా నర్థము చెప్పెను. శ్రీరఘురామ = శ్రీరాములవారు, చారు = ఒకనాడు పైత్యముగా నుండి చారు కాపించుకొన్నారు. తులసీదళధామ = ఆదేశములో కరివేపాకు లేదు గనుక తులసిదళములే యందులో వేసి పొగిచినారు. శమక్షమాది శృంగార గుణాభిరామ = శ్రమ యావత్తు పోగొట్ట గలిగి బహు శృంగారముగానున్నదట ఆచారు. త్రిజగన్నుత శౌర్యరమాలలామ = ఆచారు త్రాగిన తరువాత ఆరాముల వారికి కావలసినంత శౌర్యము కలిగిందట రాక్షసులను చంపుటకు. దుర్వారకబంధ రాక్షసవిరామ = వారి కందఱకు కఫము పట్టకుండ పోయినదట. జగజ్జన కల్మషార్ణ వోత్తరకనామ = ఆచారు తారక

మంత్రములాగు త్రాగిన జనులందరకు గల్మషము కొట్టివేసినది. భద్రగిరి = వారి కెంతో భద్రము కలిగినది. అంతవర కర్థము చెప్పునప్పటికె ప్రశ్న యడిగినపిల్లవాఁడు నవ్వు పట్టలేక నవ్వుచునే "వహవ్వా పంతులుగారూ! వహవ్వా ఈ పద్యార్థము నేనెందఱు పండితులనో యడిగితిని. కాని మీవలె నింత రసవంతముగాఁ జెప్పిన వారొక్కరు లేకపోయినారండి. రాయలవారివంటి మహారాజుఁడిప్పుడున్న పక్షమున మీవంటి వారి కెన్నో యగ్రహారము లిచ్చు" నని యాతని బ్రజ్ఞావిశేషము నుగ్గడించెను.

గణపతి యాప్రశంస యంతయు నిక్కముగాఁదలచి మిక్కిలి వినయముతో "అయ్యా! నేనెంతవాఁడను. తమ దయచేత నాలాగనుచున్నారు. కాని నేనంత పండితుఁ డను కానండి. ఆ సరస్వతీదేవి దయవల్ల నాకు నాలుగుముక్కలు వచ్చినవి. కాని నేను పట్టుమని శాస్త్రములు చదువుకోలేదండీ" యని బదులు చెప్పెను. పై పద్యము యొక్క యర్థమునుబట్టి గణపతి యెంత ప్రజ్ఞాశాలియో వానికడ నెటువంటి విచిత్రభావములున్నవో యెంత సమయస్ఫూర్తి యున్నదో సరసులు నిష్పక్షపాత మనస్కులగు వారందరు గ్రహింపవచ్చును. వ్యాకరణశాస్త్రమొ తర్క శాస్త్రమొ చదువుకొని శబ్దమున కపార్థము కల్పించి నిజ మబద్ధమని యబద్ధము నిజమని కల్లవాదము చేయు పండితులను జూచి జనులు జోహారులు చేసి వారి చెవులకు సువర్ణ కుండలములు తగిలించి శాలువలు కప్పి యఖండ సన్మానము చేయుదురు. కాని గణపతి శ్రీరఘురామ యన్న పద్యమును స్వకపోల కల్పితముగ నత్యంత రమణీయమైన యర్థము చెప్పినపుడా గౌరవము జూపుటలేదు సరిగదా మీఁదు మిక్కిలి యపహాస్యము జేయుదురు. ఇది మెత్తనివారికి దినములు కావుకదా.

పూర్వోదాహృత పదార్థమును బట్టి యతనియాంధ్ర సాహిత్య ప్రభావము తేటపడినది. సాహిత్యమునందేకాక యతనికి శారీర శాస్త్రము నందును మతికొన్ని యితర విషయమందును గల ప్రవేశము దెలుపుటకై గొన్నిమాట లవశ్య కర్తవ్యములు, ఎవండో పిల్లవాఁడు జ్వరముచేత బాధపడుచున్నాఁడని తెలిసినప్పుడు జ్వరమును గూర్చి యతఁడు చేసిన చిన్నయుపన్యాన మెల్లవారు వినదగియున్నది. జ్వరమెందుకు వచ్చుననగా మనకడుపులో బొడ్డుదగ్గఱ దీపముండును. ఆ దీపమొకప్పుడు భగ్గునమండి పెద్దదగును. అప్పుడు లోపల వేడి చాల పుట్టును. లోపల వేఁడిచేత పై చర్మము గూడ వెచ్చబడును. లోపల దీపము మండుచుండుటచేతనే జబ్బుగా నున్నవానికి కడుపులో మంట బయలుదేరును. ఆ దీపము తగ్గి యథాప్రకారమైతే జ్వరము తగ్గిపోవును. ఆ దీపమాఱి పోయినప్పుడు మనము చచ్చిపోవుదుము. ఆ దీపము వెలుగుటకై మనమన్నములోనెయ్యి చమురు వేసికొనవలెను. చమురు లేకపోతే దీపాలు వెలగవు కదా?

ఉరుములు, వర్షములు, పిడుగులు మొదలగు వానిం గూర్చి గణపతి యీ విధముఁగ జెప్పుచుండును. "దేవుడు బండి యెక్కి యాకాశముమీఁద తిరుగుచుండును. ఆ బండి చప్పుడె యురుము. అప్పుడప్పు డాబండి సీలలూడి క్రిందబడుచుండును. అవియె పిడుగులు. దేవుని బండికిఁ గట్టిన గుఱ్ఱాల డెక్కలు ఱాళ్ళమీఁద తగులుటవల్ల నిప్పులు మంటలు బయలు దేరును. అవే మెరుపులు. వాననగా తిరిగి తిరిగి వచ్చిన

మీఁదట దేవుని వంటిమీఁదట పట్టిన చెమటలు. గాలి విసిరినప్పుడు వాన రాక పోవుటకుఁ గారణ మేమో తెలుసునా? గాలి విసిరినప్పుడు చెమట యారిపోవును. సూర్యుఁడనఁగా దేవుఁడుగారి యింట బెట్టికొన్న కుంపటి. చంద్రుడంటే దేవుఁడు గారి యింట్లో యిత్తడిసిబ్బె. ఈ విధముగ గణపతి యనేక శాస్త్రములలోఁ బ్రవేశము గలిగి తాను నేర్చిన విద్య యొరులకు నేర్పనిఁవాడు ముందుటఁజన్మమున ముషిణీ చెట్టయి పుట్టునని పెద్దల నోట నుండి వెడలు వాక్యములు పలుమారు విని యుండుటచే నట్టి విషపుచెట్టయి పుట్టుట కిష్టములేక తన కడుపులో నున్న జ్ఞానమంతయు నిప్పుడప్పుడనక ప్రసంగము వచ్చినపుడు తన విద్యార్థులకు గ్రామ వాసులను జెప్పుచుండును. సర్పములను గురించియు సర్ప స్వభావచేష్టితములను గురించియు నాతనికి దెలిసిన జ్ఞానము లోకోపకారముగ నుండును. కావున గ్రంథ విస్తరణకైనను నొడంబడి నవ్విషయ మందలి ముఖ్యాంశము లిందుఁ బొందుపరపఁబడుచున్నవి.

"పాము దీర్ఘక్రోధము గల జంతువు. దానిజోలికిఁబోయిన మనుష్యునిపై నది కసిపట్టి పగపూని యుండును. పాము కసి పాము పగయని మీరు వినలేదా! తన జోలికి వచ్చినవాఁడు వెంటనే దొరికిన యెడ వానిని వెంటనే కఱచి చంపును. వాఁడు దొరకనప్పుడె దాని సొగసు, దాని తమాషా. వాఁడు దొరకనప్పుడు పగబట్టి వాడెఁన్ని మేడల మీదఁ బండుకొన్నప్పటికి యెన్ని మిద్దెలమీద దాఁగొన్నప్పటికి ఎంతమందిలో నిద్ర పోయినప్పటికి రాత్రివేళ వెళ్ళి వానిని పట్టి కఱిచి చంపును. ఎలాగో తెలుసునా? ఎవరిమీఁద పాము పగపట్టునో వానియడుగు లనఁగా వాడు నడచినచోటు తియ్యగా నుండును. తక్కినవాని యడుగులు చప్పగానుండును. ఆ యడుగు తీపినిబట్టి వాఁడున్న చోటుకుఁబోయి మెల్లిగ కాటువేయును. అందుచేత పాము పగగలవాఁడు తిన్నగా నడువక వంకర టింకరగా నడుచును. అప్పుడు పాముకూడా వంకరటింకరగ నడుచును. అలాగున నడచిన యెడల దాని యెముకలు పటపట విఱిగిపోవును. ఒకప్పుడు పాము పగ గలవాఁడు నడవక బండెక్కిగాని మనుష్యుల భుజమెక్కిగాని వచ్చుట మంచిది. అడుగుల జాడలేదు గావున నప్పుడు వాఁడున్న చోటికి పాము రాఁజాలదు."

ఈ తెఱంగున నతఁడెల్ల విషయములఁ దనకుఁగల జ్ఞానము లోకహితార్థముగ వెలిబుచ్చుచుఁడును. అతని కేవిషయమున నెంత జ్ఞానమున్నదో యది యెంతవరకు యర్థమైన జ్ఞానమో తమ బిడ్డలకతఁడు విద్య జెప్పుచున్నాడో లేదో యితని పాఠశాలకు బోయినందున తమ బిడ్డలెంత బాగుపడుచున్నారో తెలిసికొనువారు గ్రామస్థులలో ననేకులు లేరు. అట్టివాఁడు నూటికొకఁడుండ వచ్చును. తన పిల్లవానిని మిక్కిలి కఠినముగ శిక్షించినాఁడని యిద్దఱు ముగ్గురు గణపతితో వివాదపడిరేగావి చదువు విషయములో వివాదపడువారరుదు. పంతులుగారు మాకు సరిగా పాఠములు చెప్పుటలేదని కొందరు పిల్లలు తల్లిదండ్రులతో మొరపెట్టుగొనిరి. కాని యా మొరలు తల్లిదండ్రుల మనస్సునకెక్కలేదు. పంతులుగారి మీఁద గిట్టక బిడ్డలు లేనిపోని నేరములు వారిమీఁద చెప్పుచున్నారని తల్లిదండ్రులూహించిరే కాని దాని యదార్థము జక్కగా నరసి కనుఁ గొనవలయునని వారికి తోఁచలేదు. పంతులుగా రతిక్రూరశిక్ష జేయుచున్నారని బిడ్డలు గోలపెట్టినపుడు సయితము తమ బిడ్డలను మిక్కిలి గారాబమున బెంచుకొనుచున్నవారిద్దరు

ముగ్గురుదక్క దక్కినవారా మొఱ చెవినిడక "పిల్లవాళ్ళేదో దుండగము చేయఁబట్టి పంతులు కొట్టుచున్నాఁడే కాని యూరక కొట్టునా? పిల్లల మాటలు పట్టుకొని పంతులుగారితో వివాదపడుట మంచిదికాదు" అని యా విషయమై వారెంత మాత్రము విచారింపరైరి.

అభిమన్యుడు పద్మవ్యూహమందు ప్రవేశించుటయెగాని దానినుండి వెలికివచ్చుట యెరుగనట్లు గణపతి శ్రుత పాండిత్య ప్రభావముచే నేవోకొన్నిలెక్కలు చెప్పుటయె యెఱుంగును. కాని పిల్లల లెక్కలు చేసిన తరువాత నవి సరిగనున్నవో లేదో దిద్దుట యెరుగడు. ఎవరిది తప్పో నిర్ణయింపఁజాలడు. ఉన్నపిల్లల్లో బెద్దవాడు చేసినదే సరియని దానింబట్టి దక్కినవారి లెక్కలు నిర్ణయించును. అందుచేత నాతని ప్రజ్ఞాసారము పాఠకు లెల్లరు గ్రహించిరి. చదువురాకపోవుటయు దెబ్బలు ప్రతిదినము వర్షధారవలె పడుచుండుటయుం జూచి బుద్ధిమంతులైన కొందరు పిల్లలు పంతులుగారికి మెల్లమెల్లఁగ లంచముల మప్పిరి. తిరుపతి వెంకటేశ్వర్లు మొదలగు దేవతలే ధనము పండు మొదలగు లంచములు మరిగి భక్తజనుల కుపకారములు చేయుచుండగాఁ బల్లెటూరి పంతులొకండు లంచముల కాశపడి విద్యార్థుల యెడ నిగ్రహానుగ్రహములు చూపుట యాశ్చర్యమా?

ఒకనాఁడొక పిల్లవాఁడు నాలు గరఁటి పండ్లు తెచ్చి పంతులుగారికి సమర్పించెను. అవి తిని గణపతి యాదినమున వాని నొక దెబ్బయైనఁ గొట్టలేదు. ఆ పరమ రహస్యము వెంటనే బాలకులందరు గ్రహించి గురువు దైవసమానుఁడు గనుక దైవమున కర్పించినట్టే, మరునాఁటి నుండి గురువుగారికి గట్నములు కానుకలు ముడుపులు సమర్పణము సేయజొచ్చిరి. వైశ్య బాలకులు బెల్లము పటికబెల్లము పంచదార వక్కలు లవంగములు మొదలయినవి సమర్పింపఁజొచ్చిరి. పంటకాపుల బిడ్డలు పొగచుట్టలు, వీలైనప్పుడు శనగలు కందులు కూరలు మొదలగునవి తెచ్చియియ్యఁదొడఁగిరి. బ్రాహ్మణ బాలకులు తల్లిదండ్రులనడిగియు వారీయనప్పుడు గూళ్ళలోను దూలముమీఁద గదుల పెట్టెలలోను దాఁచికొన్నవి దొంగిలించియు డబ్బులు తెచ్చియియ్య దొడఁగిరి. ఏదేని వస్తువు నివేదింపబడిననాడు విద్యార్థులకు దెబ్బలు తప్పిపోవుటచే, బాలకులు బదులతెచ్చియో దొంగిలించియో తల్లిదండ్రులనడిగి తెచ్చియో యేదో యొకటి పంతులుగారికి సమర్పించి దండనము తప్పించుకొనుచువచ్చిరి.

ఈ పద్ధతి నవలంభించిన తరువాత గ్రామస్థుల యిండ్లలో పెద్దవాండ్రు దాచికొనిన పొగచుట్టలు డబ్బులు కనఁబడకపోయెను. ఎవరో దొంగలు వచ్చినారని గోల బయలుదేరెను. ఇంటిదొంగ నీశ్వరుఁడైనఁ బట్టుకొనలేఁడు కదా! ఇట్లనుటచేత బెత్తమునకు బొత్తిగా పనితప్పిపోయినదని మీరనుకొనవద్దు. ముడుపులు తెచ్చుటకు శక్తిలేని నిర్భాగ్యులగు బాలకుల మీఁద దండము ద్విగుణముగఁ బ్రయోగింపఁబడుచు వచ్చెను. కార్తవీర్యార్జునుఁడు మొదలగు మహావీరులు బాహుతీటతీరుటకై లేనిపోని కయ్యములు కల్పించిన విధమున తనచేతుల తీట తీరుటకుఁ గొట్టవలయునను ముచ్చట తీరుటకు నెన్నో వంకలు కల్పించి కానుకలు తేఁజాలని పేదలబాలకులను చిత్రవధ చేయనారంభించెను. ఆ పీడ తప్పించుకొనుటకై వారు గూడ బహువిధోపాయములు

నన్వేషించి గురుప్రీత్యర్థము కానుకలు తెచ్చుటకై చిన్నచిన్న దొంగతనములు చేయనారంభించిరి. వీధిలో నెండబోసిన వడ్లు దొంగిలించినవారు కొందరు, దుకాణములో గూర్చుండినట్లె కూర్చుండి డబ్బులో సరుకులో దొంగలించెడు బాలురు కొందరు, అప్పుడప్పు డీబాలకులకు అలవాటు లేని దొంగతనమునఁ బట్టుబడి పంతులువారిచేతి నుండి తప్పించుకొనఁదలఁచిన శిక్ష వస్తువుల యజమానులచేత పడఁజొచ్చిరి.

గణపతి యొక్క చిత్రచేష్టలు విని ఇంతకు మున్ను చదువుకొనుట కిష్టములేనివారయ్యు విద్యాఖ్యానము నందెక్కడ లేని తమకముగలవారై మొట్టమొదట వినయ వినమితకాత్రులై తమ్ము శిష్యులుగఁ బరిగ్రహింపవలసినదని గణపతిని వేఁడియతని యనుగ్రహపాత్రులై యతని శిష్యగణములోఁ జేరిరి. చేరి వీలైనప్పుడు తామల్లరిచేయుచు వీలుకానప్పుడేదో చెరుపు చేయుమని తమకంటేఁ జిన్నవాండ్రఁ బురికొల్పుచు వారు చేయునట్టి యల్లరిఁజూచి మహానందము నొందుచుండిరి. పెద్దపిల్లలు చేరిన తరువాత చిన్నపిల్లలకు మునుపటికన్న ధైర్యసాహసములు హెచ్చెను. ఒకనాఁడు గణపతి శిష్యులకు తాను చిన్నప్పుడు నేర్చిన 'ఎవరయామీరు చక్కని రాజులిద్దరు' రనుపద్యము "ఉక్తలేఖనము జెప్పదొడఁగెను. పదుగురుబాలకులది వ్రాయుచుండిరి. నేనన్నమాట మీరు మరల ననవద్దని గణపతి వారికాజ్ఞయొసఁగెను. ఆ యాజ్ఞ చెవినిడక మొదటనున్న బాలకులు ఎవరయామీరని గణపతి చెప్పఁగ యెవరయా మీరని మరల ననఁజొచ్చిరి. గణపతి కోపావిష్టుడై యా బాలకుల తలలు గోడనుబెట్టి దండించుచుండఁగా జిట్ట చివరనున్న బాలకులు మరల నెవరయామీరని పలికిరి. మొదటివారిని వదలి గణపతి చివరవారిని దండించుటకై రాఁగా మధ్య బాలకు లావిధముగ నరవజొచ్చిరి. తాడనము చేయుటకై వారికడకతఁడు పోఁగా మొదటి పిల్లలు జివరపిల్లలు గూడ నొక్కపెట్టున నఱచిరి. అప్పుడు గణపతి కోపావేశమున నిజముగ నొడలుమరచిపోయి, యా బాలకులలో నొక్క బక్కవాడిని బట్టికొని చేయి నొచ్చు వరకు చరుపులు చరిచి క్రిందఁ బడవైచి కాలితో ద్రొక్కి నాబడిలో నుండి లేచిపో వెధవాయని యరుఁగు మీద నుండి రెండు కాళ్ళు పట్టుకొని క్రిందికి లాగెను. ఆపిల్లవాడు సహజముగ దుర్బలుడయ్యుఁ జిరకాలము నుండి దెబ్బలకలవాటు పడియుండుటచే నాఁటిదినమున నాదెబ్బల కంతస్రుక్కక పోయినను గణపతి నేడిపించవలయునని సంకల్పించి గోలపెట్టి యేడ్చి చచ్చిపోవువానివలె వగర్చుచు నాయాసపడంజొచ్చెను.

ఆ గొంటెతన మెరిఁగియు గణపతిని వంచింపఁదలచి తక్కిన బాలురు "అయ్యో! అయ్యో! మన మందయ్యను పంతులుగారు చంపివేసినారోయి చచ్చినాఁడోయి చచ్చినాఁ డోయి" యని పెద్దపెట్టున నేడ్చి కేకలు వేయజొఁచ్చిరి. అందులో నొకడు చెవులు మూసెను. రెండవవాడు మొగమున చన్నీళ్ళు గొట్టెను. మూఁడవవాఁడు ముక్కుదగ్గర వేలుపెట్టి చూడఁజొచ్చెను. చుట్టుప్రక్కల నున్న మనుష్యులు పరుగుపరుగున రాఁజొచ్చిరి. పశువులవాఁడు కదుపులను గొట్టినట్లు, యుపాధ్యాయుడైననూ నాటగోలె నిచ్చువచ్చినటుల బాలకుల దండించెను. అటువంటి దురవస్థ యెన్నడుఁ గలుగలేదు. ఆ పిల్లవాని యవస్థ జూడఁగానె గణపతి కమితభయము కలిగెను. మేనెల్ల చెమటలు గ్రమ్మెను. కాళ్ళు గుడ్ల

పెళికట్లయి శరీరమును భరింప జాలకపోయెను. (గ్రామస్థులువచ్చి తన్ను ముక్కలు ముక్కలుగా నరికివేయు దురనియు లేనియెడ నరహత్యచేసినందుకు దొరతనము వారురీతియుదురనియు నతనికిదోఁచెను. ఆ యాపద దప్పించుకొనుట కప్పుడు వాని కేయుపాయము దోఁచలేదు. ఎందుకైనను మంచిదని యాతండటనుండి మెల్లమెల్లన నెవ్వరికిం గనఁబడకుండ బాతిపోయెను. అక్కడ చేరిన వారందరు బాలునకు భయములేదని చెప్పి కొంచెము మంచినీళ్లు త్రావనిచ్చి మెల్లగా నింటికింబంపిరి. ఆబాలునితండ్రి మహాదేవశాస్త్రిగారి యింటికి వచ్చి గణపతితో మాటలాడగోరెను. కానియెక్కడ వెదకినను గణపతి కానబడడదయ్యెను. గణపతి పొరపాటుచేత నట్లు చేసి యుండవచ్చును కాని మతియొక క్రోధముచేత నతడు కొట్టియుండడని మహాదేవశాస్త్రి యతనికి జెప్పి యొడంబరచి పంపెను.

అతిభయముచేత గణపతి నూతిలోనో, గోతిలోనో దిగి యాత్మహత్య జేసికొన్నాడ డేమో యని మహాదేవశాస్త్రియు వాని యింటి యాడువాండ్రును శంకించిరి. సాయంకాలము వరకు గణపతి కనబడనెలేదు. అతని తల్లి కొడుకెందులోనో దిగి చచ్చియుండునని నిశ్చయించి "అయ్యా! కొడుకా! అయ్యకొడుకా! యా దిక్కుమాలిన యూరికి నిన్ను బలిచ్చినానురా నాయనా! నా వరహాల చెట్టు కూలిపోయిన దోయి దేవుడా! నా చిట్టిబాబును చూపించండి నాయనా!" యని వినువారిగుండె లవియనట్లు రోదనము చేయసాగెను. రాత్రి నాలుగు గడియల ప్రొద్దు పోయినప్పటికి గణపతి రాలేదు. మహాదేవశాస్త్రిగారి భార్య యాసమయమున నావకాయ తీసికొనుటకై యటుక యెక్కి కుండదగ్గర చేయిబెట్టెను. చేతికి మెత్తని యొడలు తగిలెను. దీపము దీసికొనకయె వెళ్లుటచేత నదియేమో యెరుంగక యాగ్రామములో మర్కటబాధ యెక్కువగ నుండుటచే తనచేతికి తగిలిన దేదో యాజాతి జంతువనుకొని "కొండ్రముచ్చునాయనోయి కొండ్రము" చ్చని గట్టిగా నరచి యాకలవళపాటులో నిచ్చెన యొకచోట నుండఁగా మరియొకచోట దిగంబోయి గభాలున నేలబడెను. ఇంటిల్లిపాది పరుగెత్తుకొని వచ్చిరి. దైవవశమున నామె మోకాలు మాత్రమె బెణికెను. కాని దెబ్బమాత్రము విశేషముగ దగులలేదు. ఆగొడవని యిరుగుపొరుగు వారందరుc జేరిరి. ఏమిటేమిటని యెల్లవారడిగిరి. కొండ్రముచ్చు అటుకమీదc గూర్చుండినదని యామె చెప్పెను. అప్పుడందులో ధైర్యవంతుc డొకడు దీపము వెలిగించుకొని యటుక మీద కెక్కెను. ఎక్కి చూచునప్పటికి కది కోతిగాడు కొండ్రముచ్చుగాడు. కాని యాకారచేష్టల యందు నిజముగా కొండ్రముచ్చని చెప్పదగిన మనగణపతియే.

అతc డావకాయగూనకుc జేరcబడి గుర్రుపట్టి నిద్రపోయెను. ఇంతగొడవ జరుగుచున్న నతనికి మెలకువయె రాలేదు. అటుక యెక్కిన యతడు మొదట నది కొండ్రముచ్చే యనుకొని మీcదcబడి పీకcనో కరచునో యను భయమున జాగ్రత్తగ సమీపించెను. కాని దీపపు వెలుcగున గణపతి మూర్తి కనcబడcగానె భయపడకండి భయపడకండి కొండ్రముచ్చుగాడు, కోతిగాడు, మనcపంతులుగారని క్రింద నిలిచియున్న వారికందరకు వినcబడునట్లు బిగ్గరగ నరచెను. అచ్చటనేయున్న గణపతి తల్లి

130

యప్పలుకులు చెవినిబడఁగానె "యేడీయేఁడి నా నాయన! యేఁడే నా బంగారు తండ్రి యేఁడీ, బ్రతికియున్నాఁడు! నాయనా మూఁడుతవ్వ లావునేతితో వెంకటేశ్వర్లు వారికి దీపారాధన చేసుకుంటాను. క్రిందకి రమ్మను నాయనా" యని సంతోషించి యిష్టదైవమునకు మ్రొక్కుకొనెను. కుండల దగ్గఱ గణపతి కూర్చుండినాఁడని వినినతోడనే మహాదేవశాస్త్రి తల్లి మిక్కిలి కదలి "అయ్యో! అయ్యో! మన యావకాయ దగులపడిపోయిందిరా నాయనా! వీఁడమ్మ కడుపుకాలా కుండలు మైల పరచినాఁడు. ఆ పాడుగుడ్డలతో ముట్టుకొన్నాఁడు కాబోలు. ఈ దిక్కుమాలిన పంతులుకు బస యియ్యవద్దని నేను మొత్తుకొన్నాను. కాని

మావాఁడు నామాట విన్నాఁడు కాఁదు. ఈయేఁ డావకాయలేకుండా గొడ్డన్నము తినవలసివచ్చినది. వాఁడి మొగముమండా. ఆవకాయ గూనదగ్గఱ కూర్చుండవలెనని యెలా తోచిందమ్మా వీడికి. ఇంకా నయము. నూతిలోఁగూర్చుండినాఁడుకాదు. నూతెడు నీళ్ళు మైలపడిపోను. ఈ పాటికి దింపండి. చచ్చుపీనుఁగును" అని కేకలు వేయఁ జొచ్చెన. ఆ కఠినోక్తులు తల్లికెంతో మనస్సంకటము కలిగింపనామె యిట్లనియె 'అమ్మా నా కొడుకు కనఁబడక నేనెంతో దుఃఖపడుచుండఁగా నా పుణ్యము చేత కనఁబడినాఁ డని సంతోషపడుచున్నాను. అలాటి తిట్లు తిట్టకమ్మ, ఒక్కబిడ్డ వానినాధారము చేసికొని బ్రతుకఁదలంచుకున్నాను. మీ దిక్కుమాలిన కొంపలో నుండఁబట్టి నాకిన్ని పాట్లు కలిగినవి"

అనపుడు మహాదేవశాస్త్రి తల్లి "కొడుకావరసని కుండలు మైలపరచినాడు. తల్లి దిక్కుమాలిన కొంపయని తిట్టుచున్నది. ఇద్దఱిద్దరే వీళ్ళకేమివినాశ కాలమో కాని పొండి, మా యింట్లో నుంచి లేచిపోండి"యని పలికెను.

పదిహేడవ ప్రకరణము

నిద్ర పరమ సుఖప్రద మనియు, నారోగ్యప్రదాయని యనియు సర్వావస్థల యందు నపేక్షణీయ మనియు మనమందర మెరుఁగుదుమా మఱియు నిద్రవచ్చినప్పుడీస్థల మాస్థలమనక, మెట్ట యనక, పల్లమనక పానుపనక, మట్టి నేల యనక తలగడలు మొదలగునవి యున్నవనక లేవనక మనుష్యుఁడు మైమరచి గాఢ సుషుప్తినొందు ననియు మనమెరుఁగుదుము. కాని వ్యాధియు మనోవ్యాధియు భయము మున్నగునవి పీడించునప్పుడు మనుష్యునకు సాధారణముగా నిద్దురరాదు. మానవుఁడట్టి వానికి లోనగునప్పుడు నిశాసమయ మతిదీర్ఘమై చక్రాతికలెఁ గవదల పట్టులుండి నిద్రను మనుజుని సన్నిధికి రానీయక త్రోసివేయును.

ప్రకృతిధర్మ మిట్లుండగా బడిలోని పిల్లవాని జావఁగొట్టినందుకుఁ దన్నా బాలుని తండ్రి చంపివేయునని యతి భయ భ్రాంతుఁడై విహ్వలచిత్తుఁడై యటకమీఁద నెక్కిన గణపతికి నావకాయగూనకుఁ జేరంబడి కూరుచున్న యవస్థలోనే తన్ను గూర్చి జరుగుతున్న గొడవ వినఁబడుకుండనంత గాఢనిద్ర యెట్లు వచ్చెనని మీకు దోచవచ్చును? గణపతి యొక్క నిద్రాసుఖముంగూర్చి మీరు సంపూర్ణముగ నెరఁగరు. కాన మీకిట్టి శంకలు పొడుముచుండును. నిద్రా విషయమున గణపతికిఁ గల యసాధారణశక్తి వర్ణనాతీతమై యుండును. అతఁడు నడచుచు నిద్రపోఁగలఁడనుట యతిశయోక్తిగాదు. కూరుచుండి నిద్రించగలఁడనుట కవిచాతుర్యము గాదు. భోజనము సేయుచు సుషుప్తయవస్థయు దుండఁగలఁడనుట వర్ణనాచమత్కృతి గాదు. లక్షలు కోట్లు నల్లులు గల మంచము మీఁద నేవిధమయిన పరుపుగాని, దుప్పటిగాని లేకుండ నతనిం బండుకొనఁబెట్టుఁడు. ఆ నల్లులన్నియు నతని శరీర మందఁతట సముద్రము మీఁద దెప్పునఁ దేలి చెరలాడు చేపలవలె నట్టిటు బరుగులెత్తుచు నతనిగరచుచు నెత్తురు పీల్చుచున్నను నతఁడుకదలఁడు. మెదలడొత్తిగిల్లడు. ఇట్టి నిద్రాసుఖము ప్రపంచము నందెవరికిఁగలదు? ఒక్కనల్లి మంచము మీఁద నున్నంతమాత్రమున నిద్రపట్టదని దీపము జేతపుచ్చుకొని యానల్లింబొడిచి కడతేర్చినదాక మంచముపై మరలఁ బండుకొనని మహాత్ములనేకులు గలరు. నల్లులేకాదు. జుమ్మని దోమలు ముసిరి తమ విపరీత గానము చేత నిద్రాదేవతకు భయముగల్పించి యాగదిలోని కామెను రాకుండఁజేసినప్పుడు సయితము గణపతికి నిద్రాదేవికి నెట్టి మైత్రికలదోగాని యతనికి మాత్రమామె ప్రసన్నురాలగును.

దోమలసేనయుఁ నల్లులసేనయు గలసి యాతని శరీరముపైఁ బడినను మూసినకన్ను దెరువకుండ నతఁడు నిద్రింపగలఁడు. మహాకవి యైన వాల్మీకి రామాయణ మహాకావ్యమునందు రావణానుజుఁడయిన కుంభకర్ణుఁడు నిరంతరము నిద్రాసక్తుడై యుండి యారునెలల కొక్కసారి లేచుననియు లేచినప్పుడు వానిని వేల్పులయిన

గెలువరనియు మాసషట్కము లోపల నతనిని మేల్కొలుపవలసి వచ్చెనేని మసలంగ్రాగిన చమురు మీఁద బోయుట, ధాన్యము తనువుపై బోయించి యేనుఁగులచేత ద్రొక్కించుట మొదలగు భయంకర సాధనములు ప్రయోగింపవలెననియు వ్రాసియున్నాడు. ఈ కలియుగములోనే గణపతి వంటి దుర్వార నిద్రాపరాయణుఁడు జన్మించినప్పుడు మహాద్భుతములకెల్ల నిలయమైన త్రేతాయుగమున కుంభకర్ణునివంటి నిరంతర నిద్రాప్రియుఁడు పుట్టియుండుట యాశ్చర్యము కాదని హేతువాదము సలుపునట్టి యీనాటి నవ నాగరికులు నమ్ముట కవకాశమున్నది. కాని కుంభకర్ణునకు మన గణపతితో నొక భేదముకలదు. కుంభకర్ణుడు బ్రహ్మదత్త వరప్రసాదమున షణ్మాస పరిమితమయిన నిద్రఁ జెందగలిగె. గణపతి యే దేవతా ప్రసాదము లేక నిద్రా విషయమున నంత ప్రజ్ఞావంతుడయ్యె. కావున నిరువురులో గణపతియే యొకవాసి గొప్పవాఁడని మనము నిశ్చయింపవచ్చును. నిద్రానుభవమున గణపతి కెంత నిరుపమాన ప్రజ్ఞ గలదో లోకమునకుఁ దెలియుటకు స్థాళీపులాకన్యాయముగా రెండుదాహరణము లిచ్చుట మంచిది. ఆ యుదాహరణములంబట్టి యతని నిద్రానైపుణ్యమును మీరు కొంతవఱకు గ్రహింపవచ్చును.

గణపతి వేసవికాలములో రాత్రులు విశేషమైన యుక్కయుండుటచే నింటిలో బడుకొనక మహాదేవశాస్త్రిగారి వీథియరుగులమీద బఁడుకొనుచుండును. దీపములు పెట్టిన తరువాత నతడొంటిగా బండుకొనలేడు. కదలలేడన్నమాట చదువరుల కీవఱకె విశదము. అందుచే దనకు విధేయులై వివిధోపచారములు జేయునట్టి పెద్ద శిష్యులను నలుగురైదుగురను బ్రతిదినము రావించి యిరువుర నీ ప్రక్కను నిరువుర నా ప్రక్కను బండుకొనబెట్టి నడుమ దా బండుకొనుచుండును. అట్లు పండుకొనుచుండ నొకనాడు గణపతి నిద్రించిన పిదప నలువురు శిష్యులు రెండవ యరుగు మీద కరిగి యారాత్రి యేదయిన చమత్కారము చేయవలెనని సంకల్పించిరి. ఆ చమత్కృతికి దమ పంతులుగారినే విషయముగా జేయదలచుకొనిరి. ఆ చమత్కృతి యే రూపముగ నుండవలయునని ప్రశ్నరాగా గడుసుదనంబునకు దావకంబైన యొక శిష్యుడు తక్కినవారి కిట్లనియె.

"ఓరీ! అన్నిటిగన్న మిక్కిలి యందమైన విధము నేను చెప్పెద వినండి. ఏడుకట్ల సవారికట్టి పంతులవారిని దానిమీద బండుకొనబెట్టి వల్లకాటి దగ్గరకు తీసికొనిపోయి పెట్టెదము. పంతులవారి నిద్ర సంగతి మీకు దెలియునుగదా? ఆయనకు మెలకువరాదు. ఉదయము దారింబోవు వారందరు జూచి మహానందభరితులగుదురు. ఈ వృత్తాంతము విన్న వారందరు గడువు చెక్కలగునట్లు నవ్వి వహవ్వా! యీ పని ఎవరు చేసినారోగాని మిక్కిలి చమత్కారముగా జేసినారురా యని మెచ్చుకొందురు. మేమే యీ పని చేసినామని మన మొప్పుకొని యీ మెప్పును బొందుటకు వీలులేకపోయినను గ్రామవాసుల కింతటి యానందము గల్పించితిమి గదా యని మన మనంబులో మనమే గర్వింపవచ్చును. ఇది రహస్యముగా గట్టవలయునుకదా? ఎక్కడ గట్టుదమని మీరడుగుదురేమో! ఆ విషయమై విచారింపనక్కఱలేదు. మా దొడ్డిలో వెదుళ్ళున్నవి వెదురుబద్దలున్నవి. మా దొడ్డిగోడ యొక మూల పడిపోయినది. ఆదారిని వెళ్ళి మనము రెండు వెదుళ్ళు రెండు బద్దలు

దెచ్చి యీ ప్రక్కనున్న బోడిగోడల దొడ్డిలో కటుకు కట్టవచ్చును. తాటినార కూడ మా దొడ్డిలోనే యున్నది తీసుకువచ్చెదను. ఆయనకు మనమేమియు హాని చేయవద్దు. ఇది మీకు సమ్మతముగా నున్నదా! లేని పక్షమున మీకుఁ దోచిన విధము లెఱిఁగింపుఁడు." అతని పలుకులు తక్కిన ముప్పురకు శ్రవణానందకరములై మనఃప్రమోదావహములై యుండినందున వారు భళీయని యాతని యుపాయమునకు మెచ్చి తక్షణమే ప్రయత్నము జేయుమనిరి. వెంటనే యతఁడు తన దొడ్డిలో నుండి వెదుళ్ళు నార మొదలైనవి దెచ్చెను. నలుగురు గలిసి కష్టపడి పొట్టి కటుకు నొకదానిం గట్టిరి. అనంతర మా శిష్య చతుష్టయము గురువు పండుకొన్న చోటికివచ్చి కాళ్ళిద్దరు చేతులిద్దరు పట్టుకొనియు దొడ్డిలోనికిఁ దీసుకొనిపోయి యక్కటుకు మీఁదఁ బండుకొనఁబెట్టి యతని యుత్తరీయమె మేనిమీఁదఁ గప్పి జారిపడిపోకుండ నారతో గట్టి యా దారుణ కర్మమున కపరచితులయ్యి నలుగురు నాల్గు కొమ్ములెత్తి భుజములపై బెట్టుకొని మోసికొని శ్మశానభూమి కరిగిరి.

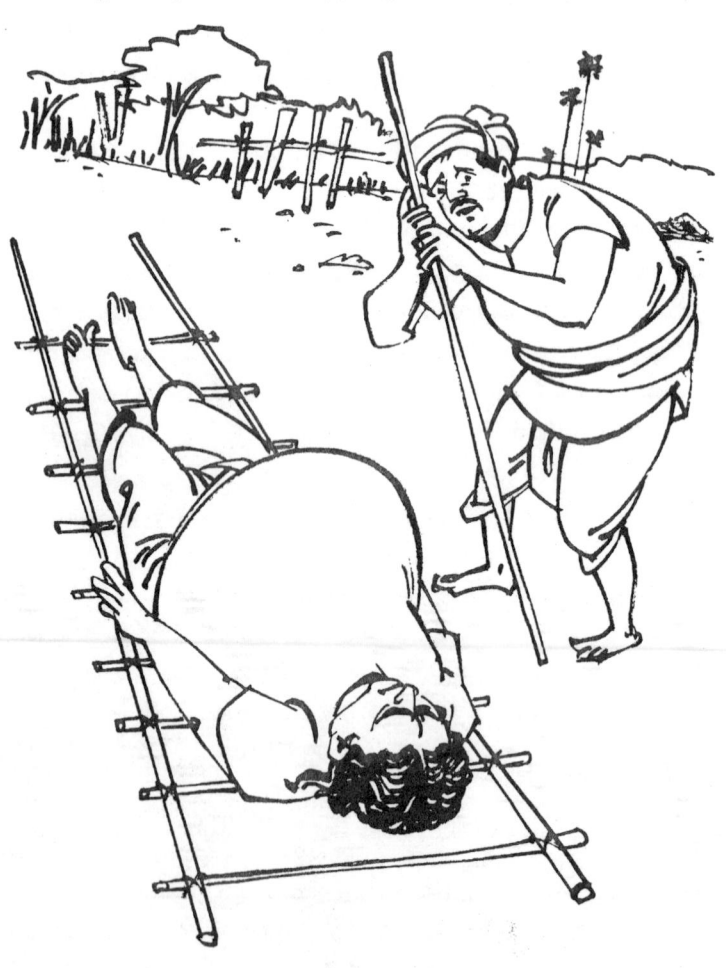

అరిగిన తరువాత నేమి చేయవలెనో వారికిఁ దోcచలేదు. నిద్ర మేల్కొలుపుదమని యొకcడు, కాదుకాదు మరల నీవిధముగానే గృహమునకు దీసికొనిపోవుదమని యొకcడు చెప్పిరి. వారి యాలోచనలు ద్రోసి పుచ్చి మొట్టమొదట నీ చమత్కృతి సలుపుమని యుపదేశించిన యతcడిట్లనియె – "ఓరీ! మనము మొట్టమొదటేమనుకున్నాము. తెల్లవారిన దాక నిచ్చట నుంచి యీ దారిని బోవు జనులకు వేడుక కలిగింపవలయుననిగదా మన సంకల్పము! దానికి భిన్నముగా మనమిప్పుడేల యాచరింపవలయు! గావున నిది యీ విధముగనే యిక్కడనుంచి మనమిండ్లకు వెళ్ళుదము. కాని పంతులుగారికి మిక్కిలి భయముగదా! మెలుకువ వచ్చినప్పుడు వల్లకాడు చూచి భయపడి చచ్చిపోవునేమోయని మీకు సందేహము కలుగవచ్చును. కాని యట్టి సందేహమున కవకాశములేదు. ఏలయన మన పంతులవారికి సూర్యోదయ మగువఱకు మెలకువరాదు. ప్రతిదినము చూచుటలేదా? ఇంటిలోc బండుకొన్నపుడు తల్లియు మహాదేవశాస్త్రిగారు ప్రొద్దెక్కినది లే లెమ్మని పెద్దపెట్టున నఱచి చేతులతో జఱచి లేపినగాని లేచెడివాcడుగాడు. వీధిలో బండుకొన్నపుడు సూర్యకిరణములు మొగము మీద బడి కన్నులలోదూరి, తాళముచేతులు తలుపులు దెరచినట్లు ఱెప్పలు విప్పినగాని లేచుటలేదు. మన మిక్కడ గొంతసేపుండి తెల్లవారుజామున నింటికి వెళ్ళుదము" అనవుడు అతని మాటలు తమ ప్రారంభమున కనుకూలముగా నున్నవని వారందఱు నిశ్చయించి పంతులవారి యాకారము చక్కదనము, నాకారమునకు దగిన ప్రజ్ఞలు గుణగణములు చెప్పుకొని కడుపులు పగులునట్లు నవ్వి కాలక్షేపము జేసిరి.

అటకమీద గూనకుc జేరcబడి పండుకొన్నప్పుడు గణపతి కెంత సుఖముగ నిద్రపట్టెనో కటుకమీcదc బండుకొన్నప్పుడు నంత సుఖముగానే నిద్రపట్టెను. నిద్రపోయిన వారును జచ్చినవారును సమానమన్న సామెత యొకటి యున్నదిగదా! ఆ సామెత గణపతికడ నిజమయ్యెను. ఎన్నడో చచ్చిన యట్లతcడు మైమరచియుండెను. కడపటిజాము కోడి కూయువఱకు శిష్యులు గురువును గనిపెట్టుకొని యుండి కాపులు మొదలగు వారు పొలముల కాదారిc దెల్లవారుజామునc బోవుదురు గనుక దాcమచ్చట నిcక యుండగూడదని లేచి గ్రామమునకుం బోయి యెవరియింటికి వారరిగిరి. కాకులు గూసెను. తూర్పుదెస తెల్లబాఱెను. ఆడవాండ్రు ముందుగ లేచి ముంగిలి వాకిళ్ళు వీధియరుంగులు గుమ్మములు తుడుచుకొనజొచ్చిరి. కనుచీcకటి యుండగానే యొక కాపువాడు వల్లకాటిమీదుగా దన పొలమున కరుగుచు నచ్చట కటుకుపై నున్న శవముంజూచి "హా! యేమిది చిత్రముగ నున్నది. శవము కనబడుచున్నది. చుట్టుప్రక్కల జుట్టములు ప్రక్కములు లేరు. కాడు పేర్చలేదు. పుల్లలులేవు. పిడకలులేవు. కూనీయైన శవమేమో యనుకొందమన్న నట్టిశవమున నే తుంగలోనో త్రొక్కిపాఱవేయుదురుగాని యింత జాగ్రత్తగా నొక కటుకు గట్టి మోసికొని తీసికొనివత్తురా! ఇదియేమో మాయగానున్నది. ఈ విషయమై నేను పోయి మునసబు కరణాలతో జెప్పి తీసికొని వచ్చెదను" అని పరుగు పరుగునcబోయి మునసబు కరణాలను లేపెను.

ఈ లోపున మఱికొందఱా మార్గమునం బోవుచు నప్పటికి మొగ మానవాలు పట్టుటకుc దగినంత వెలుతురు వచ్చినందున దగ్గరకుబోయి కటుకు మీదనున్న

విగ్రహముంజూచి పంతులుగారి నెవరో చంపి పడవైచిరని కలత జెందిన మనస్సులతో వెనుకకుఁబోయి గ్రామవాసులతోఁ జెప్పిరి! ఈ వార్త గ్రామమంతయు గుప్పుమనెను. స్త్రీలు మిక్కిలి యక్కజముతో జాలిపెంపున గన్నీరు విడుచుచు "అయ్యో! తల్లికొక్క బిడ్డమ్మ. ఆ ముసలిముండ ముప్పు గడపకుండ బోయినాడమ్మ. ఇంతపని చేయుటకు వాళ్ళకు చేతులెలాగొచ్చెనోయమ్మా. అయ్యో! బెత్తము పుచ్చుకొని పిల్లలను కొట్టుచున్నట్లే నా కన్నులముందఁబ మెలఁగుచున్నాడే అమ్మా" యని చెప్పుకొనజొచ్చిరి. పురుషులందరు నీ వార్త చెవిన బడగానే యితర కృత్యములు విడచి శ్మశానభూమికి పరుగిడిరి. ఎవరో మహాదేవశాస్త్రిగారి గుమ్మము ముందరకు బోయి - శాస్త్రులు గారు! పంతులుగారి నెవరో చంపి వల్లకాటిలో వైచి పోయినారయా, యని కేకవేసి పోయిరి.

ఆ మాట సింగమ్మ చెవిని బడగానే చేతిలోనున్న పనిని విడిచిపెట్టి "అయ్యో! కొడుకా, అయ్యో! కొడుకా! నీ వుసురెవరు పోసుకొన్నారురా కొడుకా! అయ్యో! శాస్త్రులుగారు నా వరహాల చెట్టు నెవరో పడగొట్టినారట! రండీ నాయనా రండి" అని గుండె బాదుకొనుచు మొత్తుకొనుచు వీధిలో బడెను. "అయ్యయ్యో! ఎంతపని! ఎంతపని! యింతపాపమున కెవరు వడిగట్టినారయ్యా?" యని మహాదేవశాస్త్రిగారు, స్త్రీలు జాలిపడినారు. శాస్త్రి యామెం దోడ్కొని రుద్రభూమి కరిగెను. సింగమ్మ త్రోవలో దుఃఖావేశముచేత దన కుమారుని గుణగణములు మెచ్చుచు గ్రామవాసులం దిట్టుచు శపించుచు నరిగెను. వారిరువురు వెళ్ళకముందు గ్రామవాసులనేకు లచ్చటజేరి గణపతి చచ్చిపోయినాఁడని యొకరు. చావలేదు ప్రాణము గుడుగుడులాడు చున్నదని యెకరు, ముక్కు దగ్గర వ్రేలుపెట్టి శ్వాసయాడుచున్నదో లేదో యని చూచువారొకరు, శ్వాసయున్నదికాని యది కొనయూపిరియని యొకరు, చచ్చిపోలేదు నిద్రపోవుచున్నాడు అదిగో గుర్రని యొకరు, గుర్రుకాదని గురుక, గొంతు పిసికి చంపినారు అని యొకరు, గొంతుపిసికితే కంఠము వాచి యుండదా గొంతు పిసకలేదు, కత్తితో బొడిచి చంపినారేమో యని యొకరు, పలుతెరంగుల నెవరికి దోచినట్లు వారు వలపించిరి. మొత్తము మీద గణపతి సంపూర్ణముగ జావ లేదనియు నవసాన లక్షణమయిన గురక బైలుదేరినదనియు క్షణములోనో నరక్షణములోనో కడ తేరుననియు నచ్చటివారు నిశ్చయించిరి.

అంతలో మహాదేవశాస్త్రితో సింగమ్మ వచ్చెను. వచ్చి కొడుకుపై బడి "నా తండ్రీ! నా కొడుకా! నన్నొంటిదాన్ని జేసి లేచిపోయినావురా! నాకింక దిక్కెవరురా నాయనా? నన్నుగూడ నీతో దీసికొని పోరాతండ్రీ! నా వరహాల చెట్టూ! నా కాసులపేరూ! నిన్నరాత్రి కడసారి నీకు గడుపునిండా అన్నము పెట్టినానురా నాయనా! తెల్లవారే పాడు మొగం చూచినానో గాని యింత దుర్వార్త వినవలసి వచ్చిందిరా నాయనా! నా ముప్పు కడతేర్చి నన్నింత మట్టిచేసి పోదువని అనుకున్నానుగాని యింత పని జరుగునని కలలోనూ నేననుకోలేదు. నాయనా! నిన్నింతపని చేయుట కెవరికి చేతులు వచ్చినవిరా నాయనా! వాళ్ళ చేతులు పడిపోనూ, వాళ్ళ వంశము నాశనంగానూ, నాలాగే వాళ్ళ తల్లులుగూడ కొడుకా, కొడుకా అని యెప్పుడేడ్చి మొత్తుకొందురో నాయనా! నా నోట్లో మట్టిపోసి పోయినావురా నాయనా! నా కడుపులో చిచ్చుపెట్టి పోయినావురా నాయనా! నా కొంప

తీసినావురా నాయనా? నీకు పెండ్లి చేసి నీవొక యింటివాడవై యుండగా నా కన్నులు చల్లగా చూడవలె ననుకొన్నానురా నాయనా! బ్రహ్మచారివై చచ్చిపోవలసివచ్చిందిరా తండ్రీ! నీ పేరుగా చూచుకొనేందుకు నీ కడుపున నొక పిల్లవాడైన లేకపోయెరా నాయనా! నీవెవరి జోలికి వెళ్లనివాఁడవురా నాయనా! నీ మీఁ దింతకోప మెవరికి వచ్చిందిరా నాయనా! ప్రాణము పొయ్యేటప్పుడు నన్ను దలచుఁకొని ఎంత దుఃఖపడ్డావో తండ్రి? నీ ప్రాణమెంత కొట్టుకున్నదో నాయనా!" దిక్కుమాలిన ముండను నేను లోపల పడుకొన్నానుగాని, వీధిలో పడుకున్నానుకాదురా నాయనా! నీకిన్ని పాట్లుండగా భగవంతుడు నాకటువంటి పాడుబుద్ధులు తోపించాడురా నాయనా! ఆ నాగన్న వెధవ ఆ గంగమ్మ ముండ యీ వార్తవిని సంతోషముతో పరమాన్నము వండుకొని తింటార్రా నాయనా! నే నేలాగున బతకనురా బాబూ! నిన్ను రాజులాగు పెంచుకొన్నానురా బాబు! అవతారమూర్తి అనుకున్నానురా నాయనా! ఎవరి దగ్గరుంటే నీ దగ్గరనున్నట్టుందిరా నాయనా! దాహం తాగితే మానెడు తరవాణి త్రాగేవాఁడవురా నాయనా! నీవు చల్ది అన్నము తినేవేళయింది లేరా నాయనా!" అని పలు విధముల దుఃఖించెను.

తల్లి పెద్ద గొంతుకతో నెల్లవారి గుండెలు నీరగున ట్లేడ్చుచున్నను గ్రామవాసులు చేరి కంఠములెత్తి మాటలాడుచున్నను గణపతికి మెలఁకువ రాలేదు. అంతలో సూర్యోదయ మయ్యెను. గణపతి మొగము మీఁద సూర్యకిరణముల వెలుగు పడెను. అప్పుడు గణపతికి నించుక మెలకువ రాఁగా నతఁడు "ఉండవే లేస్తాను. ఏమి తొందర వచ్చినది" అని కనులు తెఱవకయ్యే చేతితో దల్లిఁ గెంటెను. అప్పుడందఱు "పంతులుగారు బ్రతికి యున్నారు. బ్రతికియున్నారు చావలే" దని కేకలు వేసి చప్పటులు కొట్టిరి. సింగమ్మ "నా తండ్రీ! బ్రతికున్నావురా, నాయనా! ఈ గండము గడిచినది కనుక నిన్ను దీసికొని తిరుపతి వెళ్లెదనురా నాయనా! వెంకటేశ్వర్లు వారికి కుంచె డావునేతితో దీపారాధన చేసెదనురా నాయనా!" యని మనస్సులో వెంకటేశ్వర్లు వారిని దలఁచుకొని చేతులు జోడించి నమస్కరించి "నాయనా! దెబ్బలెక్కడ తగిలినవి. నిన్నెవరు చంపవచ్చిరో యెఱుఁ గుదువా" యని గట్టిగా నడిగెను. అంతలో మొగము మీఁదికి నెండబాగుగా వచ్చుట చేతను గ్రామవాసులు చప్పటుల చేతను మొగము చేతులు తల్లి మాటిమాటికిఁబట్టుకొని కదుపుటచేతను గణపతికి మెలఁకువ సంపూర్తిగ వచ్చెను.

అంతలో గ్రామ వాసులలో నొకఁడు వచ్చి కట్లు విప్పెను. అంత గణపతి కన్నులు దెఱచి చీకుచాపలు, కుండపెంకులు, కచ్చికలు సంచయనము చేసినచోటులు, వెదురు ముక్కలు మొదలగువానిం జూచి గుంపులు గుంపులుగా నుండు జనముంజూచి గుభాలున గటుకు మీదనుండి లేచి భయమునకు నాశ్చర్యమునకు లోనై "ఇదేమిటి మహాదేవశాస్త్రిగారి యరుగు మీఁద పడుకున్నవాఁడను నేనిక్కడ కేలవచ్చితిని నారాయణ! నారాయణ! నన్నీ కటుకుమీఁద పడుకోబెట్టినవారెవరు? ఇదేమిటి? నన్ను వల్లకాటికిఁ దీసికొనివచ్చినారు. ఏదీ! రాత్రి నా ప్రక్కను బండుకొన్న పిల్లవిధవలు! నన్నెవరో యీలాగున తీసుకువచ్చు చుండఁగా నా ప్రక్కను పండుకొన్న కుట్టివెధవలు భయపడి పారిపోయినారు గాఁబోలు!" అని లేచి నిలిచెను. పంతులు గారి నెవ్వరు చంపఁదల్చుకోలేదనియు నెవ్వరో కోపముచేతనో

కొంటెతనము చేతనో నీవిధముగాఁ జేసినారనియు నచ్చటఁ జేరిన గ్రామవాసులందరు నిశ్చయించిరి. పదిమంది పెద్దమనుష్యులను బ్రోగుచేసి పోలీసు వారికి వర్తమాన మంపించి భోజనములు లేకుండ మూడు జాముల దాక గూర్చుండి పంచాయితీ చేయనక్కర లేకుండ వ్యవహారము చులకనగానే తేలినదని మునసబు కరణములు సంతోషించుచు నింటికిఁ బోయిరి.

"తమ మరణానంతరము బంధువులు తమనిమిత్త మెట్లు విలపింతురో చెవులార వినియెడి భాగ్య మెవ్వరికబ్బదు. గణపతి కట్టి మహోత్సవము తీరిన"దని నవ్వుకొనుచు గ్రామవాసులనందఱు నచ్చటికిఁ జేర్పఁగలిగిన యీ పన్నాగము పన్నినవారి బుద్ధికుశలత మెచ్చుకొనుచు గ్రామీణులు "వహవ్వా! ఏమి పంతులయ్యా! ఎందరినో పంతుళ్ళను చూచినాము గాని యింత విపరీతపు పంతులును చూచినాము కాము. మన యదృష్టము కొద్ది దొఱికినాఁడు గాని" యని పరిహాసాస్పదమగు పలుకులు పలుకుచుఁ బోయిరి. అప్పుడు సింగమ్మ కొందఱు పెద్దమనుష్యులంగనుఁగొని "చూచినారా నాయనా! కిట్టకపోతే కిట్టక లుండవలెను. గాని యింత దుర్మార్గపు పని చేయవచ్చునా? పోనీ! కొంటెతనము కోసము చేసినారంటారా వేళాకోళపు మాట లాడుకోవచ్చును. హాస్యములు చేసికోవచ్చును. సరసాలాడుకోవచ్చును గాని యింత కొంటెతన మున్నదా? ఒక బిడ్డ నాకు. నాకెంత నాగాయిత్యముగానున్నది. ఈలాటి మోటసరసాలా! ఈ పని జేసిన దెవరో తెలిసిన పక్షమున దుమ్మెత్తి పోసెదను. మునసబుగారితోఁ జెప్పి బొండవేయించెదను. వాళ్ళమ్మకడుపుగాలా, ఈలాటి పనిచేసినవాళ్ళ వంశాలుండవురా నాయనా. మీకు తెలిసిన వాళ్ళ ముఖాలు చీకితాటాకులతో తగలఁబెట్టి నోట్లో గడ్డిపెట్టండి. అర్ధాయుస్సు ముండాకొడుకులకుఁగాని యిట్టి బుద్ధులు పుట్టవు. నా మనస్సెంత క్షోభపడిందో వాళ్ళ తల్లులుగూడా యింత క్షోభపడవలెను. చూడు, నేనున్నాను ఉత్తమ యిల్లాలు బిడ్డను" అని తాఁ జెప్పవలసిన దంతయుఁ జెప్పి "దా నాయనా యింటికి. యాకటుక మీఁద నిన్ను మోసికొని వచ్చినవాళ్ళనే మోసికొని పోవుదువులే. నీవు చిరంజీవివై నూరేళ్ళు బ్రతకఁగలవు. ఆ దుర్మార్గపు ముండా కొడుకులు రాళ్ళు పగిలిపోయినట్లు తలలు పగిలి చచ్చిపోగలరు" అని కుమారుని చేయిపట్టుకుని యింటికిఁ దీసికొనిపోయి దృష్టిఁదీసి వేఁడి నీళ్ళతో స్నానము చేయించెను.

శ్మశానవాసదోషము తొలఁగి పోవునట్లు పిశాచాది పీడపరిహార మగునట్లు మహాదేవశాస్త్రి విబూతి మంత్రించి గణపతి మొగమునిండ బొజ్జనిండ భుజముల నిండఁ బెట్టి శతగాయత్రీ జపము జేసికొమ్మనెను. గణపతికి గాయత్రీ మంత్రము రా దన్నమాట మహాదేవశాస్త్రి యెఱుఁగడు. అయినను గణపతి యీ జపము చేసినట్లే యభినయించెను. ఆఁనాడు మహాదేవశాస్త్రిగారిల్లు కోటిపల్లి తీర్థమువలె నుండెను. శ్మశానభూమికి గ్రామమున గల మగవారే వెళ్ళిరిగాని స్త్రీలు శిశువులు మొదలగువారు వెళ్ళకపోవటం జేసి వారందరు గణపతిఁ జూడవచ్చిరి. విబూతిపెండెకట్లు పెట్టుకుని జంగము దేవరవలె గూర్చున్న గణపతిం జూచి వారందరు నవ్వి "అదృష్టవంతురాలవమ్మా" యని యతని తల్లిని బరామర్శచేసి వెళ్ళిరి. నాటి రేయి మొదలు గణపతికి స్వప్నములో స్మశానము కాష్టములు

కటుకలు కుండపెంకులు గుడ్డపేలికలు చాపలు మొదలైనని కనబడcజొచ్చెను. స్వప్నదృష్టములైన యా వస్తువులం జూచి యతcడు పెద్దపెట్టున నేడ్చుచుండును. "నే చావలేదు నన్ను దహనము చేయకండ్రోయి" యని కేకలు వేయుచుండును. తల్లి యతనిం గట్టిగc కౌcగిలించుకుని పండుకొనవలసి వచ్చెను. ఈ పని యెవ్వరు చేసిరని గణపతి తన ప్రక్కన రాత్రి పండుకున్న బడిపిల్లలను బిలిచి యడిగెను.

ఆ శిష్యులిట్లనిరి. "పంతులుగారు! రెండు జాముల రాత్రివేళ కాగడాలతో నెవరో కొందరు వచ్చిరి. ఎవరో మనుష్యులనుకుని మేము లేచి యెవరు వారని యడిగితిమి. వారు మాకుత్తరము చెప్పలేదు. వాళ్ళనోళ్ళు చిన్నవి. కడుపు బానకడుపులు, మడుమలు ముందటికి పాదములు వెనుకకు నున్నవి. చిన్నప్పుడు మాతాత మానాయనమ్మ

దయ్యములాలాగుండునని చెప్పిన మాటలు జ్ఞప్తికి వచ్చెను. అవి కొఱవి దయ్యములు అని మేమప్పుడనుకొంటిమి. కేకలు వేసిన పక్షమున నోళ్లు నొక్కునని మేము కిక్కురుమనకుండ మా ప్రాణములఅచేతిలోఁ బెట్టికొనిఁ పాఱిపోయితిమి. మిమ్ములేపుటకైన వ్యవధానము లేకపోయినది. ఆ కొఱవిదయ్యములే యింతపని చేసినవి". గణపతి కామాటలు సత్యములని తోఁచెను. ఎవరో కొంటె పిల్లవాండ్రా పనిచేసియుందురని చూడవచ్చిన గ్రామస్థులందరు నేకగ్రీవముగాఁ జెప్పినను గణపతి వారిమాట యందు లేశమైన విశ్వాసముంచక తన విద్యార్థుల మాటయందె నిండునమ్మకముంచి పిశాచ మాంత్రికుని కడకుఁబోయి వానికిఁ గొంతద్రవ్య మిచ్చి మంత్రించిన విభూతి పుచ్చుకొని మేనఁబాముకొని రెండు రక్షరేకులు పుచ్చుకుని రెండు భుజములకు గట్టుకుని వీధులలో నెన్నఁడు బండుకొనఁగూడదని లోపలనె బండుకొనుచుండెను.

శిష్యుల కొంటె తన మెరుఁగడు గనుక వారినే నమ్మి తన ప్రక్కకు వారిని బండుకోపెట్టుకొనుచుండెను. ఒకనాఁడొక శిష్యుడు చేత త్రాడుదెచ్చి వానిజుట్టుకు ముడివైచి యాత్రాడు దూలమునకుం గట్టెను. ఆనాఁడు గణపతికి నిద్రలో దాహము విశేషమున నైనందున రెండు జాములరాత్రివేళ నతనికి మెలకువచ్చి దాహము త్రాగుటకై లేవఁ బోగాఁ దన జుట్టు పట్టుకుని యెవరో లాగినట్టయ్యెను. అప్పుడతడు మహాభయ భ్రాంతుఁడై "చచ్చిపోయినానోయ్ నాయనా! దయ్యములు నా జుట్టుపట్టుకుని లాగు చున్నివిరోయి. ఓ అమ్మా! ఓ శాస్త్రి గారు! చచ్చిపోయినాను చచ్చిపోయినారు రండోయి రండోయి రండో" యని యుచ్చైస్వరముతో నఱచెను. కొంటెతనము చేసిన విద్యార్థియు వానితోఁబాటు "దయ్యాలుబాబో! దయ్యాలు" అని యేడువఁజొచ్చెను. తక్కిన విద్యార్థులుగూడ నాఁటికుట్రలో జేరిన వారే యగుటంజేసి చకిత స్వాంతులైనట్లభినయించి గోలపెట్టి యేడ్చిరి. "అయ్య కొడుకో కొడుకో" యని సింగమ్మ లోపల నుండి వచ్చెను. ఇంటిలోపల దీపము లారిపోయినవి. సింగమ్మ నిద్రలో నుండి యకస్మాత్తుగ లేచి గుమ్మమెక్కడున్నదో యెఱుఁగక గోడమీఁదబడి మొగమునకు దెబ్బతగిలించుకుని దయ్యములే పడవేయుచున్నవని కొడుకుగతి యేమైనదోయని ఏడ్వఁజొచ్చెను.

ఇంతలో మహాదేవశాస్త్రి తనయడవ సంచితీసి చెకుముకిరాతితో నిప్పుగీచి దీపము వెలిగించి చూచునప్పటికి గణపతి జుట్టునుఁ ద్రాడుపోసి దూలమునకు గట్టియుండుట కనఁబడెను. అపుడాయన నిజస్థితి చెప్పి గణపతి భయముడిగి యది యాశిష్యులలో నెవ్వరోచేసిన కొంటెతనమని గట్టిగాఁ జెప్పెను. అది దయ్యములు చేసిన పనిగాని మేము చేసిన పనిగాదని విద్యార్థులు గురువుగారి మీద నొట్టుపెట్టుకుని చెప్పిరి. గణపతి కామాటలే విశ్వా పాత్రములైనను మహాదేవశాస్త్రి నాటి నుండి విద్యార్థులను లోపలికి రానియ్యగూడదని నొక్కి వక్కాణించెను. మఱియొకఁనాడు మహాదేవశాస్త్రి సకుటుంబముగా బంధుగృహమున జరుగు వివాహము నిమిత్తము పలివెల వెళ్లెను. ఇంటిలో గణపతియుఁ దల్లియు మాత్రముండిరి. తల్పులన్నియు వైచుకుని రాత్రి తల్లీ కొడుకులు నిద్రపోవుచుండఁగా దొడ్డిలోనున్న తాటియాకులపాక యంటుకొనెను. చుట్టుప్రక్కలనున్న జనులందఱు లేచి కుండలతోను బిందెలతోను నీళ్లుతెచ్చి యది యార్పఁ బ్రయత్నించిరి. పెద్దగోలయ్యెను.

తలుపులు తీయమని సింహద్వారము నొద్ద దొడ్డిగుమ్మంనొద్ద నాకాశము మారు మ్రోయునట్లు గ్రామవాసులు పెద్దపెట్టున అఱచిరి. గాని గణపతికిఁగాని తల్లికింగాని మెలుకువరాలేదు. గ్రామీణులలో గొందఱు గోడదూకియు దొడ్డిగోడదూకియు గొందరు నిచ్చెనలు వైచుకుని లోపలకి దిగియు దొడ్డి తలుపు దీసుకుని యంటుకున్న పాక చల్లార్చిరి. కాని గణపతికి మెలకువ రానందున గ్రామవాసులు కొందరు తలెత్తి తలుపులు తీసి గణపతిని లేపఁబూనిరి గాని యంతకు నతనికి మెలకువ రానందున నతని చెవిలోఁ జల్లని నీరు పోసిరి. అప్పుడతడు మేల్కొనియెను.

మఱియొకసారి గణపతి మహాదేవశాస్త్రిగారితోఁ గలిసి రాత్రి బండి మీఁదఁ బయనమై వెళ్ళుచుండెను. అది చీకటి రాత్రి. బండి పొలములో నుండి వెళ్ళునొకచోట బోర్లాపడెను. అదివఱకు బండిలోఁ బండుకుని నిద్రపోవుచున్న గణపతి బండి బోర్లపడినప్పు డెగిరి దూరముగా బడెను. కునికిపాట్లు పడుచున్న మహాదేవశాస్త్రి మఱియొకవైపునఁ గూలబడియెను. శాస్త్రి గారికిఁ జేయి ముడతబడి నొప్పిపట్టెను. బండివాడు గమ్మడిఛాయవలె నేలఁమీదబడ వానిచట్ట విఱగెను. చట్టవిరిగినది కాబోలు యని వాడేడ్వఁ జొచ్చెను. నాచేయి విఱిగినదిరా యని శాస్త్రి హీనస్వరముతో బలికె. గణపతి ఏమయినాఁడోయని శాస్త్రి బెంగగొని గణపతీ, గణపతీ యని పదిసారులు పిలిచెను. అతఁడు పలుకలేదు. ఎద్దులు త్రొక్కి చంపినవో బండి చక్రము క్రిందఁబడి చచ్చెనోయని శాస్త్రి "భగవంతుడా! యీ ప్రయాణ మెందుకు దెచ్చిపెట్టితిని. పాపమీ కుఱ్ఱవాని జంపుటకా" యని ఖేదపడుచుండనంతలో నెవరో మార్గస్థులు చిన్నలాంతరు పుచ్చుకొని యీ దారినె వెళ్ళుచుండిరి. మహాదేవశాస్త్రి దూరమునబోవుచున్న యీ బాటసారులను గేకవైచి పిలచెను. వారాకూతవిని రాగా శాస్త్రి వారిందగ్గరికి పిలిచి "మా బండి బోర్లాపడినది. నిద్రించుచున్న పిల్లవాఁ డెక్కడనో బడిపోయినాఁడు. చచ్చిపోయినాఁడేమోయని భయపడుచున్నాము. కొంచెము వెదకండిరా నాయనా!" యని చెప్పెను. వారు నలుదెసలు కలయ గనుఁగొనఁగా గణపతి యొకచో బడియుండెను. ఆ పిల్లవాఁడు స్మారకములేక పడియున్నాడండి యని శాస్త్రితోఁ జెప్పిరి.

బ్రతికియున్నాఁడో లేడో నాడి చూచి ముక్కుదగ్గిర వేళ్ళు పెట్టి చూడండియని ప్రత్యుత్తరమిచ్చి చేతినొప్పితో మెల్లగ నచ్చటి కరిగెను. వారట్లుచూచి "బ్రతికి యున్నాఁడు. తలకు మోపైన దెబ్బ తగిలియుండఁబట్టి తల దిమ్మెత్తి పడియుండఁబోలు"నని చెప్పి చేతితో నిట్టటు గదిలించి చెవి దగ్గఱ గణపతీ, గణపతీ యని గట్టిగా నఱచిరి. అప్పుడతఁడు ఆఁ యని పలికెను. మఱియు నట్టి విధముగానే యిద్దఱు రెండు చెవులదగ్గరఁ జేరి కంఠములెత్తి బిలువనతఁడు మేల్కొని బండి యాపిరేమియని యడిగెను. అపుడు జరిగిన వృత్తాంత మంతయు శాస్త్రి వానితో జెప్పెను. క్రొత్త బాటసారులు గణపతియొక్క యఖండ నిద్రను దెలిసికొని కలియుగ కుంభకర్ణుఁడురా యీ గణపతి యని మహాశ్చర్య మనస్కులై తమదారిం జనిరి. మన కథానాయకుని నిద్రాతిశయమును గూర్చి వ్రాయఁదలఁచుకొన్న పక్షమున నింకను ననేకోదాహరణములున్నవి. గాని గ్రంథవిస్తరణభీతి చేత నింతటితో విరమింపవలసి వచ్చె.

పదునెనిమిదవ ప్రకరణము

గణపతియొక్క బ్రతుకంతయు నల్లరి బ్రతుకగుటచేతను నతని తెలివితేటలు బాలకుల తల్లిదండ్రులకే గాక బాలకులకుఁ గూడ విస్పష్టముగ దెలియుటచేతను బడిక్రమక్రమముగ క్షీణించెను. గణపతిచేష్టలు జూచి నవ్వఁదలఁచినవారును వినోదముగఁ గాలక్షేపము చేయఁదలచిన వారు మాత్రమే యతని చుట్టుంజేరజొచ్చిరి. బాలకుల సంఖ్య క్షీణించినను బెద్దవా రనేకులు సయితము తమ కేదియుం దోఁచనప్పుడు బనిలేనప్పుడు నతని బడికిఁబోయి కూర్చుండి యాతని మర్కట చేష్టలు నసందర్భ ప్రలాపములు విని యానందించుచు వచ్చిరి. బడినిండుగా నున్నప్పుడు జీతముల క్రింద బాలకుల తల్లిదండ్రులు ధాన్యము కందులు కూరలు మొదలగు వస్తువులు పంపుచుండుటచేత అతని యింట నిబ్బంది యంత విశేషముగ లేకపోయెను. అంతియే గాక దెబ్బలు తినలేక బాలకులు తెచ్చి యిచ్చు లంచముల చేత గూడ కొంతకాల మతనికి దారిద్ర్యము లేకపోయెను.

కాని ముగ్ధభావము దాచిపెట్టిన దాగునదిగాదు కనుక క్రమముగ బయలుపడి యాతని యం దించుకయు గౌరవము లేకుండునట్లు చేసెను. గ్రామవాసులలోఁ గొందరు తమ బిడ్డలకు విద్యాభ్యాసము జేయించునట్టి మంచి యుపాధ్యాయుఁడు లేనందున విచారించి క్రొత్తపేట వెళ్ళి యచ్చట నుండి యొక యుపాధ్యాయునిఁ దీసికొనివచ్చి మఱియొక యరుఁగు మీద బడి పెట్టించి తమ బిడ్డల నచ్చటికిఁ బంపఁదొడఁగిరి. గణపతియం దేకారణముచేతనో యభిమానమున్న కొందరు మాత్రము తమ పిల్లలనితని బడికే యెప్పటియట్లు బంపుచుండిరి. క్రొత్తగా వచ్చిన పంతులు యుక్తాయుక్త వివేచనా జ్ఞానము గలవాఁడగుటచేతను వికృత చేష్టలుగాని విపరీత లక్షణములు గాని యతనికడ లేకపోవుటచేతను మంచి బోధన శక్తి గలవాఁడగుటచేతను విశేషించి వినయాది సద్గుణములు గలవాడఁగుట చేతను గ్రామవాసుల కతనియెడ క్రమక్రమముగ నభిమానముదయించెను. తమబిడ్డల నతని పాఠశాల కంపి వారాయభిమానము స్థిరము చేసిరి. కాలక్రమముగ గణపతి బడి వట్టిదయ్యెను.

అందుచేత నతఁడు జీవనాధారము లేక మఱియొక వృత్తినేదైన స్వీకరింపవలెనని యాలోచించుచుండగా శివరాత్రి కాయూరికి భాగవతులు వచ్చి భాగవత మాడిరి. పలివెల నుండి యండమూరి గరుడాచల మనువేశ్యాంగన యా భాగవతములో సత్యభామ వేషము గట్టెను. ఆ భాగవతము గణపతి చూచి మిక్కిలి సంతసించి మరునాఁడు వేశ్యలున్న బసకు బోయెను. అతడచ్చట గూర్చున్న సమయమున మేళ నాయకురాలైన గరుడాచలము దానితల్లియగు పాపాచలము మద్దెలవాడు సారంగవాయించువాడు హాస్యగాఁడు మున్నగు వాండ్రందరు గృష్ణవేషగాఁడు తగినవాఁడు దొఱకలేదనియు స్థిరముగా దమవద్ద నుండునట్టి వేషగాఁడు దొరికిన పక్షమున తమ మేళము మిక్కిలి బాగుండు ననియుఁ జెప్పుకొనిరి. అది విని గణపతి గరుడాచలమువంటి సరసురాలు సత్యభామ వేషము వేయుచున్నప్పుడు తనవంటివాఁడు కృష్ణవేషము వేసిన పక్షమునఁ దనజన్మము ధన్యమగుననియు, జన్మము

ధన్యమగుటయే కాక తన పితృమాతృ వంశములు గూడ జరితార్థము లగుననియుఁ దలఁచి "కృష్ణవేషగాడు దొరికిన పక్షమున మీరేమి జీతమిత్తు"రని యడిగెను.

"ఆటకు రెండు రూపాయలు చొప్పున నిత్తు"మని గరుడాచలముత్తరము చెప్పెను. "నెలకెన్ని యాటలుండు"నని యతండు మరల నడిగెను. "అది మన యదృష్టమును బట్టి యుండును. ఒకప్పుడు నెలకునాలుగాటలుండును, ఒకప్పుడు రెండాటలుండును. ఇన్నని వక్కాణించి చెప్పజాల"నని యా వెలయాలు బదులు చెప్పెను. "నీకు శూద్రుడు

కావలెనా, బ్రాహ్మణుడు కావలెనా" యని గణపతి వెండియుం బ్రశ్నింప "ఏ మింత తరచి తరచి యడుగుచున్నారు. మీకాపని గావలెనని యున్నదా" యని వేశ్యమాతయైన వృద్ధాంగన యడిగెను. "ఔను! మీ కంగీకారమైన పక్షమున నేనే కృష్ణవేషము వేయవలసి యున్నది" యని యతడుత్తరము జెప్పెను. అతని వాలకము మాటతీరు చూచి యతండా పని కక్కఱకు రాఁడని పాపాచలము తలంచెను గాని తమ మేళములో నతఁడుండుట వినోదకరముగా నుండి తమకు బ్రొద్దుపుచ్చుననియు నవసరమైనప్పుడు నతనిచేఁ గృష్ణవేషము గూడ వేయింప వచ్చుననియు గరుడాచల మాలోచించి "సరే! మీరు మా మేళములో నుండవచ్చును. మీ బట్టలు మూటఁలుగట్టి తెచ్చి మాతో రండి!" యని చెప్పెను.

ఆ పలుకులు నిజముగా నతని మనస్సు మీద నమృత వర్షము గురిసినట్లయ్యెను. తను కృష్ణవేషము ధరియించుట గరుడాచలము సత్యభామ వేషము ధరించుటఁ దలంచుకొని గణపతి నిజముగా దానా మేళ నాయకురాలికిఁ బ్రాణ నాయకుడుఁ యనుకొని యపారమైన సంతోషము నొందెను. సత్యభామ తన్ను వరించునని తెలిసినప్పుడు శ్రీకృష్ణుఁడెంత యానందము నొందెనో లేదో మనము చెప్పజాలము. ఆ దినమున నతని మనంబునం గలిగిన గర్వము వర్ణనాతీతమై యుండెను. గరుడాచలము బస నుండి యింటికి పాత శిష్యులను గొందఱిని గ్రామవాసులలోఁ గొందఱిని గలిసికొని మీసము మీఁద జేయివైచి రెండుమూఁడు సారులు సకిలించి కోరచూపులు చూచుచు నిట్లనియె.

"చూడండి నా తమాషా! మీ యూరివారు నా తెలివి, నా తేట, నా మంచి తనము, నా యోగ్యత విచారించకుండఁ దమపిల్లలను నేను విద్యాబుద్ధులు చెప్పి బాగుచేసినందుకు విశ్వాసమైన లేకుండ నిష్కారణముగా మఱియొక పంతులును బిలుచుకొని వచ్చి పోటీగా బడిపెట్టించినారు. వెధవబడి వెధవబడి. నాబడిపోతేయెంత, ఉంటే యెంత? ఇంతకంటె నెక్కువ పని సంపాదించినాను. గరుడాచలము తన భాగవతములలో శ్రీకృష్ణవేషము వేయమని నన్ను బతిమాలినది. దాని మాట తీసివేయలేక నేను సరేయని వప్పుకొంటిని. చూడండి! యెటువంటి గౌరవమైనపని సంపాదించినానో. గరుడాచలమంటే యేమనుకొన్నారు? దేశదేశాల పేరు మ్రోగిన యాటకత్తె అది. భామ వేషం కట్టితే చూచినవారు మూర్ఛపోవలెను. అది పాడితే ఆదిశేషు డాలకించవలెను. దాని భాగవతంలో కృష్ణవేషం కట్టడమంటే తాహసిల్‌దారీపని చేయడమన్నమాట. ఈబడి పోఁగానే మరేపని సంపాదించుకొనలేకుండ నేనంత వెధవననుకొన్నారా? మీకు గణపతంటే సామాన్యుఁడు గాఁడు, వీఁడు మైరావణుఁడని యిప్పుడయినా తెలిసిందా? దాని భాగవతములో కృష్ణవేషము వేయఁగల యదృష్ట మెంతవానికిఁ బట్టును. వేదం జదువుకున్న వెట్టినాన్నలకు శాస్త్రాలు నేర్చుకున్న సన్యాసులకు పెద్దవాళ్ళ మని తెగనీల్గే పెద్దన్నయ్యలకు ఈ యోగము పట్టునా? నా యదృష్టముచేత నాకు పట్టినది."

అని త్రైలోక్య సామ్రాజ్యపదవి తనకుఁజేరినట్లు సంతసించు నతఁడు పలికిన యా వెంగలి పలుకులు విని వారు ముసిముసినవ్వులు నవ్వుకొని "నిజముగా నీ యదృష్టము చేతనే దాని సేవ లభించినది. ఈ గ్రామములో నింతమంది యున్నారు. వారికెవరికైన

లభించినదా? అందొక్కకరి పూర్వజన్మ పుణ్యమువల్ల వచ్చుచుండును. "ముఖే ముఖే సరస్వతి" అన్నారు. నీ ముఖము చూడఁగానే గరుడాచలము మీచేత శ్రీకృష్ణమూర్తి వేషము వేయించి తాను భామవేషముకట్టి "రారా నందకుమారా రారా నవనీతచోర!" యని నీ బుగ్గమీఁద చేయివైచి ధన్యురాలు కాఁదలచుకొన్నది. ఇంతకు దాని యదృష్టము మంచిది. కాని యెడల నీవంటి బ్రాహ్మణోత్తముఁడు దానికి వేయిజన్మములు తపస్సు చేసినను దొరకునా? మమ్మది చేర్చుకొన్న పక్షమున నాల్గువరాలు సొమ్ము దానికిచ్చుకొందుము. లంచమిచ్చినను మమ్ములను జేరనియ్యదు. నీ ముఖారవిందము చూడఁగానే యది నీవలలోఁబడినది" యని వారెగతాళి చేయుచుఁ బలికిరి.

వారు దన్ను బరిహాసము చేయుచున్నవారైనను నా బాలీశుఁడు గ్రహింపలేక దేశమందఱు తన్నుగౌరవించునట్టి మహాపదవిలోనికి వచ్చినట్లు సంతసించి యావార్త తల్లికిం జెప్పెను. అది విని యామె తన కొడు కేనుఁగునెక్కినట్లు సంతసించి "నాయనా మంచిపని సంపాదించినావు. నీ కింత గొప్పతనము పట్టినందుకు ఈ యూరి వారందరు కన్నులలో నిప్పులు పోసికొంటారు. దిక్కుమాలినబడిపోతే పోయిందిలే! దాని తాత వంటి పని వచ్చినది. నేనిక్కడనే సోలెడు బియ్యము కాచుకొని కాలక్షేపము చేయుచుండెదను. నీవు వెళ్ళిరా" యని యన్నము పెట్టి పంపెను. గణపతి తన గుడ్డలు నాలుగు మూటగట్టికొని తన స్నేహితుల్ని బిలిచి "ఈ చుట్టు ప్రక్కల గరుడాచలం భాగవతం కట్టినదంటే నేను కృష్ణవేషము వేసినానన్నమాటె. మీరఁదరు నాకోసమైనా భాగవతం చూచుటకు రండి! నా వేషమెంత దర్జాగా నెంతఠీవిగా నుంటుందో మీరు చూతురుగాని. అల్లరి చిల్లరి వెధవలు, వేషము కట్టినట్లు కడతా ననుకున్నారా యేమిరా. ఎంత చమత్కారముగా నుంటుందో నా వేషము చూచిన తరువాత మీకే తెలియఁగలదు. తప్పకరండి" యని ప్రత్యేకముగ నొక్కరొక్కరితోఁ చెప్పి గరుడాచలముతో బయలుదేరి పలివెల వెళ్ళెను.

ఆయూరు వెళ్ళిన తరువాత గణపతి గర్వము మేఱమీరెను. మీరెవ్వరండి యని యతని నెవ్వరయిన క్రొత్త వారడిగినప్పుడు గరుడాచలము మగఁడనని యుత్తరము చెప్పుచుండును. ఆ వణ్యాంగన భామవేషము కట్టినప్పుడు తాను కృష్ణమూర్తి వేషము కట్టఁదలచుకొనుటచే నది యొక్కసారి యైనను గట్టకమునుపే తా నామె మగఁడైనట్లు భావించుకొని యటులే లోకమున చెప్పఁదొడంగెను. వెలయాలును నిజముగ నుంచుకొన్నవారు సయిత మా విధముగ నెన్నఁడు జెప్పుకొనరని మనమందఱ మెరుఁగుదుము. అయినను గణపతి సంబంధ మారోపించుకొని యది తనకు గొప్పతనము గలిగించునని తానిట్టియత్తరము చెప్పుట కవకాశము గలిగినందుకు మిక్కిలి సంతసించుచుండెను. గణపతి బ్రాహ్మణుల యింట భోజనము జేసి తక్కిన కాలమంతయు గరుడాచలముయొక్క గృహమందె గడుపుచుండును.

అంతఁ గొన్నాళ్ళకు గొత్తపేట డిప్యూటీ తహసీలుదారుగారు గరుడాచలమును పిలిపించి భామ వేషమును గట్టుమని యాజ్ఞాపించిరి. ఆ తహసీలుదారువారి యాజ్ఞ తిరస్కరించుట కొంచెము గొప్పస్థితిలో నున్నవారికె యపాయకరమై యుండ నా

దినములలో వెలయాలునకు గొఱవితో దలగోకికొనుటయని వేరే చెప్పనక్కరలేదు. అందుచేత నామె యచ్చటకి వెళ్ళి భాగవతము గట్టెను. హాస్యగాఁడు మద్దూరి మహాదేవుఁ డను బ్రాహ్మణుఁడు. అతఁడు హాస్యమున మిక్కిలి గట్టివాఁడని పేరువడసెను. అతని హాస్య ప్రసంగములు విని సభాసదులు కడుపులు చెక్కలగునట్లు నవ్విరి. సత్యభామ తెరమీఁద జడవైచి దానిని మిక్కిలి సొగసుగా వర్ణించుచుండ తహసీలుదారుగారు జరుగుచున్న యాలస్యము నోర్వక యేమిటది గేదెతోఁక లాగున జెడ తెరమీఁద వైచి లోపల కూర్చుండి యేదో గింజుకొనుచున్నదేమిటి? ఎవరోయి బంట్రోతు! జెడపుచ్చుకొని లాగి ఈవల కీడ్చుకుని రావోయియని కేకవైచెను. గరుడాచలము సహజముగ గర్వోన్మత్తురాలు. ప్రశస్తమైన కంఠమును భామవేషధారణ ప్రవీణతయు గర్వమును హెచ్చించెను. తహసీలుదారుగా రాడిన పలుకులామెకు దుస్సహములై ప్రత్యుత్తర మీదలచినను నటువంటి మహాధికారిని యెదిరించుట సర్వనాశనమునకు దారి చేసికొనుటయని గుర్తెఱిఁగి బంట్రోతు ఈడ్చికొని రానక్కర లేకయె జడవర్ణనము ముగించి తెర వెడలివచ్చెను. గరుడాచలము తన్నుంచుకొన్న రసికుల ప్రేరణముననొ వారికిఁ గుతూహలము గల్పింపవలెనను సంతసము చేతనో చిన్ననాఁడు తల్లి చేసిన యలవాటుచేతనో, మనస్సున కుత్సాహము గలుగునను తలంపుచేతనొ వేసవి కాలమందు కల్లును తక్కిన కాలములందు సారాయుఁ ద్రాఁగుచుండును. భామవేషము కట్టినప్పుడు చాకచక్యము హెచ్చుటకై యామె తప్పక కొంచెము పుచ్చుకొనివచ్చును. ఆనాఁడు మోతాదు కొంచెమెక్కువయ్యెను. సగము కలాపము వినిపించునప్పటికి మత్తు సంపూర్ణముగ నెక్కుటచే నామె తప్ప తప్ప మాటలాడుచు నేలమీఁదబడెను. హాస్యగాఁడు మద్దెలగాఁడు శ్రుతి గాఁడు గరుడాచలము నేలఁబడుటకుఁ గారణమెరుఁగుదురు. కాని గుట్టు బయటబెట్టుట వారి కిష్టము లేదు.

కావున హాస్యగాఁడు ముందుకువచ్చి గుండెబాదుకొని "మహాప్రభూ దుర్మార్గు లెంతపని జేసినారో చిత్తగించండి. గరుడాచలము యొక్క చక్కదనము సంగీతము భామవేషములోని ప్రజ్ఞ చూచి యోర్వలేక యెవఁడో పాపాత్ముఁడు ప్రయోగము చేసినాఁడు. నేలఁబడిపోయినది! మేము దేశ ద్రిమ్మరులము కనుక మా దగ్గర వీనికిఁ బ్రతిక్రియలున్నవి. ఇంతమాత్రము చేత భయములేదు. కాని యిఁక నీ రాత్రికి భాగవతము సమాప్తము. పాపమది రేపు మధ్యాహ్నము వరకు లేవలేదు. మహాప్రభూ, ఈ వేళకు సెలవిప్పించండి. రేపురాత్రి యిటువంటి దొంగదెబ్బలు తీయునట్టి దుర్మార్గులకు దొరకకుండ జాగ్రత్తపడి తిరిగి భాగవతము గట్టెదము" అని వేఁడుకొని గరుడాచలమును దీసికొనిపోయెను. దాని పలుకులు సత్యంబులుగా వగచి యెవఁడో నిజముగఁ ప్రయోగము చేసినాడని నమ్మి ప్రేక్షకులు వానిని నోటికివచ్చినట్లు తిట్టిపోసిరి. మరునాఁడు మరల భాగవతము జరిగెను. కొత్తపేటలో జరుగబోవు భాగవతమునకు రమ్మని యదివరకె గణపతి తన స్నేహితులకు వర్తమానమంపెను. అందుచే హాయిగా భాగవతము జూచుటకును గణపతి యొక్క కోర్కె నెఱవేర్చుటకును మందవల్లి వాసులలోఁ బనిపాటులు లేని పడుచువాండ్రు పదిమంది వెళ్ళిరి. చదువురాని యాడువాండ్రు పాటలు చెప్పుకొన్నట్లు

గణపతి తన కలాపభాగము నొకరిచేతఁ జెప్పించుకొని వల్లించెను. ఇప్పుడు కొన్ని రాగము లతఁడు నేర్చుకొనెను. కాని చిన్నవాఁడు తల్లి కొట్టినప్పుడు పంతులు బాదినప్పుడు పెట్టురాగాలకు నీ రాగాలకు నంతగా భేదము కనఁబడలేదు. ఆనాడు సత్యభామ నిర్విఘ్నముగా దన కలాపము వినిపించెను.

హాస్యగాని వేషముకంటె కృష్ణవేషమె సభ్యుల కెక్కువ యానందము గలిగించెను. అనఁగా నతఁడు చక్కగా కథాకలాపము వినిపించుట వలనని తలంపవలదు. వామనావతారమును దలపించు నతని మూర్తియె మొదట నానంద కారణమయ్యెను. తరువాత నానంద కారణమిది. తాను జగద్రంజకముగఁ దనకథాభాగము వినిపించగలనని గంపంతయాసతో నుండఁగా సభాసదులం జూడఁగానే యతనికి మేన ముచ్చె మటలు బోసెను. నోటమాట వెడలలేదు, తన స్నేహితుల యెదుర అవమానము గలుగునని యాతఁడెంతో వగచి జ్ఞాపకము జేసికోవలెనని కడుప్రయత్నము చేసెను. కాని తాళము పోయిన పెట్టెలోనున్న వస్తువువలెనే కథాభాగము దుర్లభమయ్యెను. సభాసదులందరు జప్పటలు కొట్టినవ్విరి.

అంతలో హాస్యగాఁడు కృష్ణవేషగానిని కొంచెము కదిపి మాట లాడించవలెనని మాధవా మన దేయూరని యడిగెను. కృష్ణవేషములో నుండుటచే ద్వారకాపురమని గణపతి యుత్తరము జెప్పుటకు మారుగా మనది మందవల్లి గాదట్రా ఎరుగని వానివలె నడిగెదవేమని ప్రత్యుత్తరము చెప్పెను. అప్పుడు సభాసదుల యానందమేమి చెప్పుదును. చప్పట్లతో దెసలు మారుమ్రోగెను. హాస్యఁగాడు కడచినరాత్రి పన్నిన పన్నుగడయె మరల పన్నదలఁచి యెవరో మరల దెబ్బగొట్టినాడు మహాప్రభూయని చెప్పెను. కాని యా పలుకుల నేకులకు నమ్మదఁగి యుండలేదు. నిష్కారణముగ భాగవతము చెడిపోయినదని సభాసదులు విచారించిరి. గరుడాచలము సిగ్గుపడియెను. అందరు గృహముల కరిగిరి. గరుడాచలమునకు గణపతి యొక్క వేషభాషలు కొంతకాలము నుండి యేవగలిగించుచు వచ్చినను గథాకలాపము వినిపించుటలో నతనికేమైన ప్రజ్ఞ యుండునేమో యని యామె యాసబడెను. కాని యదిగూడ వట్టిదైనతోడనే తన కొలువులో నుండి లేచి పొమ్మని గణపతితోఁ జెప్పెను. ఇఁకమీఁద మిక్కిలి జాగ్రత్తతోఁ బని చేయుదునని గణపతి యామెను బహువిధముల బతిమాలెను. కాని వాని కోరిక నిరాకరించెను.

అటమీఁద నేవృత్తి యవలంబింపవలయునని గణపతి తన మిత్రులతో నాలోచింప నెక్కడైనను వంట బ్రాహ్మణుఁడుగఁ గుదిరిన పక్షమున చక్కగా జీవనము జరుగునని కొందరు మిత్రులుపదేశించి ఆ వృత్తి యతనికంతగా నిష్టము లేకపోయినను విధిలేక యతం డొడంబడ వలసి వచ్చెను. గరుడాచలము దగ్గరనున్నపుడు తలకు అగరునూనె సంపెంగనూనె రాచికొనుచు నది తీసిపాఱవైచిన పూలదండలు చేతులకు మెడకు దగిలించుకొని యానందించుచు దాని మగఁడనని చెప్పుకొనుచుఁ గడిపిన దినములే తన జన్మమధ్యమున శ్రేష్ఠమైన దినములుగఁ దలచి పూర్వ జన్మ దుష్కృత విశేషమున నట్టి యఖండయోగము తనకుఁ దప్పిపోయిన దని విచారించుచు నొక లోకలుఫండు యినస్పెక్టరుగారి యింట వంట బ్రాహ్మణుఁడుగ గుదిరెను. అన్నము పెట్టి నెలకు నాలుగు

రూపాయలిచ్చుటకు వారొడంబడిరి. కాని పదునైదు దినములు ముందుగా దన యాడువాండ్ర దగ్గఱ వంట నేర్చుకొమ్మని యా యధికారి గణపతితోఁ జెప్పెను. అట్లేయని గణపతి యాయన తల్లియు భార్యయు వంట చేయునపుడు దగ్గఱ కూర్చుండి వంటచేయు విధము కనిపెట్టఁజొచ్చెను.

ఇట్లొక మాసము గతించిన తరువాత యజమానుఁడు గణపతిని దీసికొని యొక గ్రామము వెళ్ళి యుద్యోగస్తుల నిమిత్తమేర్పడిన యొక బంగళాలో దిగెను. వంట కుపయోగించు పాత్రములను దెచ్చికొమ్మని యజమానుఁడు పలుమారు చెప్పెను. కాని మందమతులలో నగ్రగణ్యుడైన గణపతి గరిటెలు మఱచిపోయెను. ఒక్కొక్క మనుష్యునకెన్ని బియ్యము పోయవలెనో యతఁ డెఱుఁగఁడు. ఏ గిన్నె యెంత యుడుకునో తెలియక మానెడు బియ్య ముడుకుగిన్నెలో భోజనము చేయవలసిన వారు తమరిద్దఱైనప్పటికి నడ్డెడు బియ్యము బోసి పాక మారంభించెను. అన్నము గిన్నెలో నొక్కటేముద్దయై పోయెను. కలియఁబెట్టుకు గరిటె లేకపోవుటచే గణపతి చుట్టుప్రక్కల కరిగి యొక పుల్లదెచ్చి దానితోఁ గలియబెట్టెను. దైవ వశమున నది వేపపుల్ల యయ్యెను. పప్పులో నుప్పెక్కువ యయ్యెను. పైగా నది యెనుపకపోవుటచే బద్దలుబద్దలుగా నుండెను. చారు కాచెను. కాని యది కంసాలులు వెండివస్తువులు మొదలగు వానికి వన్నెదెచ్చుటకై యుడుక పెట్టెడు చింతపండుపులుసువలె రుచిలేక చూడ నసహ్యమై యుండెను.

యజమానుఁడు స్నానము చేసి వడ్డించమని కూర్చుండ గణపతి గిన్నె తెచ్చి యావేపపుల్లతోనే వడ్డించుటకు బ్రయత్నము చేసెను. కాని విస్తరిలో నన్న మూడిపడ దయ్యెను. గిన్నెనేల బెట్టికొట్టి వేపపుల్లతోఁ బొడిచిపొడిచి నానాబాధలు పడునప్పటికిఁ బారణపుముద్దలవలె రెండుండలూడి పడెను. ఆ తరువాత గణపతి పప్పు వడ్డించెను. అన్నము చిదుపుట యజమానునితరము గాకపోయెను. చేయివైచునప్పటికి నిప్పు మీద చేయివైచిన ట్లంటుకొనెను. విసనకఱ్ఱఁ దెచ్చి కొంతసేపు విసిరిన తరువాత నన్నము చల్లబడెను.

కాని యజమానుఁడు ప్రాణాహుతలు పుచ్చుకొనునప్పటికె యన్నము యొక్క రుచి తెలిసెను. వేఁపగింజలు వండిపెట్టినట్లుండెను. కాని యన్నము వండిపెట్టినట్లు లేదు. తరువాత యజమానుఁడు పప్పు నోటబెట్టెను. ఉప్పులో నాలుగు పప్పుబద్ద లడ్డము వేసి యతఁడు వండెనో పప్పులోఁజెరిసగ ముప్పు వేసియుండునో కనిపెట్టుట బ్రహ్మదేవుని తరము కాదు. అన్నము సూపము రుచి చూచిన తరువాత యజమానునకు దుఃఖము, కోపము నొక్కసారిగారాఁగా నిట్లనియెను. "హా! హా! హా! నీవంట యమృతము వలె నున్నదిరా. నలపాక భీమపాకము లనియీవఱకు లోకమున నున్నవి. కాని మాకర్మ పరిపాకముచేతనో దైవదుర్విపాకముచేతనో గణపతిపాకమని మూఁడవపాకము వచ్చినది. విరోధముచేత నెవఁడైన మఱియొకనిం చంపఁదలచుకొన్నపుడు నాభి, పాషాణము మొదలైన విషములు పెట్టనక్కరలేదు. నీచేత నొక్కసారి యన్నము వండి పెట్టించినఁజాలు ఏఁబది సంవత్సరములు బ్రతుక దలంచిన వాఁడాపూటకుఁ జచ్చును. ఉదయమున నేనేమియుఁ దినకుండ గుర్రమెక్కి యెంతో దూరము తిరిగి బడలి మిక్కిలి యాకఁలిగొని యింత మృష్టాన్నము నీవు వండి సిద్ధముగా నుంచుదు వని గంపంత

యాసతో వచ్చితిని, అన్నము పెట్టుటకు మారు నీవు సున్నము పెట్టితివి. నీవంట మండిపోనూ. ఇఁకచాలు. నన్ను చంపక నీదారిని నీవు వెళ్ళు నాయనా. మీ పెద్దలకు వేయి నమస్కారములు."

అనపుడు గణపతి చిన్నవోయి "వంటెందుకు బాగులేదో నేనెఱుఁగను. ఇది మీవాళ్ళు నేర్పినవంటే, నా వల్ల వచ్చిన లోపమొక్కటియే. గరిటె మఱచిపోయినాను. అన్న మీ పుల్లతో గలియఁబెట్టినాను. ఇది వేపపుల్ల యేమో తెలియదు. అయితే మాత్రమేమి వేపపుల్లతో మొగము కడిగికొనమా! వేపపువ్వు తినమా? అన్నము చేదైన మాత్రమున నింతయల్లరి చేయవలెనా? మీ యాడవాళ్ళు చేసినప్పుడు మాత్రము వంట యెప్పుడైన చెడిపోదా. మీకింతయోపిక లేదన్నమాట మొదటే తెలిసిన పక్షమున మీ దగ్గరకు నేను రాకపోదును. పోనియ్యండి. యేలుట కూళ్ళు లేవు గాని యెత్తుకొని తినుట కూళ్ళు లేవా? మీ వంటి వారు నాకు వేయిమంది, నా వంటి వాళ్ళు మీకు వేయిమంది. నేను మీ దగ్గర నెల దినములు పనిచేసినాను. నా జీతమీయండి, మీ దగ్గర పని చేయడము నాకే యప్రతిష్ఠ" యని చివాలున లేచి తన గుడ్డలు నాలుగు మూటగట్టుకొని పయనమయ్యెను. ఆ యజమానుఁడు వాని మాటల కలుగక వాఁడొక యున్మత్తుఁడనుకొని రెండు రూపాయలు వాని చేతిలో బెట్టి "నీకు నాలుగు రూపాయలియ్యఁదలఁచు కొన్నాను. కాని నీ తెలివికి రెండు రూపాయలు చాలును. ఫో"యని చెప్పెను. "పోనీయ్యండి! నా సొమ్మెంత మంది తినలేదు. అందులో మీరొకరు" అని యా రెండు రూపాయలు బుచ్చుకొని విసవిస నడిచిపోయెను. ఆ యుద్యోగస్థుఁ డాపూట భోజనము లభింపక యరఁటిపండ్లు తెప్పించుకొని తిని యొక విధముగా క్షుద్బాధ తీర్చుకొని సాయంకాల మాయూరు కరణము గారి యింటికిఁ బోయి తనయవస్థఁ జెప్పుకొని యక్కడ భోజనము చేసెను.

పంతొమ్మిదవ ప్రకరణము

వానపల్లెలో గణపతి స్థానమందు బ్రవేశించిన యుపాధ్యాయుఁడు కాలవశమున విశూచి జాడ్యము చేత మృతినొందెను. అందుచేత నాయూరిలో బడి చెప్పువారు లేకపోయిరి. అంతలో గణపతి కృష్ణవేషధారణమును, పాచకత్వమును రెండుద్యోగములు మాని యా గ్రామములో బోవఁదటస్థించెను. గణపతి చర్య లెన్నఁటికి మరపురానివైనను గొందఱాచర్యలు మఱచి బడిపెట్టుమని యతని నడిగిరి. కొందరు గణపతి యెంతమాత్ర మాపనికిఁ బనికిఁరాడని వాదించిరి. అభిమానమున్న వారి యాదరణము చేత నతఁడు మునుపటిచోటగాక మఱియొకచోట పాఠశాల స్థాపించెను. బసయు మునుపటిచోట చేయక యాయూరివారొకరు స్వగ్రహము విడిచి బిడ్డల కింగ్లీషు చెప్పించుకొనుటకు అమలాపురము వెళ్ళుచుండగా వారినడిగి యా యిల్లు తనకాపురము నిమిత్తము గణపతి పుచ్చుకొని యందు బ్రవేశించెను.

ఇల్లు పెద్దదగుట చేత పిశాచములు వచ్చి పీడించునని యాతఁడు విద్యార్థుల నెప్పటియట్ల కొందఱిని దనకు సాయముగఁ బిలుచుచుండెను. ఆ యింటి దొడ్డిలో నాలుగైదు కొబ్బరి చెట్లుండెను. ఎలుక లప్పుడప్పుడు చెట్లెక్కి లేత పుచ్చెలు కొట్టి క్రింద పారవేయఁజొచ్చెను. ఎలుకల తాకిడి తొలగించుటకై గణపతి యనే కోపాయములఁ

బన్నెను. ఆయుపాయములలో నొకటియు నతనికి నచ్చలేదు. ఎట్టకేల కతనికి గొప్ప యాలోచన యొకటి పొడగట్టెను. అది యమోఘమని యతఁడు తలంచెను. ఒకనాఁడు సకల గృహవర్తియగు మార్జాల చక్రవర్తిని బట్టుకొని దాని నొకబుట్టలోఁబెట్టి శిష్యునొకనిం బిలిచి చెట్టెక్కించి మరియొక శిష్యునిచేతఁ బైనున్నవాని కాపిల్లి నందిమ్మని చెప్పెను. అతఁడట్లందిచ్చెను. పైవాఁడు పిల్లి నందుకొనిన తరువాత దాని మెడకొక త్రాడుబోసి యాత్రాడు కొమ్మకుఁ గట్టివేయుమని గణపతి చెప్పెను. శిష్యుఁడు గురుని యాజ్ఞప్రకారము గావించి క్రిందికి దిగెను. అప్పుడు గణపతి శిష్యులతో నిట్లనియె. “ఈ సారి యెలుకలు చచ్చిపోయినవి. వీటి మొగం మండ! కొబ్బరికాయ యొక్కటైన దక్కకుండ వాటిపొట్టం బెట్టికొనుచున్నవి. ఈ గ్రామంలోని వారందరు నావలెనే యెలుకల బాధ పడుచున్నారు. కాని మందమతి ముండాకొడుకులు నా వలె నొక్కడైన యాలోచన చేయలేకపోయినాడు. తెలివితేటలుండవలెను. కాని యేళ్ళుండగానే సరా! డబ్బుండగానే సరా”. ఆ కోతలు విని శిష్యులానందించిరి.

అప్పటికి సాయంకాలమయ్యెను. గణపతి భోజనము చేసి నిద్రించెను. తన బిడాల మెన్ని యెలుకలను బట్టి రాత్రి చంపెనో చూడఁగోరి గణపతి చెట్టుదగ్గఱకుఁ బోయి మెడయెత్తి చూచునప్పటికి బిల్లి మెడత్రాడు యురివడఁజొచ్చి యురి స్తంభమున వ్రేలాడు నేరస్తునివలె వ్రేలాడుచుండెను. అది ఏమైనదో చూచుటకై శిష్యులు చేరి యాబిడాలము యొక్క దుర్దశ జూచి జాలినొందిరి. ఆ వార్త యప్పుడే గ్రామమునఁ బొక్కెను. సూర్యోదయమగునప్పటికె గ్రామమునందలి చిన్న పెద్దలు నావింతఁ జూచుటకై యచ్చోటికిం జనిరి. నవ్వినవారు నవ్విరి. వెక్కిరించినవారు వెక్కిరించిరి. పరిహాసగర్భమున నతని బుద్ధి మెచ్చినవారు మెచ్చిరి.

అందరన్ని విధముల ననుచుండ మహాదేవశాస్త్రి గణపతి తల్లితో నిట్లనియె. "సింగమ్మ! నీ కొడుకు పిల్లిని జంపి బ్రహ్మహత్య చేసినాఁడు. కుక్కను చంపిన పాపము గుడికట్టినప్పటికిఁబోదు. పిల్లిని చంపిన పాపము బంగారు పిల్లినిజేసి బ్రాహ్మణునకు దానమిచ్చినగాని పోదు. అట్లు చేయకపోతే వంశనాశనమని పెద్దలు చెప్పుచున్నారు. ఆనక నీ యిష్టము. నీ మేలు కోరిన వాఁడను. గనుక నిజస్థితి చెప్పినాను". అనవుడు సింగమ్మ గుండె బాదుకొని, "అయ్యో! నాయనా! ఎంతపని జరిగిందిరా. నీ కొబ్బరిజెట్లు కూలిపోను, మీ కాయలు గంగపాలుగాను. ఈ మాయపిల్లలు మావాడి మతి విఱిచి ఈ పని చేయించినారమ్మా. అయ్యకొడుకా! నీవు బ్రతుకవు కాబోలునురా నాయనా" యని కొడుకును గౌఁగిలించుకొని ఏడ్చెను. అందులో గొందఱు "అవ్వగారూ! భయపడకండి, మేమందరమూ చందా వేసుకొని బంగారు పిల్లి చేయించి మీ అబ్బాయిచేత దానము చేయించెద" మని ధైర్యం జెప్పిరి. అంతటితో గణపతి మనస్సు తల్లి మనస్సు స్థిమితపడెను. మహాదేవశాస్త్రి యారాత్రి మరల గణపతి గృహమున కరిగి తల్లీకొడుకులతో నిట్లనియెను. "బంగారు పిల్లిని చేయించుటకు గ్రామస్తులు చందాలిచ్చెదమని చెప్పినారు కదా. ఆ చందాలు మీరు పుచ్చుకొన్న పక్షమున నెప్పటికప్పుడే పులుసులోఁ బడిపోవును. అవి పోగుచేసి నా చేతికివ్వండి. శాస్త్ర ప్రకారము చచ్చిపోయిన పిల్లి యెంతయున్నదో అంతపిల్లిని చేయించి దాన మీయవలెను. మన మంతవఱకు శక్తులము గాము. కనుక చందాల సొమ్ము పెద్దకాసు వరకుఁ జేరినతోడనే శాస్త్ర సంతృప్తి కొరకేదో విధముగా నొకచిన్న పిల్లిని జేయించి యొక బ్రాహ్మణుని చేతిలోఁ బెట్టుదుము. పిల్లిదానము తిల దానము కంటె చెడ్డది. అది యెవరుఁ బట్టరు. ఏదో విధముగా నేనేర్పాటు చేయుదునులెండి, మీరు భయపడకండి".

మహాదేవశాస్త్రి యుదయమున జేసిన ప్రథమోపన్యాసమును బట్టియు రాత్రి గావించిన ద్వితీయోపన్యాసమును బట్టియు నతఁడేలాగైన గణపతిని దోషవిముక్తుని జేసి పిల్లి దాన మెవరు బట్టకపోయినను దానైన యాదానము బట్టి యాతని నొకదరికిఁ జేర్పవలయునని సంకల్పించినటులు స్పష్టముగఁ తెలియుచున్నది కదా! ప్రాణభయము చేత గణపతి ప్రతిదినము నిద్ర మేల్కొనగానే నలుగురనో యైదుగురనో గృహస్తులను జూచి చందానడిగి తన చుట్టముక్కల కందులోఁ గొంతమిగుల్చుకొని తక్కినవి మహాదేవశాస్త్రిగారి చేతికిచ్చుచుండును. అట్లొకమాసములో నొకకాసు పోగుచేసి

యతఁడు శాస్త్రి కిచ్చి పైఁడిపిల్లిఁ జేయించుమని కోరెను. కాని కాసా గ్రామమున దొకలేదని కొంతకాలము, కంసాలి చేయలేదని కొంతకాలము, తూనిక వేయించలేదని కొంతకాలము జరిపి గణపతి యాగ్రామమున నుండఁగా సువర్ణమార్జాలము నతనికిఁ జూపలేదు. గణపతి చందావలన దెచ్చిన రాగి డబ్బులు వెండిబడకాసులు, పావులాకాసులు చేతఁ బడవైచినప్పుడె యవియె రాగిపిల్లులు వెండి బల్లులు నని మహాదేవశాస్త్రి మనస్సులో దలంచుకొని యాపిల్లుల నెప్పటికప్పుడె భక్షించుచు వచ్చెను. కాని బంగారు పిల్లిని జేయించఁదలచు కొననేలేదు.

బంగారు పిల్లి గొడవతో నిట్లు కొంతకాలము గడిచినపిమ్మట నొకనాఁడు గణపతియు నతని యింటికి రాత్రులు పండుకొనవచ్చు పెద్ద విద్యార్థులు కొందరును గలిసి కాలువదగ్గఱకు షికారు బోయి యయ్యది వేసవి కాలమగుటచేఁదెల్లవాఱుజామున లేచి ప్రతిదినము స్నానము చేయవలయునని నిశ్చయించుకొనిరి. కాని దీనికొక్క చిక్కు కనఁబడెను. గణపతికి మెలకువవచ్చుట యసంభవము. ప్రతిదినము జాము ప్రొద్దెక్కిన తరువాత లేచు గణపతి జాము తెల్లవారగట్ల లేచుట యర్ధరాత్రమున సూర్యోదయ మగుటయె. శిష్యులు ముందే మేల్కొని పిదప గురువును లేపవచ్చునని వారిలో నొక్కఁ డాలోచన చెప్పెను. తెల్లవారు జామున శిష్యులకు ముందు మెలకువవచ్చుట యెట్లని వారిలో నొకనికి సందేహము తోఁచెను. గురువు గారి దగ్గఱనున్న ప్రజ్ఞలన్నియు శిష్యులకు లేకపోయినను నిద్రా విషయమున మాత్రమతని శిష్యులే యనిపించుకొనుట చేత నట్టి సందేహమున కవకాశము గలిగెను.

పట్టణములో గొప్పవారి యిండ్ల నుండునట్టి గడియారము యొక్కటియున్న పక్షమున ముందుగాఁ దక్కిన వారికి మెలకుఁవ వచ్చుటకు వీలుగా నుండునని యొకతండు చెప్పెను. అది విని కాపులకుర్రవాఁడొకఁడిట్లనియె. "గడియారములు మనదేశములో లేవు. నూటనోట నొకటియున్నదో లేదో, అదిగాక గడియారము త్రిప్పుట మనకు దెలియదు. మనము చూడనూలేదు. గడియారము లేకపోయినేని? మంచికోడిపెట్టని నొకదానిని మనము పెంచుకొన్న పక్షమున నది నాలుగు జాములకు నాలుగుసారులు కూయును. కడపటి సారి కూసిన తోడనే ముందుగా మనకు మెలఁకువవచ్చును. ఆ తరువాత మనము గురువుగారి మీఁద నొక్కి త్రొక్కియొ రక్కియొ గిల్లియొ కరఱచి. లేపవచ్చును. ఇదిగాక కోడిని పెంచుటవల్ల గురువుగారికి మఱిరెండు లాభములుండును, కోడిగ్రుడ్ల నమ్మినందువలన కొంతడబ్బు చేరును. పైగా దాని కడుపున రెండు మూడు పుంజులు మంచివి పుట్టిన యెడల మనయమ్మవారి తీర్థములోను మఱి ఇతర తీర్థములలోను వాటిచేత పందెములు గట్టించి కావలసినంత డబ్బు సంపాదించవచ్చును. కాఁబట్టి నాయుపాయము విని యొక కోడిని పెంచుట మంచిది". అనవుడు వెఱ్ఱివాలకముగా నున్న యొక బ్రాహ్మణ బాలుఁడు ఛీ, ఛీ కాలమానము దెలియుటకు బ్రాహ్మణుడెవరయిన కోడిని పెంచుదురా? ఇది చాలా తప్పు అది మనము చేయవలసినది కాదని హితోపదేశము చేసెను. ఆయుపదేశము తక్కిన బ్రాహ్మణ బాలకులకు సహేతుకమై సమ్మతమై తోఁచినను నదివఱకె హాస్యాస్పదముగ నున్న గురువుగారి చరిత్రము మఱింత

పరిహాసపాత్రముగఁజేయదలఁచి యాశూద్రకుమారుని యాలోచనము మిక్కిలి బాగున్నదని ప్రశంసించి యతని మాట కడ్డము చెప్పిన బ్రాహ్మణ బాలుని వారు చీవాట్లు పెట్టిరి.

పందెముల వలనను గ్రుడ్లు వలనను విశేషలాభము గలుగునని వినిన తోడనే గణపతి కుక్కుట స్వీకారమునకు సమ్మతించి యొకకోడిని దనకుఁదెమ్మని కాపుల కుఱ్ఱవాని నడిగెను. వాఁడు తనయింటనున్న యొక పెట్టను దెచ్చి మరునాఁడుదయమున గురువుగారికి గొప్ప కానుకగా సమర్పించెను. అది గ్రహించి గణపతి పరమ సంతోష భరితుఁడై దానికొక గది ఏర్పరచి కన్నబిడ్డవలె దాని నాదరింపఁజొచ్చెను. బడిలో జదువుకొనుపిల్లలందరు వంతుల ప్రకారము దినమున కొక్కపిల్లవాఁడు దాని నిమిత్తమై తౌడుతేవలెనని యతఁడాజ్ఞాపించెను. ఆ ప్రకారమందఱుఁ దేఁదొడఁగిరి. తౌడుతేలేనివారు గురువుగారి యొక్క బెత్తము దెబ్బలకు గురికావలసినదే. దాని కూఁతవలన శిష్యులకును గురువులకును మెలకువవచ్చుటయుఁ దెల్లవారుజామున వారు కాలువకు స్నానమునకుఁ బోవుటయు మూఁడు నాళ్ళ ముచ్చట యయ్యెను. పిన్ననాఁటి నుండియుఁ బెంచిన బద్ధకము వారి శ్రద్ధను కబళింప వారా ప్రయత్నము మానుకొనిరి.

కోడి మాత్రమే యింట మిగిలెను. గణపతి బడిపిల్ల లందఱుఁ జూచుచుండగను వారు లేనప్పుడును దమకోడిని యొడిలో బెట్టుకొని చేతితో జోకొట్టుచు నా బుల్లి కోడి రావే, నా బుజ్జికోడి రావే, నావెఱ్ఱికోడి రావేయని ముద్దులాడు చుండును. తల్లి సింగమ్మ కుమారుడు చేయు కుక్కుట సంరక్షణ మెంత మాత్రము సహింపక "కొంప మాలపల్లి చేసినావురా నాయనా! నీ కోడి మండిపోను. దీని యీకెలు రెట్టలు యెత్తిపోయలేక చచ్చిపోవుచున్నాను. బ్రాహ్మణులకు కోడి యెందుకురా? నీ ముద్దు ముక్కలైపోనూ" యని పలుమారు మందలించుచుండెను. అవి యెంత మాత్రము వానితల కెక్కలేదు. మహారాజుల యంతఃపురాంగనలు చిలుకలను రాయంచలను మిక్కిలి గారామున బెంచుచు నెత్తికొని ముద్దాడుచు నానందించునట్లె గణపతియు నెందరు చెప్పినను వినక యా కోడి తన కారవప్రాణ మనియు దనపాలిట లక్ష్మి యనియు నమ్మి దాని కే వెలితి రాకుండ వేవిధములఁ గనిపెట్టుచుండును. గ్రామవాసులలో ననేకు లతఁడు కోడినెత్తికొని ముద్దాడు సమయమున నక్కడక ఁబోయి వాని మాటలు ముఖ వైఖరులును బరీక్షించి వినోదముతో బ్రొద్దుపుచ్చుచుందురు. అప్పుడప్పుడా కోడిగ్రుడ్లు పోవుచుండును. దొంగిలించిన బాలుని గనుఁగొనలేక గణపతి బడిపిల్లలందరి వీపుల మీద నీఁత బెత్తములతో బాజాలు వాయించుచుండును. రామాయణ భారత భాగవతాదులలోని కథలు చెప్పుకొనినట్లు యా గ్రామవాసులును సమీప గ్రామవాసులును వాని చరిత్రము జెప్పుకొని కడుపులు పగులునట్లు నవ్వుచుందురు. ఎప్పటి గ్రుడ్లప్పుడు గణపతి ఖర్చు నిమిత్త మమ్మివేయుచుండెను. కాని కోడి పొదిగి వాటిని పిల్లలు జేయువఱకు నోపిక పట్టలేకపోయెను.

అట్టుండగా నొకనాఁడా కుక్కుటము మిక్కుటమైన సంతోషంతో దొడ్డిలో దిరుగుచ నక్కడక్కడ రాలిన గింజలు జెదపురుగులు మొదలైన వాని నేరుకొని దినుచుఁ దిరుగు చుండఁగా నేమూల నుండియోఁ నొక గండుబిల్లి వచ్చి దానింబట్టుకొని గొంతుకొటికి

చంపెను. చంపిన తరువాత లోపలినుండి గణపతియు బడిపిల్లలు వచ్చిరి. కార్యము మించిపోయిన తరువాత వచ్చి యేమిచేయగలరు? అప్పుడు గణపతి పడిన దుఃఖము వర్ణనా దుస్సాధ్యమైనను గొన్ని మాటలైన వ్రాయకపోవుట చరిత్రమునకు వెలితియగును. కావున నించుక చెప్పఁదలంచితిమి "అయ్యో! నా కోడి నానల్ల కోడి నాపాలిటి బంగారుగని వనుకొన్నానే నిన్ను. నీ కడుపున బుట్టిడి పుంజుల చేత పందెములు వేయించి నాలుగైదు వందలు సంపాదించి పెండ్లి చేసుకుందామనుకున్నానే, నీవంటి బంగారు బొజ్జగల కోడి నా వంటి నిర్భాగ్యులకు దక్కునటే, నీ కెంత ముద్దుగా తౌడు పెట్టుకొన్నానే, భుజము మీఁద నెక్కించుకొని త్రిప్పినానే. రాత్రులు నా ప్రక్కలో పండుకొనే దానవే. ఇఁక నేనొక్కఁడ నేలాగున పడుకోఁగలనే? ఈ మాయపిల్లెక్కడ వచ్చిందే నీ ప్రాణమునకు?" అని దుఃఖించుచుండ సింగమ్మ యతని కడకుఁబోయి "యయ్యో నాయనా అది చుట్టమా పక్కమా. కోడి కోసమల్లా యేడువవచ్చునట్రా" యని మందలించెను. ఆ పలుకులు వినఁగానే యతఁడాగ్రహావిష్టుడై త్రాటియాకుల మంటవలె లేచి "దిక్కుమాలినముండా నా కోడికి నీ దృష్టె తగిలిందె ముండా. దానిని చూచినప్పుడెల్లా నీ కన్నులలో నిప్పులు పోసికొన్నావు. నీ మూలమున నిక్షేపము వంటి కోడిపెట్ట పోయినదె ముండా. నా యిల్లు చిన్నబోయి వల్లకాడులాగున్నదే ముండా. నీ కన్నులిప్పుడు చల్లగా నున్నాయటే ముండా" యని కోపమాపుకొనలేక యామె కడకుఁబోయి బుఱ్ఱ వంగదీసి పదిచరుపులు వైచెను.

"నీకేమి చేటుకాలము వచ్చినదిరా. నేనేమి జేసినానురా నన్ను కొట్టుచున్నా" వని యామె యేడ్చుచు లోనికిఁబోయెను. ఆ రాత్రి యతఁడు దుఃఖము చేత సరిగా నన్నమే తినలేదు. జన్మమధ్యమున నతనికి సరిగా నిద్రపట్టని రాత్రి యదియె. తెల్లవారుజామున నెన్నఁడులేని దతనికి మెలకువ రాఁగా "యీపాటికి లేచి కూసేదానివే. నీ కూఁతలు నాకు సంగీతము లాగుండేదే! నేనెంత దిక్కుమాలిన వాఁడెనైతినే. నీవులేకపోవుటచేత యిల్లు బావురుమనిపోయిందె, నీవు చచ్చిపోయినావు కాని మా తల్లి ముండైన చచ్చిపోయినది కాదే" అని పరిపరి విధముల దుఃఖించెను. ఆ మరునాడు నుండియు మరియొక కోడికొరకు ప్రయత్నము చేయఁదొడగెను. కాని యది లభించినది కాదు.

ఇరువదియవ ప్రకరణము

తనకు వివాహము కాలేదని యఁదువలన సాటివారిలోఁదనకు చిన్న తనము గలుగుచున్నదని, కష్టపడి చేసికొన్న పెండ్లి చెడిపోయినదని కొంతకాలము నుండి గణపతి మనస్సులో విచారించుచుండెను. అతఁడు కట్టిన పుస్తి త్రెంచివైచి బుచ్చమ్మకుఁ దండ్రి మరల పెండ్లి జేసెను. ఆ వార్త విన్నది మొదలుకొని మరల కష్టపడి తానెట్లయిన వివాహము జేసికొని మేనమామ కూతురు వివాహమాడిన వానియొద్దకుఁ బోయి "యీ పాడుపిల్ల నాకు దప్పిపోయినంత మాత్రమున నాకు వివాహము కాదునుకొన్నారా? దీనబ్బవంటి పిల్లను చేసికొన్నాను. చూడండీ" యని వారికి చెప్పవలెనని గణపతి మనస్సులో నిశ్చయించికొని పెండ్లికూతురు నిమిత్తమై వెదకజొచ్చెను. తల్లి సింగమ్మఁ దనకొడుకు ఘోటక బ్రహ్మచారియై యుండినాఁడనియు ప్రసిద్ధమైన పప్పుభొట్లవారి వంశము వానితో

నంతమొందుననియు దనమగనికి మామగారికి వారి పూర్వులకు సద్గతులుండవనియు మిక్కిలి విచారించి యిరుగుపొరుగు స్త్రీలు కనఁబడినపుడెల్ల నిట్లనుచుండును.

"అమ్మా! మీరందరభిమానించుకొని మా గణపతి నొక యింటి వానిని జేయుదురుగద. వాని మెడలో నాలుగు పోగులు పడేదారి చూతురమ్మా! మీకు బహుపుణ్యముంటుంది. ఎంతమందో వంట బ్రాహ్మణులకు నీళ్ళ బ్రాహ్మణులకు దెలివితేటలు లేనివాళ్ళకు యిట్టె పెండ్లిండ్లగుచున్నవి. నా కర్మమేమోగాని మా వాడికి పిల్లనిచ్చుట కెవ్వరు రారు. కులము తక్కువా, గోత్రము తక్కువా? మేమేమి కుక్కనుదిన్నామా? నా బిడ్డ పదిమందిలో తిరుగలేనివాఁడా. డబ్బు తెచ్చుకోలేని వాఁడా. మీరందరు తలో పదిరూపాయలు చందావేసి మా వాడికి పెండ్లి చేయండమ్మా. మాకిన్ని యేండ్ల పిల్ల కావలెను అన్ని యేండ్ల పిల్ల కావలెను అని పట్టింపు లేదు. ఎన్నియేండ్ల పిల్లయినను సరే. చివరకు రెండు మూడు నెలల పిల్లయినను సరే అమ్మా వానికి పాతికేండ్ల కంటె నెక్కువ లేవు. ఇదొకవయస్సా, మా వాఁడికిప్పటికి కట్టుతిప్పిపోలేదు". అని చెప్పుచుండ నామె పుత్ర ప్రేమకు వెంగిలితనమునకు వారు మిక్కిలి విస్మితులై నవ్వుచు "సింగమ్మవ్వా! అలాగే పెండ్లి కుదర్చుండి. మాకుతోచిన సహాయము మేము చేయుదు"మని యుత్తరము చెప్పుచు వచ్చిరి. ఆమె కొడుకుఁగలసికొన్నను చుట్టములఁ చూచినను చుట్టుప్రక్కల సుదతులఁ గనుఁగొనినను బెండ్లి మాటయె కాని మరియొక ప్రసంగము చేయుట మానెను. అన్య ప్రసంగములు వచ్చినను నామె యెట్టకేలకీ ప్రసంగముననే దింపును. బడిపిల్లలతోను బాటసారులతోను బంధువులతోను గ్రామవాసులైన కరణములతోను కాపులతోను గణపతి తన వివాహ ప్రసంగమే చేయఁజొచ్చెను. తన శాఖలో నెవని యొద్ద నవివాహితయైన బాలికయున్నదని విన్నను దనకామె పెండ్లి సేయుమని స్వయముగానైనా మాతాపితల నతఁడగును. లేక యెవరిచేతనైన వర్తమానమంపును. నీ కెంత యాస్తి యున్నదని యెవరైన నడిగిన పక్షమున నతని కెంతో కోపము వచ్చి యిట్లనును.

"ఆస్తి ఆస్తి! ఆస్తి లేకపోతే బ్రతుకలేరా యేమి? ఆస్తియున్న వారు బంగారము దినుచున్నారా? లేనివారు మన్ను దినుచున్నారా? ఎందు కాస్తి చచ్చినప్పుడు కూడ తగులవేయుదువా యేమిటి. నేను భార్య కన్నము పెట్టగలనా లేనా యని యొక్కమాట విచారింపవలెను. మీ యందరికంటే బాగానే భార్య కన్నము పెట్టగలను. ఆస్తి కావాలట. ఆస్తిపాస్తి. చాలు చాలు నోరుమూయండి అధిక ప్రసంగములు చేయక" ఆ పలుకులు విని తల్లిదండ్రులు మధ్యవర్తులు వాని బేలతనమునకు ముసిముసి నవ్వులు నవ్వుచుండురు.

ఒకనాఁడు తల్లి గణపతి కన్నము పెట్టుచు వివాహ ప్రసంగము రాఁగా కొడుకుతో నిట్లనియె. "నాయనా! మన పుల్లయ్య మామ భార్యకు నెలతప్పిందట. ఆ మాట విన్నప్పటినుండి నాకెంతో సంతోషముగా నున్నది." "అయితే మనకేమి లాభమే"యని యతఁడు బదులుచెప్పెను. "దాని కడుపున ఆడపిల్ల పుట్టినట్లయితే వాఁడుగూడ నీకు మేనమామ కనుక ఆ పిల్లను కీ కియ్య గూడదా యని నాయాశ"యని యామె బదులు చెప్పెను. ఆ మాట వినఁబడఁగానే గణపతి మిక్కిలి కోపించి "ఓసి భ్రష్టాకారి ముండా,

అంత చిన్నముండను నేను పెండ్లిచేసుకుంటానుటే. అది యొన్నడెదుగును ఎన్నడు కాపురమునకు వచ్చును. ఈలాటి వెధవమాటలాడకు" యని యెడమ చేతితో రెండు మొట్టికాయలు మొట్టెను. పాప మా ముసలి యవ్వ యారెండు మొట్టికాయలతో నెంతసేపు తల తడుముకొనుచు నేడ్చి "నీకిదేమి వినాశకాలమురా. నీ పెండ్లి పెడాకులు చేయవలెనని నేను మంచి యాలోచన చెప్పితే నీవు నన్ను కొట్టినావు. నీ పెళ్లి మండిపోనూ నాకెందుకు" అని దూషణ పూర్వకముగా విలపించుచుండ "ఓసి దొంగముండా! నన్ను తిట్టుచున్నావా" యని తన చెంబులోనున్న నీళ్ళామె నెత్తి మీఁద పోసి యన్నము విడిచిపెట్టి లేచిపోయెను.

అదియైన మఱి నాలుగుదినముల కొకcనాcటి రేయి గణపతి భోజనము చేయుచుండ మరల సింగమ్మ యిట్లనియెను. "నాయనా! మన రామావధానుల కూcతురుకు సంబంధము దొరకలేదుట. తగిన వరుడు దొరికితే యివ్వవలెనని యున్నాc డుట. నీ వెవ్వరి చేతనైనా ఆ పిల్లను నీ కిమ్మని వర్తమాన పంపించరాదూ? నాయనా నే బ్రతికియుండcగా నొక యింటివాcడ వైతే చూడవలెనని యున్నది" అనుటయు గణపతి "వారెందుకు, వీరెందుకే. నీవే వెళ్లి మా పిల్లవానికి మీ పిల్లనిమ్మని యడుగు. రామావధానులు మన సంబంధము కంటె యెక్కువ సంబంధము తేcగలడా యేమిటి?" యని యుత్తరము చెప్పెను. అందుకామె వెండియు నిట్లనియె. "అదికాదు నాయనా! నేను వెళ్ళి యడిగానంటే నీ కిల్లున్నదా వాకిలి యున్నదా యని ప్రశ్నలు మొదలు పెట్టుదురు. ఆ ప్రశ్నలకు నేను జవాబులు చెప్పలేను" తన యాస్తి సంగతి యెవcడైన నెత్తిన పక్షమున నతని కమితాగ్రహము వచ్చునని యిదివఱకే వ్రాసియుంటిమి. తల్లి పలుకులు వినc గానే నతcడికోపము జెంది "శకునపక్షీ ముండా! పెండ్లి మాటలకు వెళ్లిరావే యంటే యిల్లున్నదా వాకిలి యున్నదా యని వారడుగుతారని లేనిపోని శంకలు పెట్టి పాడుమాట లాడుచున్నావు. బోడిముండ నీ మూలముననే నాకు పెండ్లి కాలేదు. ఇళ్ళు వాకిళ్ళు పుట్టగానే లోకులందరు పట్టుకువచ్చారా యేమిటి? నీవే నాకేమియు లేదని ముందుగా ప్రేలుచుంటే పిల్లనిచ్చే వారనరా యేమిటి పిశాచపు ముండా! కోడలు రానీ నిన్ను వీధి లోనికి కుక్క నీడిపించిన ట్లీడిపించక పోతానేమో చూతువుగాని" యని కోప మాపుకొనలేక యావిస్తరి రెండు చేతులతో నెత్తి తల్లి నెత్తిమీద పెట్టి రుద్ది వీపుమీఁద రెండు చరపులు చరిచి లేచిపోయెను. "అయ్యో! నేనే మన్నానురా నేనేమన్నానురా. నీ పెండ్లి పేలాలు వేగిపోను. నా జోలికి రాకురా. ఇcకమీఁద నీ పెండ్లి మాట నేనెత్తనురా బాబూ!" యని తనతల యంటు పడెను కావున నూతికడకుcబోయి యామె స్నానము చేసెను.

సింగమ్మకు మంచి పాటలుగాని, పద్యములు గాని రావు. కాని యప్పుడప్పుడు యేదో కూనిరాగములు తీయుచుండును. ఆమెకు రామదాసు చరిత్రము మిక్కిలి యిష్టము. అప్పుడప్పుడు బైరాగులు భిక్షాటనమునకు వచ్చి రామదాసు చరిత్రము బాడినపుడు చేరెడు బియ్యము వారికిcపెట్టి రెండు మూcడు కీర్తనలు వినుచుండును. ఆ కీర్తనలలో "యెందుకయ్యా యుంచినావు బందిఖానాలో" నసునట్టి దామెకు మిక్కిలి యిష్టము. విద్యా విహీనులైన బైరాగులు శబ్దములు స్వచ్ఛముగ నుచ్చరింపలేక "వెందుకైనా వుంచినావు బ్రందిఖానాలో" అని పాడుచుందురు. సింగమ్మ వారి దగ్గఱా పాట నేర్చుకొని వారివలనే

ఎందుకైనా వుంచినావని తప్పులు పాడుకొనుచుండును. ఒకనాఁడమె తన ప్రాత నులక మంచము మీఁద వెన్నెలలో బండుకొని యా పాట పాడుకొనుచుండఁగా గణపతి వచ్చి "ఓసి నీ పాట తగలెయ్య! బందిఖానాలో నని స్వచ్ఛముగాపాడు. లేదా నోరుమూసికొని యూరుకో" యని పలికెను. "నా పాట జోలి నీకెందుకురా. నాకు వచ్చునట్లు పాడుకొనుచున్నాను" నీ కిష్టమైతే విను లేకపోతే యావలకు లేచిపో"యని యామె బదులు చెప్పెను.

"అపస్వరములు పాడి పాట తగులఁబెట్టి నేను దిద్దితే పైగా నా మీఁద కోప పడతావా ఓసి పాపిష్టిముండా! అపస్వరాల పాట యెప్పుడూ పాడవుగదా పాడవుగదా" యని నాలుగు చెంపకాయలు కొట్టెను. ఆమె కుమారుని మనసులో దూషించుచు గోలుగోలున మనసులో నేడ్చెను. ఒకనాఁడు కొట్టినాఁడు గదా మరల వానియొద్ద నిట్టిపాటలు పాడఁగూడదని యామె యూరకుండదు. ఆడదిఁ పెద్దది, విశేషించి తల్లి, యామె యెట్లు పాడుకొనిన మనకెందుకని గణపతీ యూరకుండఁడు. ఈ విధముగ నామె పాడుచుండుట, నామెకు బుత్ర దండనము జరుగుచుండుట ప్రాయకమయ్యెను. శంకరుని కుమారుఁడైన గణపతి యొక్క పురాణము జనులు వినాయక చతుర్థినాఁడె విందురు గాని యీ గణపతి పురాణ మనుదినము వినుచుండిరి. దినముకొక క్రొత్త వింత బయలు దేఱుచుండెను.

రాత్రి భోజనములైన తరువాత గ్రామవాసు లరుగు మీఁద గూర్చున్నప్పుడు ప్రాతఁ కాలమున దంత ధావనార్థము నలుగురు చెరువు గట్టునఁ జేరినపుడు యేమిటోయి గణపతి విశేషములని యొండొరుల నడుగుచుందురు. ఎవరో కొన్ని క్రొత్త వింతలు చెప్పుచుందురు. అక్కడ చేరినవారందఱూ మితిమీర నవ్వి మన యదృష్టము చేత గణపతి మన గ్రామమున నివసించెనని పలుకుచుందురు. వివాహము మాట తలపెట్టినప్పుడు పాటపాడుకొన్నప్పుడు కొడుకేదో వంకఁబెట్టి తన్నుఁ గొట్టుచుండుట చేత సింగమ్మ కొడుకున కెవరైన చేతబడి చేసెనో లేక పిచ్చియెత్తినోయని యిరుగుపొరుగు కాంతలతో నాలోచింపఁబోయెను. కొందరు దయ్యమనిరి, కొందరు పిచ్చి యనిరి. గణపతి తల్లితోనేగాక తన వివాహము మాటయెత్తి తనకాస్తి లేదన్న వారందరితోను తగవులాడుటచే గ్రామవాసులలోఁ గొందరుగూడ యితనికిఁ బెండ్లిపిచ్చి యెత్తినదని తలంచిరి. అతని వికృతచేష్టలు చూచి గడుసువాండ్రగు ప్రాత విద్యార్థులు కొందరు గణపతిని తమ వినోదము నిమిత్తము నుపయోగించుకొనవలెనని యాలోచించి తమలో తామొక పన్ను గడ పన్నుకొని యొకనాఁడతనితో నిట్లనిరి.

"పంతులుగారూ! మీకు వివాహము చేయవలెనని మాకందఱకు గట్టిగా మనసులో నున్నది. కాని కొందరు గణపతి గారికి పిచ్చి యెత్తినదనియు మీరు తిన్నఁగా పల్లకిలోఁ గూర్చుండలేరనియు మీకు బుద్ధి నిలకడ లేదనియు మీ మీఁద లేనిపోని వాడుకలు వైచినారు. అందుచేత మేమీ రాత్రి పల్లకి భజంత్రీ మేళము రెండు మూఁడు కాగడాలు తెప్పించెదము. మీరు పల్లకిలో గూర్చుండి పెండ్లికొడుకు ఠీవి కనబరచవలెను. ఆలాగున మీరు చేసిన పక్షమున మీరు వివాహమునకుఁ దగినవారే యని మీకు వెఱ్ఱి లేదని

గ్రామవాసులు నమ్మి చందాలు వేసి మీకు వివాహముం జేయుదురు. మీరు మాకు చదువుచెప్పి మమ్మెంతో బాగుచేసినారు. గనుక విశ్వాసము చేత మిమ్మొక యింటివారిని జేయవలెనని మాకందఱకు దోచినది. పల్లకిలోఁ గూర్చుండుట మీకిష్టమేనా?" పల్లకి పేరు చెప్పఁగానే గణపతి పరవశుఁడయ్యెను. వెనుక బుచ్చెమ్మ పెండ్లి మిక్కిలి రహస్యముగ జరుగుటచే బహిరంగముగాఁ బల్లకినెక్కి యూరేగుట కతనికవకాశము లేకపోయెను. వివాహమైనప్పుడు తీరవలసిన ముచ్చట వివాహము కానప్పుడు తీరుట తనకు శుభసూచకమని తప్పక యటమీఁదనిఁక వివాహమగునని యతఁడు నిశ్చయించి యిట్లనియె.

"ఒరే అబ్బాయిలారా! నేను కష్టపడి చదువు చెప్పినందుకు మీ కున్నది విశ్వాసము. తక్కిన వాళ్ళలో నొక్క ముండా కొడుక్కైనా నున్నదా? ఒక్కడికి లేదు సుమా. ఈ కలియుగంలో విశ్వాసముంటుందట్రా. ఒక లమ్‌డీ కొడుక్కైనా లేదురా విశ్వాసము. ఎంత కష్టపడి చదువు చెప్పినానురా మీకు. నా మూలముననె గదట్రా మీరింతింత వాళ్ళైనారు. మీ విశ్వాసమునకు నేను సంతోషించినానురా. మీ యాలోచన బాగున్నది. ముత్యాలకుచ్చులున్న బల్లకి తెప్పించండి. బోయలు వోం వోం వోం వోం మ్మని బాగా కేకలు వేయాలి. కాగడాలు రెండు చాలవు. నాలుగైదుండవలెను. డోలు వీరణము సన్నాయితో కడతేర్చక రమడోలు మేళము తాషామరబాలు బాకాల జోడు కూడ తెప్పించండి. చూడు! వొరే వెంకటప్పా! మీ బాబయ్య చుట్టుకొనే యెఱ్ఱతలగుడ్డ జరీది తీసికొని వచ్చి జరీపట్టీలు పైకి బాగా కనబడునట్లుగా చుట్టి నా తలమీఁద పెట్టండి. పట్టుకోకెక్కడైనా తెచ్చిపెట్టండి. జరీపంచ జరీకండవా కావలెను. అవి యింకొకరు తీసికొని రండి. లేకపోతే చాకలి నర్సిగాడికి నాలుగుడబ్బులిచ్చి తీసికొని రండి. ఇవి తెచ్చి సింగారం చేసి యాపైన నన్ను చూపండి. పల్లకిలో మహారాజుకొడుకులాగ ఎంతఠీవిగా యెంత దర్జాగా కూర్చుండునోఁ కాగడాల వెలుతురున నా మొగమెంత ధగధగ మెఱయునో, నేనేలాటి నవ్వులు నవ్వుదునో, యేలాటి చూపులు చూతునో చూడండి తమాషా. నేనేమి వెఱ్ఱి వెంకటాయ ననుకొన్నారా యేమిటి? ఇదివరకిన్ని పెళ్ళిళ్ళైనని గాని యీ గ్రామములో పల్లకిలో యింత డాబుగా కూర్చున్న పెండ్లి కొడుకు లేదురా వీడి కడుపుకాలా వీడఁ సాధ్యుఁడురా యని లోకులందఱు చెప్పుకొనునట్లు కూర్చుండఁగలనో లేదో చూడండి వెళ్ళండి. మీ పని మీఁద మీరుండండి" అని బడికాదినము సెలవిచ్చెను.

విద్యార్థులు వానికడ సెలవుగైకొని తిన్నఁగా చాకలిపేటకుఁబోయి యొకపల్లకి గుదిర్చి రాత్రి యెనిమిది గంటలకు రమ్మని చాకలివాండ్రతోఁ జెప్పిరి. తాషాజోడు రమడోలు మేళము గుదిర్చి తక్కిన భజంత్రీల నేర్పరచిరి. ఒక డెఱ్ఱ జరీతలగుడ్డతెచ్చి పట్టీలు పైకుండునట్లు చుట్టి యతని తలపైబెట్టి యది సరిపోవునో లేదో యని నాలుగైదు సార్లు చూచెను. గణపతి పెద్ద యద్దమొకటి తెప్పించుకొని తన మొగమందులో చూచుకొని సంతోషించెను. నాలుగైదు పట్టుకోట్లు తెచ్చిరి గాని యవియన్నియు వాని బొజ్జకు సరిపోవయ్యెను. ఎన్నికోకలు చుట్టినను హనుమంతునితోక మిగిలియున్నట్లె యెంతంత పెద్దకోటు తెచ్చినను గణపతి బొజ్జ మాత్రము మిగిలియే యుండెను. చిన్న పొణకకో,

యాముదపుసిద్దెకో కోటు తొడిగి నట్లుండెను. కాని మనుష్యునకు తొడగినట్లులేదు. నరిసిగాని దయవల్ల జరీపంచయు నుత్తరీయము లభించెను. ఆ పంచగట్టుకొని యా కోటు మీఁద నాయుత్తరీయము వైచికొని తలపాగ దాల్చి పల్లకి యెప్పుడువచ్చు నెప్పుడువచ్చునని యూరేగింపు టుత్సవమున కుబలాటపడుచుండఁగా నొక విద్యార్థి మొగమునఁ గల్యాణముబొట్టు కన్నుల గాటుక, కాళ్ళకు పసుపు పారాణి లేకపోయిన పక్షమున పెండ్లికొడుకున కుండవలసిన లక్షణములుండవు గనుక తప్పకనవి యన్నియు నుండవలెనని చెప్పెను. అది గణపతికి సహేతుకముగాఁ దోఁచినందున బాదములకు బారాణియు, నేత్రంబులకు గజ్జలంబును బెట్టుమని తల్లి నడిగెను. ఇంతమాత్రము ముచ్చటయైన దాను బ్రతికియుండఁగా దనగన్నులఁబడినదని సంతోషించి యతఁడు మరచిపోయిన బుగ్గచుక్క గూడ బెట్టెను. ఊరేగింపైన తరువాతే భోజనము చేయుదునని గణపతి యా పూట భోజనమే చేయలేదు.

గణపతి యా దినమున నూరేగు ననువార్త పొక్కుటచే గ్రామవాసులంద యుత్సవముఁ గన్నులారఁ జూచి యానందింపవలెనని తమతమ పనులెల్ల పెందలకడ ముగించి దీపములు పెట్టినతోడనే భోజనములు చేసిరి. చిన్న పిల్లలు సైతము నిద్రపోవరైరి. మగవాండ్రందఱు గణపతి యింటి ముందఱ రాత్రి నాలుగు గడియల ప్రొద్దుపోవునప్పటికిఁ దీర్ఘప్రజల వలెఁ జేరిరి. ఆడువాండ్రందఱు గృహ కృత్యములు పెందలకడ నిర్వర్తించుకొని యూరేగింపు చూచుటకు వీధులలో గూర్చుండిరి. రాత్రిజామగునప్పటికి యూరేగింపు ప్రారంభమయ్యెను. గణపతికి రెండు విచారములు మాత్రము పట్టుకొనియెను. భోగము మేళము లేకపోవుట యొకటి బాణాసంచా లేకపోవుట యొకటి. ఆ విచారము పూర్వ విద్యార్థులకుఁ దెలుపఁగా నిజమైన వివాహమున కారెండు వెల్తులు బూర్తి చేయుదు మని చెప్పి గురువుగారి దుఃఖోపశమనమును చేసిరి. ఆ రాత్రి వానపల్లి గ్రామ వాసు లనుభవించిన యానంద మేమని వర్ణింతును. ఉత్సవములో నెంత తిరిగినను వారికి విసుగు జనించలేదు. కాళ్ళునొప్పులు పుట్టలేదు. ఆయాస మనిపించలేదు. ఎందుచేతననఁగా మన గణపతి తన చేష్టల చేత నాసనముల చేత చూపుల చేత మఱి యితర చిహ్నముల చేత క్షణక్షణము వారికి క్రొత్త యానందము గల్పించును వచ్చెను. ఒక మారు వెనుకనున్న బాలీసుకుం జేరబడును. ఒక మాఱు పండుకొనెను. ఒకసారి ముందటికి వంగును, ఒకతూరి బాసెనపట్లు వేసికొనును. ఒకపరి కాళ్ళు జాపుకొనును. ఒకసారి రెడ్డికము వైచికొనును. ఒకసారి కన్నులు మూసికొనును. ఒకసారి పెద్ద గ్రుడ్లు చేయును. మరియొకతూరి యోరచూపులఁ జూచును. ఒకసారి చప్పట్లు వాయించి తానే గానము చేయును. కాగడాలు పల్లకికి దూరమైనప్పుడు కాగడాలు పట్టువారిని గట్టిగా తిట్టి దగ్గఱకు రమ్మనును. ఇంటింటి దగ్గఱ పల్లకియాపించును, వారే కారణము చేతనైన నాగకపోయినపక్షమున బిగ్గఱగ నరచి యాపించును.

ఒకసారి భజంత్రీలు సరిగా మేళము చేయకపోగా మేళము చేయింపుమని యతఁ డొకరిద్దరితో జెప్పెను. వారామాట వినిపించుకొననందున గుభాలున తానే పల్లకిలో నుండి క్రిందకురికి భజంత్రీలను నాలుగు చెంపకాయలు కొట్టి మరల పల్లకి యెక్కెను. కూడనున్న జనులలో నవ్వని వారులేరు. దేవతోత్సవములకు గాని జచ్చినవారిని గాని గురుస్వాములవారు వచ్చినప్పుడు కాని దేశోద్ధారకులైన మహానుభావులు వచ్చినప్పుడు గాని యంతజన మెన్నఁడును బయలుదేరియుండరు. తన స్నేహితుల యిండ్ల ముందరికి బల్లకి వెళ్లినప్పుడు గణపతి చేకొనసన్న చేసి పిలిచి "ఓరి! యుత్సవమేలాగున్నది నేను జమాయించి కూర్చున్నానా? పెండ్లికొడుకు లాగున్నానా?" యని యడుగుచుండును. పెండ్లికొడుకు బాబు లాగున్నావురా. నీ లాటి పెండ్లికొడుకులేరిరా లోకములోనని హాస్యాస్పదముగ వారు ప్రత్యుత్తర మీయ నతఁడు దాని భావము గ్రహింపలేక తనవంటి పెండ్లికొడుకులు లోకమున లేరని యానందించెను. తన యుత్సవమగుటచే గణపతి యా రాత్రి నిదురపోలేదు. ఏమియుఁ దోచనప్పుడు చుట్ట వెలిగించి ఈ ప్రక్క నా ప్రక్క నున్న కాగాడావాండ్ర మీఁదను స్నేహితుల మీఁదను నుమియ జొచ్చెను. ఆ మహోత్సవ పారవశ్యమున వారా యవమానము సరకుగొనరైరి. ఆ సమయమున నతనితిట్లు

దీవెనలయ్యెను. ఉమ్ములు పుష్పవర్షములయ్యెను. జాము తెల్లవారునప్పటికి యుత్సవము సమాప్తమయ్యెను. గణపతి పల్లకిదిగి యింటి గుమ్మములో నడుగు పెట్టగానే సింగమ్మ గుప్పెడు మిరపకాయలు దిగదుడిచి తన్నిమిత్త మారిపోకుండ జాగ్రత్త పెట్టిన పొయి నిప్పులో పడవైచి కుమారునకుఁ దృష్టిదోష పరిహారము చేసెను. పల్లకి దిగి గణపతి పడుకొని మరునాడు పగలంతయు నిద్రపోయి సంధ్యాకాలమున మేల్కొని యపుడు దంతధావనము చేసి భుజించి గడచిన రాత్రి జరిగిన యూరేగింపును గూర్చి విద్యార్థులతో గొంత ప్రసగించి మరల పండుకొని మరునాడు జాము ప్రొద్దెక్కిన తరువాత లేచెను. అది మొదలుకొని పది దినముల వరకు నెవరు కనబడినను వారితో తన యూరేగింపు టుత్సవమును గూర్చి మాటలాడుచు బాగున్నదన యెల్లవారును బ్రశంసింప నమితానందము నొందుచు తన్మయత్వము జెంది సుఖించుచుండెను. కాని తల్లి కుమారుడు భోజనము చేయునప్పుడు వాని వివాహప్రసంగము తలపెట్టుటమానలేదు. ఏదో తప్పుపట్టి గణపతి యామెను తిట్టుట కొట్టుట మానలేదు. ఆ బాధపడలేక యామె యిరుగు పొరుగునున్న మగవాండ్రతో మొఱ పెట్టుకొనఁగా వారు గణపతికి పిచ్చి పట్టినదనియు దలమీఁద గత్తివాటులు వేయించి నిమ్మపండ్ల పులుసుతో రుద్ది వంద బిందెల నీళ్ళు పోసినగాని యాపిచ్చి కుదరదనియుఁ జెప్పిరి. బాధపడలేకపోవుచున్నాను నాయనా యెలాగో చేయండని యామె బదులు చెప్పెను.

మరునాడుదయమున గణపతి నిద్ర మేల్కొనకమునుపే వాని పూర్వ విద్యార్థులు మెఱియల వంటివాం డ్రెనమండ్రు వచ్చి తల్లితో మాటలాడి గణపతి మేల్కొనువఱకు నక్కడ కూర్చుండి యాతఁడు మేల్కొన్న పిదప “పంతులుగారూ! కాలువకు వెళ్ళి స్నానము చేయుదుము రండి” యని యడిగిరి. సరే యని యతఁడు బయలుదేరెను. వారొక మంగలి వానిని గూడ వెంట తీసికొని పోయిరి. అక్కడకు వెళ్ళిన తరువాత “పంతులుగారూ! మీరు పనిచేయించుకొొం”దని యందొకఁడు చెప్పెను. తల మాయలేదు. నేను పనిచేయించుకొననని యతఁడుత్తరము చెప్పెను అప్పుడిద్దరు శిష్యులు చెరియొక చేయి బట్టుకొనిరి. ఇద్దఱు కాళ్ళు త్రొక్కిపెట్టి పట్టుకొని మంగలివానిని పనిచేయమని చెప్పిరి. అంతట మంగలివాఁడు క్షురకర్మ నారంభించెను. గణపతి మంగలివానిని విద్యార్థులను దిట్టుచు దక్షిణ దేశపు గాయకుఁడు త్రిప్పినట్టు తల యిట్టటుఁ బలుమాఱు త్రిప్పెను. మంగలివాఁడు ప్రయత్నపూర్వకముగ గాటులు వేయకపోయినను గణపతి శిరము వేమాఱు త్రిప్పుటచే నాలుగైదు గాటులు పడెను. అంతలో మఱి నలుగురు విద్యార్థులు నాలుగు బిందెలు తీసికొని వచ్చిరి. సింగమ్మ కూడ వారితో వచ్చెను. ఆ వార్త గ్రామమున బ్రకాశిత మగుటచే పని పాటలు లేనివాండ్రు వినోదము చూచుటకై కాలువయొద్దున జేరిరి. నిమ్మపండ్ల పులుసుతో మంగలివానిచేత తలరుద్దించి విద్యార్థులు గురుభక్తి తత్పరులై వందలకొలది బిందెలనీరు వానితలపై బోసి యీ దెబ్బతో మీ పిచ్చి వదులను లెండి యనుచు నించుమించుగ సహస్ర ఘటాభిషేకము జేసిరి. నడుమ నడుమ సింగమ్మ “నాయనా పిచ్చి పూర్తిగా వదలిన దాక నీళ్ళుపోయండి” యని వారిని హెచ్చరించుచు వచ్చెను.

"నాకు పిచ్చిలేదురోయి వదలండిరోయి" యని గణపతి కేకలు వేయజొచ్చెను. "అదేపిచ్చ మాట నాయనా! పిచ్చలేదన్న మాటే పిచ్చ" యని సింగమ్మ విద్యార్థులతో పలికెను. గణపతి తల్లిని బూర్వ విద్యార్థులను మహోత్సవసందర్శనార్థ మరుదెంచిన గ్రామీణులను నోటికివచ్చినట్టెల్ల దిట్టి కాలుచేతులు స్వాధీనము గాక పోవుటచే గొందఱం గరచి కొందరకండలతో గ్రుమ్మి గ్రామము నుండి ఉత్సవము జూచుటకై కాలువవఱకు నడచివచ్చిన వారి శ్రమ వృథాగాకుండ గావలసినంత వినోదము గలిగించెను. పూర్వ విద్యార్థులట్లు తన్ను బాధించుచుండ దన కాపీడ దొలగింపుమని గణపతి తత్కాలపు విద్యార్థులలో వెన్ను ముదిరిన వాండ్రను గొందరను బిలిచి చెప్పెను. కాని వారేమియుం జేయలేక పోయిరి. ఈ యభిషేకమైన తరువాత వారు గణపతిని మెల్లగా నిల్లుజేర్చిరి.

ఈ పని తల్లియె చేయించిన దని యతఁడు తెలిసికొని యామె తన కంటికి కనం బడకూడదని చెప్పెను. అతఁడేదైన దుష్కార్యము చేయునేమోయని యామెను మహాదేవశాస్త్రులుగారి యింటికి పంపిరి. గురువుగారికి శిష్యులే తమ తమ యిండ్ల నుండి పూటకొక్కరుగ వంతులు వేసికొని యన్నము దెచ్చి పెట్టుచుండిరి. తల్లి తనకు గావించిన పరాభవము తాను తల్లికి గావింపవలెనని యతనికి దృఢ సంకల్పము కలిగెను. కలుగటయు తన కాపులైన పదుగురు విద్యార్థులను బిలిచి యొకనాడిట్లనియె. "ఓరి నాకొక్క పెద్ద చిక్కు సంభవించినదిరా! మా తల్లి వట్టిపిచ్చిముండై పోయినది. దాని పిచ్చి కుదురుతేనేగాని నాకు సుఖము లేదు. చూడు అది పిచ్చిముండయై యెదురు నాకే పిచ్చి యని లోకమున వెల్లడిచేసి యినుపగుండ్ల వంటి బండకుంకలను బదిమందిని పోగుచేసి కాలువ రేవున నా బుఱ్ఱగొరిగించి నిమ్మపండ్ల పులుసుతో నా తల రుద్దించి నీళ్ళు పోయించినది. ముందు దాని పిచ్చి మనము కుదర్చవలెను. అది యిక్కడకు వచ్చుట లేదు. ఓరె చిదంబరం! నీవు వెళ్ళి మాయమ్మను సమాధాన పరచి కోపము దీర్చి మన యింటికి తీసుకొనిరా. వచ్చిన తరువాత నాలుగురోజులు చూచి దాని పిచ్చి మనము కుదిర్చి వేతము" అని చెప్పిన వెంటనే చిదంబరము తల్లి కడకుబోయి సామ్యవాక్యములతో నామె యలుక దీర్చి యింటికి దోడ్కొని వచ్చెను.

నాలుగురోజులు జరిగిన తరువాత ఒకనాడు తెల్లవారుజాముననే మంగలిని గణపతి పిలుచుకుని వచ్చి నిద్దురలేవక మునుపే తల్లికి క్షౌరము చేయుమని చెప్పెను. మంగలి మొదట సందేహించెను. కాని మాయమ్మ పిచ్చిది. మే మిప్పుడామెకు నీళ్ళు పోయవలెను గనుక సందేహింపక పని చేయరాయని యతఁడు హెచ్చరింప క్షురకుఁడు పని నారంభించెను. కత్తి తలకు తగలగానే యామె మేలుకొని కన్నులు తెఱచి చూచి నీకిదేమీ వినాశకాలమురా యని మంగలిని దిట్టి వానిచేయి బట్టుకొనబోవుచుండగా నంతలో గణపతి, విద్యార్థులు కాలుసేతులు నొక్కిపెట్టిరి. ఆ నడుమ మంగలి ముండనము సమాప్తము చేసెను. ఆమెయు నిట్టటు గింజుకొనుటచే రెండుమూడు గంటులు పడెను. తరువాత గణపతియు శిష్యులును గలిసి శవమును దీసికొనిపోయిన ట్లామెను వీధిలోనున్న పెద్ద నూతికడకు దీసికొని పోయి బిందెలతో నీళ్ళుతోడి పోసిరి. ఆమెయు దనకు బిచ్చి లేదని పలుమారులు మొఱ పెట్టుకొన్నను నవియెల్ల పిచ్చి మాటలే యని గణపతి సరకు

సేయక పోయండి, నీళ్ళు పోయండి యని మాతృఋణము దీర్చికొనెను. అంతలో గణపతికి దల్లిపై నున్న యక్కసు తీరిపోయెను.

నాటంగోలె సింగమ్మ తనయుని గృహము విడిచి గ్రామమున వారింటను వీరింట నేవోపని పాటలు చేయుచు గాలక్షేపము సేయజొచ్చెను. కొడుకు నలుగురును పోగుచేసి తనకు పిచ్చియని నీళ్ళు పోయించునని తల్లియు, దల్లి పదుగురును బోగుచేసి తన కున్మాదమని చెప్పి కాలువ కడ స్నానములు చేయించునని కొడుకును నొండొరులను భయపడజొచ్చిరి. పిమ్మట మాతాపుత్రులెన్నడు గలుసుకొనలేదు. మహాదేవశాస్త్రి గారి తల్లియు మఱికొందరు బ్రాహ్మణ వితంతువులు రామేశ్వర యాత్ర వెళ్ళదలంచి దమకేమైన పనిపాటులు చేయుచుండునని సింగమ్మను వెంట రమ్మనిరి. ఆమె భోజనము గడుచుటయే గాక యాత్రఫలము గూడ దక్కునని వారివెంట బయలుదేరెను. ఆమె తిరుపతి, శ్రీరంగము, మధురా, రామేశ్వరము మొదలైన మహాక్షేత్రములు చూచి తిరిగి వచ్చునపుడు మార్గమధ్యమున శ్రీ కుంభకోణ క్షేత్రము నందు విశూచి జాడ్యముచే మృతినొందెను. ఆమె గోదావరీ తీరమునందె మృతి నొందవలెనని మొదటినుండియు దలంచెను. కాని భగవంతుఁడు కావేరీ తీరమె యామె నిమిత్తము విధించియుండెను. ఇప్పటి వలె నాకాలమున రైలుబండి లేకపోవుటచే రామేశ్వరయాత్ర నేటి వలె సుఖముగాగాక మిక్కిలి కష్టసాధ్యమై యుండుటచే సింగమ్మ మరణ వార్త గణపతికి తెలియనేలేదు.

మహాదేవశాస్త్రులుగారి తల్లి వచ్చి యా వార్త చెప్పునప్పటికి గణపతి వానపల్లి విడిచిపోయెను. అందుచేత నతఁడు తల్లి నిమత్తము కన్నీరుగాని నువ్వులనీరుగాని విడువవలసిన యవసరము లేకపోయెను. బ్రతికి యుండఁగా బెట్టినపిండమే గాని చచ్చిన తరువాత పిండము పెట్టనవసరం లేకపోయెను. మాతా పుత్రులు వియోగమైనది మొదలుకొని గణపతి కొంతకాలము విద్యార్థుల యిండ్లలో వారములు చేసికొనియు గొన్నినాళ్ళు వంట చేసికొని బ్రాహ్మణార్థములకు బోయియు సంతర్పణముల కరగియు గాలక్షేపము సేయజొచ్చెను. గాని వివాహము కాలేదను గొప్పవిషాద మతని మనస్సుని విడిచిపెట్టలేదు. అంతకుముందు చేసిన ప్రయత్నముల వలన శుల్కము గ్రహింపకుండఁ దనకు కన్యాదానము చేయువారెవ్వరు.లేరని యతఁడు తెలిసికొని కొన్ని వందల రూపాయలలోలి దానిచ్చియైన వివాహ మాడవలయునని నిశ్చయించుకొనెను. కాని ద్రవ్యము లేదు. అందు నిమిత్తమై చందాలు వేయుమని గ్రామవాసులను బీడింపజొచ్చెను. ఆ గ్రామవాసులేగాక చుట్టుప్రక్కల నున్న గ్రామముల కరగి తద్గ్రామీణులను గూడ యాచింపజొచ్చెను. యాచించి తెచ్చిన సొమ్ము తన దగ్గఱ నుంచుకొనక తనకు నమ్మకముగల యొక బ్రాహ్మణుని చేతికిచ్చి దాఁచెను. రమారమి నూటయేబది రూపాయలు పోగుపడెను. ఏడెనిమిది వందల రూపాయలుండిన గాని యతనికి వివాహము కాదు. ఎట్లయిన నంత సొమ్ము పోగుచేసి యతఁడు కృతకృత్యుఁడు కావలెనని యత్నము చేయజొచ్చెను.

ఇట్లుండ నొకనాఁడు మహాదేవశాస్త్రి వర్తమానమంపి గణపతిని పిలిపించి తన ఎదుట గడ్డము పెంచుకొనియున్న యొకానొక బ్రాహ్మణుని జూపి యిట్లనియె. "అబ్బాయి

గణపతీ! యీ బ్రాహ్మణుఁడు నీకుపిల్ల నీయవలెనని వచ్చినాఁడు. ఈయన కాపుర మంతర్వేది. వీరింటి పేరు చింతావారు. ఈయన పేరు భైరవ దీక్షితులుగారు. ఈయన స్వాధ్యాయ మందు గొప్ప యధికారి. ఈయనయేకాదు. ఈయన తండ్రిగారు తాతగారు గూడ నేను బదిరెండుపన్నములు గట్టిగా వర్ణించి ఘణాపాటులైనారు. వారు నీ వంటి వానితో సంబంధము చేయుటే కష్టము. అలాటిది నీ పూర్వపుణ్యము చేత నీకు వారితో సంబంధము గలుగుచున్నది. ఈయన వందలువేలు పుచ్చుకొనేఁవాడుకాఁడు. నలువది వరహాలు మాత్రము నీవిచ్చే పక్షమున పిల్ల నీయధీన మగును. పిల్లను నేను చూచినాను. గజ్జెల గుఱ్ఱములాగున్నది. ఆరు మాసములలోనే కాపురమునకు రాఁగలదు. కాబట్టి నీ వా సొమ్మిచ్చి వీరి పిల్లను చేసికో. పైగా వారు తమ పిల్ల నిక్కడికి తీసికొనివచ్చి మీ యింట్లోనే వివాహము చేయుదురు. వారు పూర్వము గొప్ప సంసారులె కాని వారి పెద్దలు చేసిన క్రతువుల వల్ల దానధర్మముల వల్ల సంసారము చితికి పోయినది. అందుచేతనే నలుబది వరాలసొమ్ము నీ దగ్గఱ పుచ్చుకొని మీ యింటికేవచ్చి పెండ్లి చేయవలసి వచ్చినది కాని, లేకపోతే వీధులకట్టి విస్తళ్ళు వేసి సంతర్పణ చేసి కలియుగ వైకుంఠముగ వారు వివాహము చేయఁగలవారె. సరె ఆ మాటలెందుకు. ఇప్పుడు పెద్ద మనుష్యుల నెవ్వరినయినా తీసికొనిరా. తాంబూలములు పుచ్చుకుందాము. ఏమండీ దీక్షితులు గారు! పిల్లవానిని మీరు చూచుకొన్నారు గదా. మీకిష్టమేనా".

అనపుడు సగము తెల్ల వెంట్రుకలు సగము నల్లవెంట్రుకలు గల తన గడ్డము చేతితో నొకసారి దువ్వి గోవింద గోవిందయని రెండుసారులు భగవన్నామస్మరణము చేసి దీక్షితులిట్లనియె "మా పరువు ప్రతిష్ఠలు మాతండ్రి తాతలతోనే పోయినవి. నేనిప్పుడు మా పెద్దల పేరు చెప్పుకొనక జీవచ్ఛవమునై యున్నాను. మాయాడు పిల్లలనందరుకు నిదివరకు నేను కన్యాదానమే చేసినాను. ఇది కడగొట్టుపిల్ల. దీనిని గూడ నొకయయ్య చేతిలోఁబెట్టి నా భార్యను దీసికొను నేను కాశీ వెళ్ళి యక్కడ నివాసము జేయఁదలచుఁ కొన్నాను. ఆ యాత్రలకు ఖర్చులకే యీ నలువది వరాలు పుచ్చుకొనుచున్నాను. అంతేకాని పిల్లనమ్ముకొని సుఖించుటకు గాదు. అమ్ముకోదలంచుకొంటే నలువది వరాలు పుచ్చు కోవలసిన కర్మమేమి. ఏడు వందలు పుచ్చుకో, ఎనిమిది వందలు పుచ్చుకో, వేయి రూపాయలు పుచ్చుకోయని నా ఇంటి చుట్టు కుక్కలవలె పెండ్లి కొడుకులు తిరుగుచున్నారు. వారికివ్వకపోయినా కుర్రవాఁడు సాంప్రదాయకుఁడు బుద్ధిమంతుఁడు నైన వారిని జూచి కాశీయాత్ర కెంత సొమ్ముకావలెనో యంతే సొమ్ము పుచ్చుకొని యిచ్చి వేయవలెనని ఏర్పాటు చేసికొన్నాను. ఈ పిల్లవాఁడు నాకన్ని విధముల నచ్చినాఁడు. కాబట్టి తాంబూలము లిప్పించండి. ఐదారు దినములలో నేను వెళ్ళి మా వాళ్ళను దీసుకొనివచ్చి యిక్కడే వివాహము చేయఁగలను."

వారిరువురి మాటలు గణపతి కమితానందము గలిగింప నతఁడు మహాదేవశాస్త్రి గారూ నే నిప్పుడే వెళ్ళి అచ్చంబొట్లు గారిని పాపన్న సోమయాజులు గారిని దీసికొని వచ్చెదనని లేచి వెళ్ళి పూర్వోదాహృతులగు వారిని దీసికొనివెళ్ళెను. మహాదేవశాస్త్రి వారిద్దఱిని గౌరవించి కూర్చుండఁబెట్టి వారికి కావించినవని తెలియఁజేసి తాంబూలము

లిప్పించి పంచాంగము చూచి తాను ముహూర్తము నిర్ణయము చేసెను. భైరవ దీక్షితులుగారు సకుటుంబముగ వచ్చిన తరువాత వారి కియ్యవలసిన నలభైవరహాలు నియ్య నిర్ణయము.

అనంతరము భైరవ దీక్షితులు స్వగ్రామమున కరిగి తన కుటుంబమును దీసికొని వచ్చెను. కుటుంబమనఁగా దాను భార్యయుఁ బెండ్లికూతురు. తక్కిన కూఁతుళ్ళను జామాతలు వివాహమునకు పంపనందున తాము ముగ్గురు మాత్రమే రావలసివచ్చినదని యతఁడు గ్రామములోఁ జెప్పెను. బ్రాహ్మణునకు వివాహకార్యము వచ్చినప్పుడు పీటలమీఁది పెండ్లి చెడగొట్టకూడదని గ్రామవాసు లదివరకిచ్చిన చందాగాక మఱికొంత ద్రవ్యము సరుకులు మొదలయినవి గణపతి కిచ్చిరి. ఒక వైశ్యుఁడు బియ్యమిచ్చెను. మఱియొకఁడు నెయ్యి యిచ్చెను. ఒక పాత విద్యార్థి పల్లకి ఖర్చు పెట్టెను. ఒకఁడు భజంత్రీ ఖర్చు పెట్టెను వివాహము రేపనఁగా గణపతి నలువది వరాల సొమ్ము భైరవశాస్త్రి చేతిలోఁ బోసెను. గణపతి పక్షమున రావలసిన చుట్టము లెవ్వరు లేనందున మహాదేవ శాస్త్రియె మేటిచుట్టమై మగపెండ్లి వారి పక్షమునఁ జేయవలసిన యంతయుఁ జేసెను. సుముహూర్తమున గణపతికి యథావిధిగ వివాహమయ్యెను.

కన్నులారఁజూచి సంతోషించుటకుఁ దల్లి సమయమునకు లేక రామేశ్వరము వెళ్ళినదని చూడవచ్చిన వారందరు విచారించిరి. పసుపులు నలుచుటకు గౌరి కళ్యాణము పాటలు పాడుటకు తగవులు నడుపుటకు మహాదేవశాస్త్రి భార్యా మున్నగు పేరంటాండ్రు వచ్చి కార్యము కొనసాగించిరి. ఊరేగింపుటుత్సవ మిదివఱకె వర్ణింపఁబడినది గావున నిప్పుడు వేరుగ వర్ణింపనక్కరలేదు. ఐదు దినములు సలక్షణముగ జరిగెను. అప్పగింతలు దండాడింపులు మొదలయినవి జరిగెను. గణపతి మహానంద భరితుఁడయ్యెను. పిల్ల పూర్వ జన్మమున నిప్పులు పూజచేసినదని కొందరు జిల్లెడు పువ్వులు పూజించినదని కొందరు దానికేమి యిది మహాలక్ష్మిలా గున్నదియని కొందరు బలుతెఱంగుల భాషింపజొచ్చిరి. ఇట్లు వివాహానంతరమున నాలుగు దినములు గడచిన తరువాత నొకనాఁడు ముప్పది సంవత్సరముల వయసుగల యొక పడుచుబ్రాహ్మణుఁడు పోలీసు కానిస్టేబులొకనిని వెంట బెట్టుకొని గణపతి యింటికి వచ్చి "అతఁడే ముద్దాయి" యని భైరవదీక్షితులను జూపెను. కానిస్టేబులు. భైరవదీక్షితులును బట్టుకొని "అయ్యా? నిన్నరెస్టు చేసినా" నని చెప్పెను. పోలీసు జవానును పల్లెటూరు వచ్చినప్పుడు వాని వెంట పదుగురు యతఁడు చేయఁదలఁచిన కార్యం చూడఁబోదురు. అందుచే నదివఱకు కొందరు జనులక్కడ మూగిరి. వారిని జూచి మఱికొందరు జేరిరి. "నన్నెందులకు పట్టుకొన్నా"వని దీక్షితులు రాజభటు నడిగెను. భటుఁడేమో చెప్పఁబోవుచుండగా వానినూరకుండుమని నతనితో వచ్చిన పడుచుబ్రాహ్మణుఁ డిట్లనియె.

"అతఁడుకాదు నేను చెప్పుచున్నాను. అయ్యా పెద్ద మనుష్యులు మీరందరు గూడ చిత్తగించండి. ఈయన బ్రాహ్మణుఁడండి. కాపురమేయూరో తెలియదు. అప్పుడు పెండ్లియైన యీ పిల్ల తన కుమార్తెయని చెప్పి నా దగ్గర యైదువందల రూపాయలు పుచ్చుకొని యంతర్వేదిలో శ్రీనృసింహస్వామివారి యాలయములో యీ పిల్లను నాకిచ్చి

పెండ్లి చేసినాఁడు. వివాహమై ఏడాది కాలేదు. ఇప్పుడా పిల్లనే తిరిగి యీ పిల్లవానికి వివాహము చేసినాఁడు. ఇంతే కాదీయని ప్రభావము వినండి. ఈ పిల్ల ఆయన కూఁతురుగాదు. ఆవిడ యీయన భార్యకాదు. ఆవిడ సాతాని. ఆమెది వెంకటేశ్వర్లు వారి వాడపల్లె కాపురము. సాతాని తిరువెంగళయ్య భార్య. ఈవిడ పేరు నాంచారమ్మ. ఈ దుర్మార్గుఁడామెను పుత్రికాసహితముగా లేవదీసికొని వచ్చి యది తన భార్యయని ఈ పిల్ల తన కూఁతురని చెప్పి మొదట నన్ను మోసపుచ్చి పిమ్మట మిమ్మును వంచించినాడు. అందుచేత నితని మీఁదను క్రొత్త యల్లుని మీఁదను నేను డిప్యూటీ తహసిలుదారుగారి వద్ద కొత్త పేటలో ఛార్జీ యిచ్చినాను. క్రొత్త యల్లునికి మామకు వారంటు తెచ్చినాను" వారంటను శబ్దమును వినఁగానే గణపతి దొడ్డిదారిని నెక్కడికో పాఱిపోయెను. నాఁటికి నేఁటికి మరల కనబడలేదు. భైరవదీక్షితులున కారుమాసములు కారాగృహశిక్ష విధింబఁబడెను. తిరు వెంగళయ్య తన భార్య బిడ్డను దీసికొనిపోయెను. శూద్ర సంపర్కదోషమునకై వానపల్లి గ్రామవాసులు ప్రాయశ్చిత్తములు చేయించుకొనిరి.

చదువరులారా! మీ యదృష్టమింత వరకే యున్నది. తన కథ యింతవరకు మాత్రమే చెప్పి యదృశ్యుఁడయ్యెను. అతడు మరల నగుపడి యనంతచరిత్ర చెప్పిన పక్షమున నదికూడ నిట్లె లిఖించి మీ కానందము కలిగించెదను. ప్రస్తుత మింతతోఁ దనివి నొందుఁడు. అతఁడు కనబడక పోయిన పక్షమున నింతకంటె నొకయక్షరమైన లేదని నమ్ముఁడు.

సమాప్తం